जॅपनीज ऑर्किड

रेई किमुरा

अनुवाद

स्नेहल जोशी

मेहता पब्लिशिंग हाऊस

✆ +91 020-24476924 / 24460313 / Mob. No. 954500513
Email : production@mehtapublishinghouse.com
Website : www.mehtapublishinghouse.com

- *या पुस्तकातील लेखकाची मते, घटना, वर्णने ही त्या लेखकाची असून त्याच्याशी प्रकाशक सहमत असतीलच असे नाही.*

JAPANESE ORCHID by Rei Kimura

E-mail : reichan52@yahoo.com.sg
Translated into Marathi Language by Snehal Joshi

जॅपनीज ऑर्किड / अनुवादित कादंबरी

अनुवाद : स्नेहल जोशी
Email : author@mehtapublishinghouse.com
मराठी अनुवादाचे व प्रकाशनाचे हक्क : मेहता पब्लिशिंग हाऊस, पुणे ३०
प्रकाशक : सुनील अनिल मेहता, मेहता पब्लिशिंग हाऊस,
१९४१ सदाशिव पेठ, माडीवाले कॉलनी, पुणे – ४११ ०३०
मुद्रक : ट्रिनिटी ॲकॅडमी फॉर कॉर्पोरेट ट्रेनिंग लिमिटेड
मुखपृष्ठ : चंद्रमोहन कुलकर्णी
प्रकाशनकाल : फेब्रुवारी, २०१० / पुनर्मुद्रण : जुलै, २०१७
किंमत : ₹ २२०
P Book ISBN 9788184980981
E Book ISBN 9789387319530
E Books available on : amazonkindle Apple Books Google Play Books

---

"पॅरिसाइडो,"

त्या निस्तब्ध दफनभूमीतील त्या साध्यासुध्या दगडासमोर उभं असताना तेत्सुयोच्या मनात विचार आला. पॅरिसाइडो म्हणजे 'जो मुलगा बापाला मारतो तो.' हा स्पॅनिश शब्द त्या विशिष्ट क्षणी त्याच्या मनात का आला हे त्याला कळलं नव्हतं. त्या दगडावर काहीतरी लिहिलेलं होतं. परंतु बराच कालावधी गेल्यामुळे आणि दुर्लक्षित राहिल्यामुळे ती अक्षरं पुसट झाली होती. फक्त न वाचता येण्यासारख्या काही ओळी उरल्या होत्या. त्याही त्या थडग्यातील व्यक्तीसारख्या मृतवत आणि विसरल्या गेलेल्या होत्या.

१

न्यूयॉर्क

अप्पर मॅनहटनमधील अडतिसाव्या रस्त्यावर असलेले ऑफिस चांगले ऐसपैस आणि छाप पाडणारे होते. त्याची काचेची तावदाने चमकत होती आणि तेथील रुबाबदार झुंबरे ही आताच्या चालू आणि जुन्या जमान्यातील सौंदर्याचा एक विचित्र नमुना होती. तिथं औद्योगिक जगताची शक्ती आणि यश ह्याचा दरारा होता आणि तरीही त्याचा संस्थापक, तेत्सुयो आकिनिचो हा विलक्षण नम्र आणि त्यानेच निर्माण केलेल्या ह्या मोठ्या जगतापुढे अगदीच छोटा वाटत होता. अकिरा तानाका हा त्याचा विश्वासू मित्र आणि वकील होता. त्याचा ई-मेल अकाउंट कडेकोट बंदोबस्तात असायचा. तेत्सुयो त्याच्या वैयक्तिक आणि गुप्त असलेल्या ई-मेल खात्यात काही मिनिटांपूर्वी आलेली एक ई-मेल अकिरा तानाकाला मोठ्याने वाचून दाखवत होता. युनायटेड स्टेट्स आणि जपानमध्ये पसरलेल्या अनेक ऑफिसेसमध्ये २००० पेक्षा जास्त नोकरवर्ग असलेली आणि अत्यंत मेहनतीने बांधलेली अशी ही त्याची संस्था होती. ही संस्था डीएनएचा स्वयंचलित तपास करणाऱ्या आणि काळजीपूर्वक संशोधन करणाऱ्या नामांकित, यशस्वी संस्थांपैकी एक होती. तेत्सुयो हा स्वत: प्रतिष्ठित उद्योगपती आणि डी.एन.ए. शास्त्रावर प्रभुत्व असलेला अभ्यासक म्हणून अमेरिका आणि जपानच्या औद्योगिक जगात परिचित होता.

अकिराने आपल्या ह्या मित्राला, अगदी गेल्या वसंतऋतूतील त्या हस्तांतराच्या निर्णायक मुकाबल्याच्या ताणतणावाच्या क्षणी किंवा पहिल्या स्वयंचलित डी.एन.ए.

तपासणीच्या वेळीही इतकं गंभीर झालेलं पाहिलं नव्हतं त्या डी.एन.ए. चाचणीच्या – 'मिदोरी-१' असं सांकेतिक नाव असणारी ही चाचणी नीट काम करत नसल्यामुळे भयानक परिणामांची शक्यता होती – असफलतेमुळे गिऱ्हाइकांच्या विश्वासार्हतेला तडा जायची शक्यता होती आणि व्यवसायाची पतही धोक्यात येणार होती. या दोन्ही गोष्टी तेत्सुयोच्या दृष्टीने खूप महत्त्वाच्या होत्या; पण अशा वेळीही तो एवढा भयानक गंभीर झालेला नव्हता. तेत्सुयो आपल्या धंद्यातील लौकिकाबद्दल इतकी टोकाची पर्वा का करतो हे कित्येक वेळा अकिराला समजत नसे. लौकिकावर पडलेला छोटासा डागही एखाद्या नादिष्टासारखा घासूनपुसून अगदी पूर्ववत स्वच्छ आणि चमकदार करण्याची तो काळजी घ्यायचा.

सरतेशेवटी त्या प्रक्रियेतील चूक दुरुस्त करण्यात आली आणि मिदोरी-७, म्हणजेच अधिकृतरीत्या एमडीआर ७००० हे नाव असलेली प्रणाली यु.एस.ए.च्या पोलीसखात्यात आणि याची मागणी असणाऱ्यांच्या जगात फारच गाजली. कारण ह्या अचानक लागलेल्या नव्या शोधाच्या पद्धतीमुळे डी.एन.ए. तपासणीचे दोन दिवस वाचायचे. तेत्सुयोच्या संस्थेने जेनेमॅटिक्स शास्त्रात पुष्कळ पैसे कमावले आणि वैद्यकीय जगात एक मानबिंदू मिळवला. त्यामुळे तेत्सुयो त्याच्या स्वत:च्या श्रीमंतीच्या स्वप्नापेक्षाही श्रीमंत झाला. परंतु त्याला स्वत:च्या लौकिकाचे आणि प्रतिष्ठेचे जेवढे कौतुक वाटत असे त्यामानाने श्रीमंतीचे कौतुक वाटत नसे.

तेत्सुयोच्या ऑफिसमधील रेशमी गालिच्यापासून ते तो वापरत असलेल्या संगमरवरी दगडाच्या चकचकीत टेबलापर्यंतची जवळजवळ प्रत्येक गोष्ट ही पांढरी किंवा पांढरटसर रंगाची होती. फक्त एका गडद शेंदरी रंगाच्या ऑर्किडच्या चित्रात रंगांची उधळण होती. त्या चित्राने संगमरवरी फायरप्लेसच्या वरच्या बाजूला मानाचे स्थान पटकावले होते.

वडिलांच्या मृत्यूनंतर तेत्सुयोला त्यांच्या वैयक्तिक गोष्टींत मन वेधणारे ते चित्र सापडले होते. ते तेत्सुयोचे आवडते चित्र होते आणि तो त्या चित्राला त्याचा भाग्योदय करणारी शुभ गोष्ट मानायचा. नंतर तो कितीही श्रीमंत झाला आणि त्याने कितीही उत्तमोत्तम कलाकृती जमवल्या, तरीही हे साधे, निनावी चित्रकाराने काढलेले एक विदेशी उष्ण प्रदेशातील फूल ही त्याच्या दृष्टीने महत्त्वाची गोष्ट होती. तेत्सुयो झटकन लांब ढांगा टाकत आपल्या टेबलाकडे गेल्याचे आणि त्याने कागद खाली ठेवल्याचे अकिराला जाणवले.

थोड्याशा इकडेतिकडे पडलेल्या लेखनसाहित्याच्या गोंधळाकडे त्याने वैतागून पाहिले आणि त्याने त्यातील काही बॉलपेन्स नीट ठेवायला सुरुवात केली. कारण तो अत्यंत व्यवस्थित होता आणि टेबलावरील, किंबहुना आयुष्यातील कुठल्याच गोष्टीत त्याला अव्यवस्थितपणा खपत नसे.

"हे कधीही उघडकीस येणार नाही ह्याबद्दल मला इतकी खात्री होती," तेत्सुयो स्वत:शीच बोलल्यागत बोलत होता पण त्याचा आवाज एवढा हळू होता की अकिराला तो काय पुटपुटतोय ते समजू शकले नव्हते.

त्याने लव्हेंडरचा रोगनिवारक सुगंध असलेली हवा जोरात, तहानल्यागत आत ओढून घेतली. त्याच्या पाठीच्या कण्यातून एक शिरशिरी गेली. ही हवा त्याची सेक्रेटरी ट्रिशिया वर्षाचे ३६५ दिवस त्याच्या खोलीत खेळवत ठेवायची. लव्हेंडरच्या वासाने नेहमीप्रमाणेच त्याच्या डोक्यातील धुकं वितळवलं आणि आणखी काही वेळ ती हवा आत घेतल्यावर त्याच्या पुढे ठाकलेल्या विचित्र आव्हानाला सामोरं जाण्यासाठी तेत्सुयोने आपले थकलेले खांदे सरळ केले आणि तो त्या आव्हानाला सामोरा जाण्यासाठी तयार झाला.

ज्या न्यूयॉर्क शहरात जगातील सर्व भागांतून अनेक मोठेमोठे ठग आलेले असायचे, अशा ठिकाणी भयानक औद्योगिक लढायांतून तो अगणित वेळा परत आला होता, हा विचार नकळत त्याच्या मनात आला. त्या वेळी त्याची विस्कटलेली पिसं आणि दुखावलेला स्वाभिमान हळुवारपणे कुरवाळला जायचा. कारण त्याचे मूळ हे साधेसुधे जपानी होते आणि झेन पद्धतीने तो मन:शांती मिळवायचा. तीही मिळायची, त्याने ऑफिसमध्ये पाऊल टाकल्यावर. ट्रिशिया, त्याची सेक्रेटरी, घरी जाण्याआधी लव्हेंडरचा वास नव्याने काठोकाठ भरून ठेवायला विसरायची नाही. कितीही वाईट लढाई झालेली असली, तरी लव्हेंडरचा वास तेत्सुयोच्या थकलेल्या नसा आणि स्नायूंवर व्यवस्थित काम करायला कधी चुकला नाही. त्याच्यावरचा ताण कमी करून तो त्याच्या नसा सैल करायचा आणि त्यात नवी शक्ती भरायचा.

रात्र वाढत होती आणि जरी अकिराला आपला मित्र असलेल्या या चांगल्या अशिलाची कितीही कदर आणि पर्वा जरी असली, तरीही त्याला ह्या इतक्या रात्री निर्माण झालेल्या दु:खद कारणाच्या मुळाशी पटकन जायचे होते आणि ह्या अडथळ्यामुळे अर्धवट सोडलेल्या जेवणासाठी घरी परत जायचे होते. त्याचा आजचा दिवस तसा कामात गेला होता आणि तो थकला होता, पण त्याला हेही माहीत होते की तेत्सुयोने तसेच महत्त्वाचे कारण असल्याशिवाय त्याला गृहीत धरून रात्री उशिरा त्याच्या उपस्थितीची अपेक्षा केली नव्हती.

तेत्सुयोने इतक्या रात्री बोलावण्याचे नक्कीच काहीतरी कारण होते. ती नक्कीच त्याच्या श्रीमंतीची विचित्र लहर नव्हती. तेत्सुयोबद्दल हीच तर कौतुकास्पद गोष्ट होती. त्याने कधीही आपला नोकरवर्ग आणि अशिलांच्या दुर्बल आणि मर्मभेद्य जागा हेरून त्याचा फायदा उठवला नव्हता. अकिराला आपल्या उतावळेपणाची लाज वाटली आणि तेत्सुयोने तिथं ठेवलेला कागद पाहण्यासाठी तो टेबलाकडे

वळला. त्याच्या मित्राने त्याला इतक्या उशिरा का बोलावले होते, त्याची बायको-मुले, त्याचे आवडते हंडीत भाजलेले जेवण जेवणाच्या टेबलावरच सोडायला लावून, ब्रुकलीनवरून इतके दूर गाडी घेऊन यायला का लावले होते ते तो लवकरच शोधून काढणार होता. आरोग्याबाबत काहीशी चोखंदळ असलेली त्याची बायको तिच्या कुटुंबीयांना आठवड्यातून फक्त एकदाच, गुरुवारच्या रात्रीच्या जेवणात गोमांस खाऊ द्यायची. नशीब एवढेच की मॅनहटनच्या त्या कुप्रसिद्ध, अफाट रहदारीच्या वेळेनंतर त्याचा फोन आला होता आणि अकिरा वेळेआधीच मित्राकडे पोहोचला.

त्यांच्या इतक्या दिवसांच्या मैत्रीमुळे जाणवणारा विश्वास आणि जवळीक; आणि त्याबरोबर औद्योगिक क्षेत्रातील एका जबरदस्त अशिलाला दाखवायचा योग्य तो आदर दाखवित अकिराने अगदी सावकाशपणे तो कागद उचलला आणि त्यात असलेला मजकूर तेत्सुयोला जर स्वत:पुरताच ठेवायचा असेल तर त्याला थांबविण्यासाठी त्याने वेळही दिला. त्याचा मित्र आणि अशील असलेल्या तेत्सुयोला तो बराच काळ ओळखत होता. तेत्सुयो वैयक्तिक माहितीबद्दल अगदी वेड्यासारखा सणकी होता हेही तो जाणून होता. तेत्सुयो आपल्या खाजगी बाबतीत कुणालाही, अगदी अकिरालाही गरज असल्याशिवाय येऊ द्यायचा नाही. ह्या त्याच्या हालचालीला पाचच सेकंद लागले असतील, परंतु अकिराला ते पाच मिनिटांसारखे वाटले. तेत्सुयोच्या जबड्यातील एका स्नायूची झालेली हालचाल त्याला दिसली. जणू काही वैयक्तिक बाबीतील अकिराच्या घुसखोरीमुळे तो आतल्या आत तळमळला होता. परंतु त्याने अकिराला थांबवलं नाही.

हल्ली हल्ली अकिराची दृष्टी क्षीण झाली होती. त्यामुळे त्या ई-मेलचा छापील मजकूर वाचण्यासाठी त्याने वाचायचा चष्मा लावला. उतावळेपणे पुढचे वाचण्याआधी तो ती ई-मेल पाठवल्याची तारीख, पत्ता वगैरे अर्थशून्य मजकूर वरवर वाचत राहिला.

'तुझी आई शांतपणे विश्रांती घेत नाहीये. तुला तुझ्या पूर्वजांबद्दल लाज वाटली पाहिजे. तू कुठून आलास हे लोकांना माहीत आहे का?'

त्या पांढऱ्याशुभ्र कागदातून ते शब्द उड्या मारत बाहेर आले. जणू काही ते तिथले नव्हतेच आणि अकिराने ते पुन्हा वाचले, सावकाश आणि मोठ्याने. त्याच्या भुवयांमध्ये दोन आठ्या पडल्या.

"हे तुझी आई मिदोरीबद्दल आहे का? तिची प्रकृती ठीक नाही का?" त्यानं

विचारलं, “अरे देवा, तो शांतपणे विश्रांती घेण्याबद्दल लिहितोय. मी आशा करतो की ती...”

“मेलेली नाही,” तेत्सुयोने त्याच्या वकिलाचा हळुवारपणे गुंफलेला प्रश्न थोडक्यात पण मुद्देसूदपणे पुरा केला. “नाही, मिदोरी ठीक आहे.”

क्षणभर तिथं एक विचित्र शांतता पसरली. मग तेत्सुयोने हळू, जेमतेम ऐकू येईल एवढ्या आवाजात बोलायला सुरुवात केली. हा आवाज हे काही त्याचे गुणवैशिष्ट्य नव्हते. तेत्सुयो नेहमी स्पष्ट आणि कणखर स्वरात बोलायचा आणि असे तोंडातल्या तोंडात बोलणाऱ्यावर तो वैतागायचा.

“ही ई-मेल दुसऱ्या बाईबद्दल सांगतेय, माझी आई – मिदोरीबद्दल नव्हे.”

“हे कसं शक्य आहे? मला समजत नाही. म्हणजे मला म्हणायचंय की, तुला किती आया आहेत?” अकिराने विचारलं. तो जरा चिडलाच होता. आता रात्र झाली होती आणि तो थकला होता. तेत्सुयो कितीही महत्त्वाचा असला आणि तो मित्र, अशील असला तरी, असले काही खेळ खेळण्यासाठी आणि आपल्याला एकाहून एक जास्त आया आहेत हे अप्रत्यक्षपणे सुचविण्यासाठी ही काही योग्य वेळ नव्हती.

तेत्सुयोने दीर्घ नि:श्वास सोडला. त्या जोरात सोडलेल्या नि:श्वासात त्याच्या भावभावना व्यक्त होत होत्या.

“माझ्या आयुष्याबद्दल आणि हा ई-मेल येईपर्यंत माझा भूतकाळ पुरला गेला आहे असं मला वाटत होतं. त्याबद्दल स्पष्टीकरण दिल्याशिवाय मी काय म्हणतो ते तुला समजेल असं मला नाही वाटत. परंतु त्या आधी माझा विश्वासू मित्र आणि वकील म्हणून तू मला शब्द द्यायला पाहिजेस की, तू आता ऐकणार आहेस ते माझ्या परवानगीशिवाय तुझ्या ओठातून बाहेर पडणार नाही.”

“तुला माहीत आहे, की दिलेल्या वचनाबाबत मी पक्का आहे.” अकिरा अगदी सरळपणे म्हणाला. जेव्हा त्याच्या लक्षात आलं की तेत्सुयो हा अगदी गंभीरपणे बोलतोय, तेव्हा त्याला आलेला राग गेला.

“मिदोरी ही काही माझी खरी आई नाही. माझी खरी आई युद्धकाळात जेव्हा मी जन्मलो, तेव्हाच वारली आणि माझा बाप त्या वेळी एकटा परदेशात होता. तो मला घेऊन जपानला परतला. युद्ध संपल्यावर त्याने मिदोरीशी लग्न केलं आणि त्यांना आणखी दोन मुलं झाली.

“माझं बालपण तसं सुखाचं आणि विशेष काही न घडता गेलं आणि माझ्या दोन लहान भावंडांपेक्षा मी वेगळा आहे हे मी एकवीस वर्षांचा होईपर्यंत मला जाणवलं नाही. माझ्या एकविसाव्या जन्मदिवसाच्या सोहळ्यानंतर माझ्या बापाने मला क्यूशूमधील एका खेड्यात नेलं आणि मी मिदोरीचा मुलगा नसल्याचं

सांगितलं.

''मला धक्का बसला, मी रागावलो, जोरदार हरकतही घेतली. परंतु माझ्या बापाने दु:खाने मान हलवली आणि इतकी वर्षं त्याच्या आयुष्यातील जी गोष्ट त्याने शरमेने लपवली होती, त्यात मला सहभागी करून घेतलं.

''मी माझे कान बंद करण्याचा प्रयत्न केला. कारण मला माझं जग विस्कटायला नको होतं. परंतु माझा बाप कठोरपणे, मी पुरुष झालो असल्यामुळे मला माझ्याविषयीच्या कठोर सत्याला सामोरे जायला हवे म्हणून सांगतच सुटला.

''युद्धकाळात, जपानने जिंकलेल्या प्रदेशात असलेल्या सैन्यामध्ये ऑफिसर म्हणून त्याला पाठवण्यात आले आणि त्या काळात तो तिथं असलेल्या स्त्रीच्या प्रेमात वाहवत गेला. त्याने सैन्यात प्रचलित असलेली सर्व संततिनियमनाची साधने वापरली होती आणि त्यामुळेच ती स्त्री गरोदर राहिल्याचे कळल्यावर त्याला धक्काच बसला. मग त्या स्त्रीशी लग्न करणे अशक्यच आहे हे माहीत असल्यामुळे तो अतिशय दु:खी झाला.

''मी त्या वादळी प्रेमाचे प्रतीक आहे. नऊ महिन्यांनंतर माझी सख्खी आई बाळंत होताना वारली, तेव्हा माझ्या बापाने मला हॉस्पिटलमधून घेतले आणि तो जपानला परतला तोही अवमानित होऊन. कारण त्याने सैन्याचे कायदेकानून मोडले होते. सैन्याने कब्जा केलेल्या भागातील स्त्रीला गरोदर करणे म्हणजे कायद्याचे उल्लंघन होते.

''मी माझ्या बापाला माझी आई कोण होती हे विचारलं; पण त्यापेक्षा आणखी काही सांगण्यास त्याने नकार दिला. मी काही काळ त्याच्यावर रागावलो. कारण अशी धक्कादायक बातमी मला देऊन माझं आयुष्य बिघडवण्याचा आणि मला जास्त माहिती हवी असताना गप्प राहण्याचा त्याला काही अधिकार नव्हता असं मला वाटलं. त्याने माझ्या खऱ्या आईची ओळख अत्यंत गुप्त आणि शरमेच्या पडद्याखाली दडवून ठेवली होती आणि मी हे जाणून घेणं योग्य नाही हे तो मला परत परत सांगत होता. एका वर्षानंतर, जेव्हा मी बावीस वर्षांचा झालो, तेव्हा ह्या विषयावर शेवटचा वादविवाद झाला. आम्ही त्या विषयावर पुन्हा बोललो नाही आणि मी ते सर्व मागे टाकलं. नशीब एवढंच की या प्रकारामुळे माझ्या आणि मिदोरीच्या नात्यात काही बदल झाला नाही. ती नेहमीच माझी आई राहिली.

''दोन वर्षांपूर्वी माझा बाप वारला तेव्हा मला असं वाटलं की, आमचं हे रहस्य रहस्यच राहील. कारण हा ई-मेल येईपर्यंत तरी, हे माहीत असणारा मी एकटाच होतो.''

''मी हे बोलतोय म्हणून मला क्षमा कर, परंतु समस्या काय आहे हे मला कळत नाही. ठीक आहे, की मिदोरी ही रक्ताच्या नात्याने तुझी आई नाही आणि

तुझ्या बापाचे सिंगापूरमधील एका स्त्रीशी संबंध आले. हे साठ वर्षांपूर्वी युद्धकाळात घडलं. कित्येक मुलं अशी दत्तक गेलेली आहेत किंवा युद्धकाळात विवाहबाह्य संबंधातून जन्माला आली आहेत! मला वाईट वाटतं; पण ह्याबाबत काही भयंकर आहे असं मला वाटत नाही.'' अकिरा म्हणाला.

''हो, मला तुझा मुद्दा समजला, पण थांब, मी माझी कथा अजून पुरी केलेली नाही.''

बाहेरून शांत वाटणारा तेत्सुयो टेबलावर कागद, पेन्सिली नीट लावण्यात गर्क झाला. आपल्या भयानक भूतकाळाबद्दल कशा तऱ्हेने सांगायचे त्याबद्दल तो विचार करत होता हे उघड होते. त्याच्या थरथरणाऱ्या हातावरून तो शांत नाही हे अकिराला दिसू शकत होते.

''ह्या खेळात आणखी एक खेळाडू आहे,'' सरतेशेवटी त्या तणावपूर्ण शांततेचा भंग करीत तेत्सुयो म्हणाला.

''कोण?'' अकिराने विचारले.

''माझ्या जन्मदात्या आईला माझ्याआधी आणखी एक मुलगा होता. मला वाटतं विवाह संबंधातून झालेला हा आणखी एक मुलगा. परंतु तोही माझ्या मिदोरी आईपासून झालेल्या दोन मुलांसारखा माझा सावत्र भाऊ ठरतो.''

''ठीक आहे,'' अकिरा म्हणाला, ''परंतु तुझ्या ह्या सावत्र भावाला ह्या सर्वांशी काय करायचं आहे? तुला असा तर संशय येत नाही ना की तो तुला धमक्या देऊन पैसे मिळवण्याचा प्रयत्न करतोय? काही झालं तरी तू भरपूर पैसेवाली प्रसिद्ध व्यक्ती आहेस आणि तुला तुझी निर्दोष अशी प्रतिष्ठा सांभाळायची आहे. हो ना?''

''मला असं खात्रीने सांगता येणार नाही, परंतु ह्या घडीला ही शक्यता नाकारता येणार नाही.'' तेत्सुयो म्हणाला आणि त्याने हातात धरलेली बारीकशी पेन्सिल त्याच्या हाताच्या घट्ट मुठीच्या दाबाने तुटल्याचा आवाज झाला.

त्या स्वच्छ, डागरहित गालिच्यावर पडलेले पेन्सिलचे डोळ्यांना खुपणारे तुकडे तेत्सुयो झपाट्याने गोळा करू लागला.

२

टोकियो

'हा पुन्हा एक तसाच कंटाळवाणा आणि काही न घडणाऱ्या दिवसांपैकी एक दिवस.' मायुमी ओनोडेरा स्वत:शीच वैतागून म्हणाली. दिमाखदार शिबुया भागातील जरा कमी श्रीमंत भागात असलेल्या आपल्या अस्ताव्यस्त, छोट्या ऑफिसवर तिने नजर फिरवली. त्या खोलीतील तपकिरी रंगाच्या लिहिण्याच्या टेबलाकडे तिने खिन्नपणे पाहिले. अर्थात ते तिच्या वडिलांनी तिला भेट म्हणून दिलेले होते. नाहीतर इतकी श्रीमंत वस्तू तिला कशी परवडणार होती?

ते टेबल अगदी एकाकी आणि भलत्याच ठिकाणी आल्यासारखे वाटत होते. त्या गोंधळात ते अगदी मौल्यवान रत्न वाटत होते. त्याच्या मालकिणीप्रमाणे ते उदास वाटत होते आणि त्या गोंधळात शोभण्यासारखे नव्हते. त्याची मालकीण चटपटीत गोष्टी असणारे एक मासिक सहाव्यांदा चाळत होती. जेवणाची अधिकृत वेळ होईपर्यंत ती वेळ काढत होती. अर्थात तिला पाहिजे तेव्हा ती जाऊ शकत होती पण मनातून तिला ही भीती वाटत होती की ती बाहेर पडायला आणि नेमका फार वेळ वाट पाहत असलेला एखाद्या अशिलाचा फोन येऊन चुकामूक व्हायला गाठ पडायची. अरे देवा! हे असं ऑफिसमध्ये बसून अशिलांची वाट पाहणं म्हणजे नुसता वैताग होता.

आणखी असेच आठवडे गेले तर मात्र मायुमीला हे कबूल करावं लागलं असतं की, चांगल्या संस्थेतील सुरक्षित उत्पन्नाची नोकरी सोडण्याबद्दल आणि

ज्याला त्याचे मूळ आणि वंशावळ शोधायची आहे त्यांच्यासाठी 'जेनेटिक संस्था' नावाची एजन्सी काढण्याच्या तिच्या निर्णयाबद्दल, तिच्या कुटुंबीयांनी ज्या शंका काढल्या होत्या, त्या बरोबरच होत्या.

'एक अद्वितीय आणि भुरळ घालणारा, इतिहासकाराच्या मनाला भावणारा व्यवसाय!' त्या वेळी उत्तेजित झालेल्या मायुमीला वाटलं होतं.

एक वर्ष गेलं आणि आपण केलं ते बरोबर होतं का, ह्याबद्दल तिला आता खात्री नव्हती. त्या सर्व वेळात तिच्याकडे फक्त तीन केसेस दाखल झाल्या होत्या. त्यातील दोन, तिला वडिलांच्या ओळखीने मिळाल्या होत्या. दोन महामंडळांचं, त्यांच्या ज्या नोकरांकडे महत्त्वाची खाती होती, त्यांची नीट व्यक्तिगत चौकशी करण्याचं हे काम होतं आणि तिसरं काम होते एका प्रसिद्ध कलाकाराच्या पूर्वजांच्या चौकशीचं. त्यानंतर तिच्याकडे केसेसचा असा दुष्काळ पडला की तो लवकर संपण्याची चिन्हं दिसेनात.

तिला स्वत:ला आणि जेनेटिक संस्थेला जिवंत ठेवण्यासाठी मायुमीने इतिहास शिकवण्याचे काम धरले होते. ती आठवड्याच्या चार संध्याकाळी हिस्टरी अकादमी आणि फाईन आर्ट्‌समधील अनुभवी इतिहासकारांना आणि कलाकारांना इतिहास शिकवायची. तिची हे काम करायला हरकत नव्हती, कारण त्यामुळे ज्यांची मने अनाघ्रात आहेत अशा तरुण लोकांत काम करण्याची तिला संधी मिळत होती आणि त्यांच्या मनाला आकार देणेही तिला शक्य होते. तिच्या ह्या शिकवण्याच्या कामामुळे मिळणारा पगार ती स्वत:च्या बुडित खात्याच्या व्यवसायाला आधार देण्यासाठी वापरायची. व्यवसायात जिवंत ठेवण्याची ही काही तशी चांगली तऱ्हा नव्हती.

ज्या गोष्टीमुळे ती अजूनही ह्या व्यवसायात होती, त्या म्हणजे दर पंधरवड्याला होणारी जेवणं. त्या वेळी तिच्या विश्वविद्यालयीन मित्रमैत्रिणी, तिला आणखी काही काळ वाट बघण्यासाठी प्रोत्साहन द्यायच्या. त्या मित्रमैत्रिणींसाठी मायुमी परमेश्वराकडे दुवा मागायची. एखादा व्यवसाय जिवंत राहून वाढण्यासारखा आहे की नाही हे ठरवायला एक वर्ष हा तसा थोडाच कालावधी आहे असं प्रत्येकाचं मत होतं. मित्रमैत्रिणी निरोप घेताना अशिलं पाठवण्याचं आश्वासन द्यायचे; परंतु मायुमीला माहीत होतं की त्यांच्या बँकिंग, फायनान्स, इलेक्ट्रॉनिक्स आणि काही निव्वळ घर सांभाळणाऱ्या मैत्रिणींच्या जगात वंशावळ आणि पूर्वज शोधून काढणं ह्याला प्राधान्य नव्हतं. परंतु तरीही त्यांच्या प्रोत्साहनाबद्दल आणि आधाराबद्दल ती ऋणी होती आणि एक वर्ष गेलं तरी आपल्याला अचानक एखादी मोठी चांगली संधी मिळेल म्हणून अजूनही आशावादी होती.

'ह्या घडीला निदान तसं तक्रार करण्यासारखं तरी काय आहे?' मायुमीच्या

मनात विचार आला आणि कोपऱ्यातील खुर्चीत वाढत जाणाऱ्या ढिगाऱ्यात तिने हातातलं फालतू मासिक फेकलं. ही ऑफिसची जागा तिच्या काकांची होती आणि तिला मदत व्हावी म्हणून त्यांनी ती कमी पैशात भाड्याने दिली होती. ती जागा छोटीशीच होती. तिला फक्त एकच खिडकी होती आणि ती सुद्धा उघडत होती, भकास आणि उदास अशा दुसऱ्या ऑफिसच्या इमारतीच्या काँक्रीटच्या भिंतीकडे. ती भिंत इतकी जवळ होती की तिने जर हात लांब केला तर ती त्या भिंतीला जवळजवळ स्पर्श करू शकत होती. परंतु शिबुयाच्या त्या भयानक किमती असलेल्या मालमत्तेत ही जागा तशी तिला जवळ जवळ मोफतच मिळाली होती. नाही, मायुमी ह्या जागेच्या आकाराबद्दल तक्रार करू शकत नव्हती किंवा तिथून काही दृश्य दिसत नव्हतं ह्याचीही तक्रार करू शकत नव्हती, कारण ती त्या जागेचं अगदी नाममात्र भाडं देत होती.

आणि असं असलं तरी अजूनही ती आपल्या कामाबद्दल फारच उत्साही होती. तिचे वडील तिच्या ह्या व्यवसायाला 'इंडिपेन्डंट हिस्टॉरियन थिंग' असं म्हणायचे. ह्या व्यवसायाबद्दल तिच्या कुटुंबीयांत असणारा अनुत्साह आणि साशंकता ह्यामुळे तिच्या उत्साहावर किंवा तिच्या आत्मविश्वासावरही विरजण पडलं नव्हतं. विशेष काही न घडताच जेनेटिक संस्थेला एक वर्ष पूर्ण झालं. तरी मायुमीला विश्वास होता की लोकांना इतिहास आणि आपलं मूळ जाणून घेण्यात रस असतो. फक्त एवढंच, की तिने त्यांच्यापर्यंत पोहोचायला हवं होतं.

तसंही एखाद्या माध्यमिक शाळेत मुरमांनी भरलेले चेहरे असणारी, आडवयाची, तिच्या सुंदर आकृतीकडे टक लावून पाहणारी मुलं आणि सपाट छातीच्या, तिच्या वयाच्या जपानी मुली यांच्या घोळक्याला शिकवण्यापेक्षा, जेनेटिक संस्था हा जास्त चांगला पर्याय होता.

कधीही शस्त्रक्रिया न झालेली नितळ-सुंदर त्वचा आणि देखणे नाक-डोळे यांमुळे मायुमी तिच्या आसपासच्या तरुण मुलींच्या हेव्याचाच विषय होती. कारण त्यांच्यातल्या काहींची नाक धारदार करण्यासाठी किंवा फुगीर पापण्यांसाठी एकेक तरी फेरी प्लॅस्टिक सर्जनकडे झालीच होती. बघणाऱ्याला हव्याहव्याशा वाटणाऱ्या पापण्या तिला लाभलेल्या होत्या आणि तिच्या पापण्यांचे मोठे मोठे, बाकदार केस जरी ओढले तरी निघून येत नसत. हे काही बरोबर नाही असे तिच्या मैत्रिणी सदैव कुरकुरायच्या.

मोठ्या स्प्रिंग असलेल्या लहान खुर्चीत आपले हातपाय दुमडून बसलेल्या मायुमीने आपले लांब, सडपातळ अवयव ताणले आणि खोली मोठी दिसावी म्हणून ज्या कोपऱ्यात तिने आरसा लावला होता त्या अरुंद-लांब आरशाकडे ती चालत गेली.

मायुमी आरशात दिसणाऱ्या आपल्या प्रतिबिंबाकडे पाहून हसली. आर्थिक चणचण आणि संकटं असूनही अजून ती छान आणि समाधानी दिसत होती. ती तरुण होती आणि तिच्याकडे अमर्याद उत्साह होता. ज्या समाजात नम्रता आणि लज्जा ह्याला प्राधान्य होतं, तिथं ती उन्मुक्त आणि जराही पश्चात्ताप न वाटणाऱ्या नर्सिसस, म्हणजे वसंत ऋतूतील फुलासारखी, आपल्या सौंदर्याचं डौलानं प्रदर्शन करत होती.

सौंदर्य सोडलं तर मायुमीकडे आपल्या बरोबरीच्या इतरांपेक्षा आणखी एक गुण होता आणि त्यामुळे ती वरचढ होती. तो म्हणजे तिला बऱ्यापैकी इंग्लिश बोलता येत होतं. ह्याबद्दल ती तिच्या आईची ऋणी होती. शाळा सुटल्यावर मायुमीला वाटायचं, पळावं आणि इतर मैत्रिणींबरोबर खेळावं; पण तिच्या आईने लाथा झाडणाऱ्या आणि निषेध करणाऱ्या मायुमीला ओढत इंग्लिशच्या वर्गांना नेलं होतं. शेवटी त्याचा उपयोग झाला होता आणि त्यामुळे ज्यांच्याशी कामानिमित्त तिला व्यवहार करावा लागायचा, अशा क्वचित येणाऱ्या परदेशी संशोधकांत आणि इतिहासकारांत ती स्वत:चं स्थान टिकवू शकली होती.

मायुमीचं मन आईच्या विचारांनी दाटून आलं. तिची आई हे एक खास व्यक्तिमत्त्व होतं आणि हे मायुमीव्यतिरिक्त कोणालाही माहीत नव्हतं. त्या प्रसन्न, सौम्य हास्यामागे एक कडक आणि निश्चयी व्यक्तिमत्त्व दडलेलं होतं.

'आजी वारली तेव्हा सिंगापूरला विमानाने जाण्याची आणि तिथला अर्धवट व्यवसाय बंद करून आपल्या आयुष्याचा नवा अध्याय सुरू करण्याची हिंमत तिच्याकडे होती. पुरुषप्रधान जपानमधील तिच्या पिढीतील दुसऱ्या कोणत्या स्त्रीची अशी हिंमत असेल?' मायुमीने स्वत:ला हे अनेकदा विचारलं होतं.

"एक दिवस मला आईला त्या अपुऱ्या व्यवसायाबद्दल विचारून तिच्याकडून ते काढूनच घ्यायला हवं." मायुमी मोठ्याने म्हणाली. "ती ते का सांगत नाही याचंच मला आश्चर्य वाटतं."

जे गूढ गुपित तिच्या आईने कुणालाच कळू दिलं नव्हतं, त्याचा विचार तिच्या मनात आला आणि पुन्हा एकदा विफलता आणि चीड दाटून आली. जर कुटुंबाच्या कपाटात असा एखादा सांगाडा दडलेला असला, तर तिला त्याची माहिती कळायलाच हवी होती. कारण काही झालं तरी घराण्यामधील गुप्त गोष्टी शोधण्याचा व्यवसाय करून ती आपली गुजराण करत होती किंवा तशी गुजराण करण्याचा तिचा प्रयत्न होता. तिच्या कुटुंबातील कपाटात असणाऱ्या अशा सांगाड्याबाबत तिच्या आईने तिला माहिती नाकारणं हास्यास्पदच होतं! ह्या परिस्थितीचा लवकरच शेवट करण्याचा मायुमीचा विचार होता. कारण त्यामुळे तिच्या व्यावसायिक अहंकाराला तर तडा जातच होता, पण त्यापेक्षाही जास्त महत्त्वाचं म्हणजे तिचं

आईवर प्रेम होतं आणि तिच्या आयुष्यातील कोणत्याही टप्प्यातून स्वत:ला वगळलं जावं अशी इच्छा नव्हती.

जेव्हा मायुमी वीस वर्षांची झाली तेव्हा आपल्या भूतकाळातील गुप्त खोलीत तिच्या आईने तिला डोकावू दिलं होतं. त्या दोघी एकत्र तौडेजी मंदिरात गेल्या होत्या. तिच्या आईने अगदी उघड उघड एका संगमरवरी काळ्या दगडाच्या पाटीसमोर अश्रू ढाळले होते. त्या पाटीवर आवामारू ह्या जहाजावर युद्धात चीनच्या किनाऱ्यानजीक बुडालेल्यांची नावं कोरलेली होती. पण जेव्हा मायुमीने तिच्या आईला त्या स्मारकात काय स्वारस्य आहे हे विचारलं होतं, तेव्हा तिने उत्तर देण्याचं टाळलं होतं आणि तो विषय अर्धवटच राहिला होता.

शिबुया भागाभोवतालची रेस्टॉरंट्स जास्त महागडी होती. त्यामुळे मायुमी आपलं जेवण छोट्या प्लॅस्टिकच्या जेवणाच्या डब्यातून आणायची. त्याला बरेच खण होते. बहुतेक वेळा ती ऑफिसमध्येच डबा खायची. कधी कधी जेव्हा हवा छान पडायची आणि तिला ताज्या हवेत बसण्याची लहर यायची, तेव्हा मायुमी आपला जेवणाचा डबा घेऊन जवळच्या बागेत जायची आणि जेवत असताना रमतगमत जाणारी गर्दी पाहात राहायची. परंतु आज वेगळं होतं. काहीतरी विचित्र कारणामुळे तिला डब्यातील थंड अन्न खावंसं वाटत नव्हतं. मायुमीला काहीतरी गरम, रसदार असं हवं होतं आणि जेव्हा तिला स्टेशनजवळची पटकन शेवया शिजवणारी हॉटेल्स आठवली, तेव्हा तिच्या तोंडाला पाणी सुटलं. आज अगदी गरमागरम वाडगाभर शेवया खायचं तिनं ठरवलं, त्याला फक्त ६०० येन पडणार होते आणि ते तिला अजूनही नक्कीच परवडणारे होते.

"अरे देवा!" ती वैतागून म्हणाली, "ज्या दिवशी टोकियो विद्यापीठातल्या ग्रॅज्युएटला ६०० येनचा शेवयांचा वाडगा परवडणार नाही, त्या दिवशी मी असं मानीन की हार मानण्याची आणि एखाद्या संस्थेतील कमी पगार देणारी पण सुरक्षित नोकरी पकडण्याची वेळ आलीय."

दुपार झाली. जेवायला जायला ती योग्य वेळ होती. मायुमीने मासिक टेबलावर ठेवलं. ज्या पानावर त्या ऋतूत लागणारी स्त्रियांची आधुनिक विदेशी, महागडी अंतर्वस्त्रं व त्याच्या तोडीस तोड असलेल्या किमतीची लेबलं होती त्या पानावर ते मासिक उघडं ठेवलं होतं. जेवण आटपून आल्यावर ती ते चाळणार होती आणि तिच्या अंतर्वस्त्रांचा जो काही थोडा संग्रह होता, त्यात भर टाकण्याच्या दिवसाची स्वप्नं पाहणार होती. त्या अंतर्वस्त्रांना तिच्या आईने दिलेलं नाव होतं, 'जिवलग वस्त्र.' पुढच्या अशिलाकडून पैसे मिळाल्यावर कदाचित हे शक्य होतं. तिच्या मोठ्या अशिलाकडून पैसे आल्यावर त्यातून ती काय घेऊ शकेल ह्याचा

विचार करणं हे तसं आता नेहमीचंच झालं होतं. पण ते मोठं अशील मात्र सारख्या हुलकावण्याच देत होतं!

मायुमीने दीर्घ निःश्वास सोडला आणि आपली पर्स उचलली. ऑटोमॅटिक बंद होणाऱ्या ऑफिसच्या कुलपाच्या किल्ल्या पर्समध्ये आहेत की नाहीत ह्याची तिने खात्री करून घेतली आणि ती निघणार तेवढ्यात दारावरची घंटा वाजली.

आश्चर्यचकित होऊन ती क्षणभर पाहत राहिली. असं ह्यापूर्वी कधीच घडलं नव्हतं. कदाचित तो पत्रं वाटणाऱ्या पोऱ्या असेल आणि जेवणाची सुट्टी होण्याआधी काहीतरी द्यायला आला असेल. परंतु ती बेफिकीर असली तरी दरवाजा उघडायला पुढे गेली तेव्हा तिचं हृदय धडधडत होतं.

३

तेत्सुयोने पॉल ग्रिफिनची व्यक्तिगत माहिती दुसऱ्यांदा वाचली आणि पहिल्या पानाच्या उजव्या कोपऱ्यावर नीटपणे चिकटवलेल्या फोटोकडे टक लावून पाहिलं. एक थोराड माणूस, त्याच्या चेहऱ्यात तसा गोडवा होता पण त्यात लक्षणीय असं काही नव्हतं. तो एखाद्या घोळक्यात सहज खपून गेला असता. त्या फोटोवरून काहीही कळत नव्हतं. कुणीतरी त्याची ही माहिती पिवळसर, गुलाबी कागदात गंमत म्हणून ठेवली असावी असा विचार त्याच्या मनात आला. कारण त्या धडधाकट दिसणाऱ्या माणसाचा फोटो, मऊसर आणि स्त्रियांना योग्य असणाऱ्या अशा गुलाबी-पिवळसर अशा फोल्डरमध्ये काहीसा विसंगतच वाटत होता. अगदी गडद काळ्या रंगाची किंवा पुरुषी गडद पार्श्वभूमी त्या फोटोला जास्त चांगली शोभली असती.

तेत्सुयोने त्या छाप पाडणाऱ्या माहितीवर लक्ष केंद्रित केलं. ह्या माहितीनी पुष्कळ पानं भरली होती, परंतु ती अक्षरं त्याच्या डोळ्यांसमोर नाचू लागली. त्या दिवशी त्याचं मन एकाग्र होत नव्हते. थोड्या वेळानंतर त्याने वाचन बंद केलं आणि तो फोल्डर आपल्या मित्राकडे, अकिराकडे दिला. पॉल ग्रिफिनला हे काम द्यायचं अकिराने सुचवलं होतं.

''ह्या कामासाठी एखादा खाजगी डिटेक्टिव्ह नेमायचा अशी तुझी कल्पना आहे. ती योग्य आहे ह्याबाबत तुझी खात्री आहे का?'' तेत्सुयोने विचारलं.

''हो, माझी खात्री आहे! त्याशिवाय हा माणूस विश्वासार्ह आहे आणि महत्त्वाचं म्हणजे तो दिलेलं काम नीट पार पाडतो. त्याच्या ह्या व्यवसायाची माझ्या अनेक अशिलांकडून परीक्षा झालेली आहे आणि अजूनपर्यंत तरी तक्रारीला जागा नाही; उलट त्याच्या कामाबद्दल समाधानी असल्याचीच माहिती मिळाली आहे. कौटुंबिक, नाजूक गुंतागुंती हाताळण्यात तो पटाईत आहे आणि वागण्या-बोलण्यात अत्यंत

धोरणी आहे.''

''हो, माझा तुझ्यावर विश्वास आहे. पण काही झालं तरी तो आपल्यातला नाही – मी काय म्हणतोय ते तुला समजतंय ना – त्यामुळे मला जरा बेचैन वाटतंय.'' तेत्सुयो म्हणत होता. अकिराला असा संशय आला की तो अतिशय मृदूपणे हे दाखवून देत होता की, ज्याची शिफारस केली होती तो खाजगी डिटेक्टिव्ह जपानी नव्हता किंवा त्याचं मूळ जपानी नव्हतं.

तेत्सुयोच्या पुढच्या शब्दांनी त्याच्या वकिलाला येणारी शंका बळावली.

''मला हे कळत नाही, एखाद्या जपानी नसलेल्या माणसाला ह्या वेगळ्या संस्कृतीचं वैचित्र्य नीटपणे कळू शकेल का? तो माझ्या कुटुंबाची बिकट समस्या सोडवू शकेल? ''

हातात असलेली गोष्ट गंभीर होती तरी न राहवून अकिरा हसला. बऱ्याच गोष्टींत तेत्सुयो अजूनही पक्का जपानी होता आणि तो ज्याच्याकडे देण्यासारखं काही आहे अशा कुणाशीही व्यवसाय करायला तो कचरत नसला तरी, त्याच्या वैयक्तिक बाबी मात्र एखाद्या जपान्यानेच बघाव्या अशी त्याची इच्छा होती.

अकिरा म्हणाला, ''हे खरं आहे की तो जपानी नाही, परंतु जेव्हा मी म्हणतो की तो ह्या कामासाठी योग्य आहे तेव्हा तू विश्वास ठेव. काही झाले तरी ही केस काही संस्कृतीबद्दलची नाही. ती एखाद्या डिटेक्टिव्हच्या चांगल्या कामासंबंधीची आहे.''

टेबलावर जे पत्रव्यवहाराचे ट्रे त्याच्या नजरेखालून जायचे होते, त्या ट्रेंच्या बाजूला योग्य जागी तो फोल्डर तेत्सुयोने व्यवस्थितपणे ठेवला. त्याच्या गुप्त खात्यात तो ई-मेल आल्याला अवघे दोनच दिवस झाले होते. पण त्याला दोन महिने झाल्यासारखे वाटत होते आणि त्याचा डोळ्याला डोळा लागला नव्हता. आयुष्यात ज्या गोष्टीवर त्याचं प्रेम होतं, ते त्याचं काम करतानाही एकाग्र होणं त्याला अवघड जात होतं. ह्या सर्वांत कळस म्हणजे त्याच्या बायकोच्या योकोच्याही ही गोष्ट लक्षात आली होती. कला, क्लब आणि जॅपनीज वुमेन असोसिएशनमधले कार्यक्रम ह्या पलीकडे तिला काही दिसत नसे; पण तिनेही काही बिनसलंय का, असं काळजीच्या सुरात त्याला विचारलं होतं.

''तो ह्या कामासाठी किती पैसे मागतोय?'' तेत्सुयोला ह्या प्रश्नाच्या उत्तरात स्वारस्य नव्हतं तरी त्याने तो विचारला. काहीसा कठीण आणि त्याला गैरसोयीचा वाटणारा निर्णय घेताना तो वेळ काढत होता.

अकिराने फाईल उचलली आणि उत्तर देण्याआधी त्याने ती पुन्हा तपासली. ''त्याला प्रत्येक दिवसासाठी १५०० डॉलर्स हवे आहेत. त्याशिवाय होणाऱ्या खर्चाची भरपाई आणि १००० डॉलर्स फी म्हणून हवे आहेत.''

"ज्या तऱ्हेचं काम आहे आणि ज्यात त्याच्या जिवालाही धोका आहे हे पाहता त्याची ही मागणी फारशी महागडी नाही." तेत्सुयो म्हणाला, परंतु अकिराला माहीत होतं की, त्याला त्या फीमध्ये स्वारस्य नव्हतं. कारण जेव्हा तेत्सुयोला एखाद्या कामाबद्दल पैसे द्यायचे असायचे तेव्हा तो खर्चाबद्दल तशी घासाघीस करत नसे. पण कामाचा दर्जा अत्त्युत्तम असला पाहिजे ह्यावर मात्र त्याचा कटाक्ष असे.

त्याने अकिराकडून ती फाईल घेतली आणि नीट चाळली. त्यातील एका पानाने त्याचं लक्ष वेधलं. "हं, इथं असे म्हटलंय की तो जपानला गेलेला होता आणि तो थोडंफार जपानी बोलतो. निदान ही एक चांगली सुरुवात आहे. कारण ज्याला जपानबद्दल काहीच माहिती नाही, असा कुणी आपल्याला ह्या कामासाठी नकोय."

"खरं तर तो अधूनमधून एक वर्षभर जपानमध्ये राहिलेला होता, कारण दोन-एक वर्षं त्याचं एका जपानी बाईशी लग्न झालेलं होतं. परंतु सगळ्यांत महत्त्वाचं म्हणजे मला त्याच्याबरोबर काम करायला आवडतं कारण तो अधाशी नाही. मला असं म्हणायचंय की तू कोण आहेस हे त्याला माहीत आहे आणि हे काम तुझ्या दृष्टीने किती महत्त्वाचं आहे हेही तो जाणून आहे. त्याने काहीही किंमत सांगितली असती तरी ती तू दिली असतीस. ह्यावरून त्या माणसाची सचोटी दिसून येते आणि त्याची व्यवसायाबद्दलची आस्थाही. तुझी गोष्ट एखाद्या सनसनाटी बातम्या देणाऱ्या वृत्तपत्राला विकून त्यातून भरपूर पैसे कमावणार नाही अशी ज्याच्याबद्दल खात्री देता येणार नाही, अशा कोणत्याही माणसाची मी निवड करणार नाही.

"काळजी करू नकोस. त्या माणसाबद्दलची सर्व कागदपत्रं, वैयक्तिक आणि व्यवसायविषयी पार्श्वभूमी, अगदी त्याच्या माध्यमिक शाळेपर्यंतचा इतिहास माझ्याकडे आहे. तो अगदी सच्चा, प्रामाणिक आणि अतिशय विश्वसनीय आहे."

तेत्सुयोच्या कपाळावरच्या आठ्या नाहीशा झाल्या आणि तो म्हणाला, "ठीक आहे, हा पॉल ग्रिफिन तुझ्याकडून एवढी शिफारस घेऊन आलाय तर आपण त्याला संधी देऊन बघू या."

"उत्तम," अकिरा म्हणाला. गेले काही दिवस कुंठितावस्थेत असलेली ही स्थिती आता बदलणार म्हणून त्याला सुटल्यासारखं वाटलं. "खरं सांगायचं तर आपला माणूस शेजारच्या खोलीत वाट पाहत आहे. तुला त्याचं वैयक्तिक मूल्यमापन करायला आवडेल?"

तेत्सुयोने मान हलवली. "हो, जर का तो इथं आहेच तर का नाही? आणि आजच सर्व गोष्टींचा उलगडा झाला तर जास्तच बरं."

त्याची नजर नकळत त्याच्या टेबलाकडे वळली. तिथं सर्व व्यवस्थित आहे ना हे त्याने पाहिलं. अतिशय बिकट परिस्थितीतही तेत्सुयोला गबाळेपणा आवडत

नसे. विशेषतः एखादा तिऱ्हाईत त्याच्या ऑफिसमध्ये यायचा असेल तर तो जास्तच काळजी घ्यायचा.

अकिराने त्याचा अशील टेबलावरच्या वस्तू नीट लावण्यात गुंतलेला पाहिला आणि त्याच्या अनिवार्य वागणुकीचा संदर्भ त्याने त्याच्या घराण्याच्या इतिहासाशी जोडला. तेत्सुयोचं हे पूर्णत्वाचं वेड, त्याची शिस्त आणि आयुष्यातील प्रत्येक डाग पुसून टाकण्याची गरज त्याला का वाटते हे अखेर आपल्याला समजलं, असं अकिराला वाटलं.

आपल्या मित्राला मदत करायची असा पुन्हा निश्चय करत अकिरा खोलीतून बाहेर पडला आणि काही मिनिटांनंतर एका माणसाला घेऊन परतला. तेत्सुयोने त्या पिवळट, गुलाबी रंगाच्या फाईलमधील फोटोवरून त्याला ओळखलं. प्रत्यक्षात तो फोटोतल्यासारखा थोराड नव्हता. सर्वसाधारण युरोपियन लोकांप्रमाणे तो उंच होता आणि त्याचे खांदे रुंद होते. त्याची अर्धवट वाढलेली दाढी व्यवस्थित राखलेली होती आणि त्याने अंगावर घातलेला सूट आणि शर्ट व्यवस्थित इस्त्री केलेला होता. मुख्य म्हणजे त्याच्यात एक आंतरिक ताकद आणि आत्मविश्वास होता. त्यामुळे त्याच्या संपर्कात येणाऱ्या माणसांना तणाव जाणवत नसे. तेत्सुयोने ताबडतोब ठरवलं की समोरच्या माणसाकडे खरोखरच कुवत होती आणि पॉल ग्रिफिनला न भेटताच अकिराने केलेली शिफारस आपण धुडकावून लावली नाही म्हणून त्याला बरं वाटलं.

तो माणूस जेव्हा आत्मविश्वासाने लांब लांब पावलं टाकत त्याच्या टेबलाकडे आला तेव्हा तेत्सुयो त्या माणसाकडे काळजीपूर्वक पाहत होता आणि जेव्हा युरोपियन माणसाकडून अपेक्षित असलेलं हस्तांदोलन न करता पॉल ग्रिफिनने कमरेत झुकून अभिवादन केलं, तेव्हा तेत्सुयोला आनंदाचा सुखद धक्का बसला. मग त्या माणसानं एखाद्या जपानी व्यावसायिकासारखं आपलं पैशाचं पाकीट उघडून आपल्या नावाचं कार्ड दोन्ही हातांनी त्याच्या पुढे केलं. त्याला जपानी चालीरीती आणि पद्धती माहीत आहेत, निदान त्याने त्या जाणून घेण्याचा प्रयास केलाय, म्हणून तेत्सुयोला आनंद झाला. सर्वसामान्यपणे तो मनुष्य स्वभाव ओळखण्यात पटाईत होता. चुकीच्या माणसावर विश्वास टाकणं त्याच्या व्यवसायात अनर्थाला कारणीभूत झालं असतं. तेत्सुयोचे मित्र आणि सहकारी म्हणायचे तशी तेत्सुयोला अनेक वर्षांच्या सरावानंतर ती माणूस निवडण्याची 'दृष्टी' प्राप्त झाली होती.

त्याच्या समोरच्या माणसावर तो पुरेसा विश्वास ठेवू शकत होता की नाही ह्याचा निर्णय तेत्सुयोला त्या क्षणीच घ्यावा लागणार होता. जर का त्याने त्याला ह्या कामासाठी नेमलं, तर त्याला ह्या केससंबंधीची खरी माहिती उघड करायला हवी होती. पण जर का चुकीच्या माणसाच्या हातात ही गोष्ट पडली तर काहीही,

अगदी गुप्ततेच्या शपथेने बांधून घेतलेले ठरावही त्या माणसाला सनसनाटी बातम्या छापणाऱ्या वृत्तपत्राकडे घेऊन जायला थांबवू शकले नसते. कारण त्या माणसाच्या हातात तेत्सुयोसारख्या, अमेरिका आणि जपानमधल्या उद्योगविश्वातल्या ताकदवान व्यक्तीसंबंधीची कहाणी आली असती. तेत्सुयोची सचोटी आणि स्वच्छ लौकिक हीच त्याच्या उद्योगातील खरी खासियत होती आणि त्याबद्दल त्याचा बोलबाला होता.

तेत्सुयोमुळे एक अब्ज डॉलर्सचं टेंडर गमवावं लागलेल्या त्याच्या कट्टर शत्रूंपैकी एकाने एकदा वैतागून तक्रार केली होती, 'घाणेरड्यातील घाणेरड्या, गोलमाल करणाऱ्या व्यवसायात, त्याच्यासारखा हरामी, एवढा किळसवाणा स्वच्छ कसा काय राहू शकतो? स्वत:चं बोटही न मळवता हा माणूस योग्य ती कंत्राटं मिळवून कसा काय पुढे जातो?'

तेत्सुयोच्या हे कानावर आलं तेव्हा त्याला त्याने आयुष्याच्या खोल कप्प्यात बंद करून ठेवलेल्या आणि जिथं कोणी पोहोचू शकणार नाही अशा कौटुंबिक रहस्याची आठवण झाली आणि तो कडवटपणे हसला. त्याचं हे रहस्य हातात पडावं आणि त्याचं नाक त्या घाणीत बुडावं ह्यासाठी त्याचे व्यावसायिक शत्रू काहीही करतील ह्याची तो कल्पना करू शकत होता!

तेत्सुयोने दीर्घ नि:श्वास सोडला. हल्ली त्याच्याभोवती असलेल्या माणूसरूपी ससाण्यांचा त्याला कंटाळा येऊ लागलेला होता आणि जपानमध्ये ज्या तऱ्हेने व्यवसाय चालायचा त्याची त्याला आस लागलेली होती. तिथं अजूनही 'सभ्य माणसाने दिलेल्या शब्दा'ला किंमत होती आणि लिखापढी न करताही दोन्ही पक्षांच्या शब्दानुसार काही व्यवहार खरोखर पुरे व्हायचे! जपानमध्ये प्रसंगानुसार अजूनही काही व्यवहार हा विश्वासावर आणि तोंडी बोलण्यावर चालतो ह्यावर न्यूयॉर्कमधील त्याच्या बरोबरीच्या फारच थोड्या लोकांचा विश्वास होता! इथं काही थोडे विश्वासू लोक सोडले तर प्रत्येकजण हा 'निरपराधी सिद्ध होईपर्यंत अपराधी' मानला जायचा. अशा उद्योगसमूहातील सावध शिडीवर उंच स्थानावर पोहोचल्यावर काही वेळा तेत्सुयोला बाजूला पडल्यागत आणि एकाकी वाटायचं; आणि मग त्याला साध्या आणि विश्वासार्ह अशा जपानी पद्धतीची आणि जपानी समाजाची आस लागायची.

त्याच्या कण्यातून एक सणक गेली आणि छोटे लाल ठिपके त्याच्यासमोर नाचू लागले. त्या खोलीच्या पांढऱ्या शुभ्रतेवर त्याचे डाग पडले.

"मि. ग्रिफिन, जरा खुर्चीवर बसाल?" अकिराच्या नम्र पण खणखणीत आवाजाने तेत्सुयोचे लक्ष त्याच्या त्या स्वच्छ ऑफिसमधील मीटिंगकडे आणि आपल्या शरीराचा भलामोठा भाग समोरच्या दुधी रंगाच्या, स्टीलच्या खुर्चीत ठेवणाऱ्या त्या माणसाकडे गेले.

तेत्सुयोने पुन्हा एकदा निर्णय घेण्याआधी अखेरचं ग्रिफिनकडे पाहिलं आणि निर्णय घेतला की तो मि. ग्रिफिनला कामावर घेईल आणि तो कसा निघेल हे दैवावर सोडेल. ह्या अल्पावधीत त्याला ह्याहूनही वाईट माणूस स्वीकारावा लागला असता. काही झालं तरी अकिराने त्याची भरपूर भलावण केलेली होती आणि त्याचे निर्णय अजूनपर्यंत तरी चुकलेले नव्हते. त्याशिवाय ह्या गोष्टीवर झटकन नियंत्रण ठेवायला हवं होतं. जिथं जास्त धोके आहेत आणि जास्त परतावा आहे अशा लुटालुटीच्या जगात बातम्या, विशेषकरून वाईट बातम्या पटकन फुटतात आणि झटकन पसरतातही. त्यामुळे आता त्याला तेवढा वेळही नव्हता. ह्या वाईट विषयावर तो बराच काळ अडकून राहिला तर त्या विषयाचं अंडं उबून फुटण्याची शक्यता होती.

त्याने वैयक्तिक माहिती आणि कामाचा अनुभव हे नेहमीचे तपशील चाळले, जेव्हा प्रशस्तिपत्र किंवा ओळखीच्या माणसांबाबत जी काही नावं आली ती तेत्सुयोने ओळखली. तो मध्येच थांबला आणि त्याने विचारलं, ''तुमच्या ओळखीतली काही नावं उच्चभ्रू समाजातील आहेत आणि मी त्यांना ओळखतोही. तुमच्या वैयक्तिक माहितीत ही नावं तुम्ही वापरू नये असं तुम्हाला वाटत नाही का मि. ग्रिफिन? त्यांनी तुमची मदत घेतली हे बाहेरच्या लोकांना कळलेलं त्यांना आवडणार नाही कदाचित.''

''मला पॉल म्हणा, प्लीज,'' तो डिटेक्टिव्ह म्हणाला. ''हो, अर्थातच तुमचं बरोबर आहे, पण ह्या लोकांनी आपली नावं उपयोगात आणण्यासाठी होकार दिलेला आहे. जर तुम्ही प्रशस्तिपत्रकाला जोडलेलं नावाचा वापर करण्यासंबंधीचं पत्र पाहिलंत तर त्यात त्यांच्या नावाचा उघडपणे उल्लेख करून ती जगाला दाखविण्यास त्यांनी होकार दिलेला आहे. मी माझ्या प्रशस्तिपत्रकात ज्यांनी परवानगी दिलेली नाही अशा कोणत्याही माणसाचं नाव उघड करणार नाही. हे झालं मी केलेल्या कामाबद्दलच्या प्रशस्तिपत्रकाबद्दल, परंतु प्रत्येक केसची माहिती, माझ्याकडे कुणाला माहीत नसलेल्या जागी सुरक्षिततेच्या कारणासाठी सहा वर्षं गोपनीय ठिकाणी कुलपात ठेवली जाते आणि मग ती अशिलाकडे परत पाठवली जाते किंवा नाहीशी केली जाते. ही खाजगी डिटेक्टिव्हची नैतिक संहिता आहे.''

पॉल ग्रिफिनच्या ह्या खुलाशावर तेत्सुयोने समाधानाने मान डोलावली आणि आपल्या सेक्रेटरीला बोलावण्यासाठी घंटा दाबली आणि सेक्रेटरी ट्रिशियाला त्यांच्या नेहमीच्या गुप्ततेच्या करारनाम्याच्या तीन प्रती आणायला सांगितल्या. ह्या डिटेक्टिव्हला ह्या कामाच्या दरम्यान दिलेली माहिती किंवा दस्तऐवज तो उघड करणार नाही असे मान्य करून प्रतिज्ञापूर्वक ह्या करारनाम्यावर सही करणे भाग पडेल हे स्पष्ट केले.

अकिराने ते कागद पॉलकडे दिले आणि तेत्सुयोने त्याच्यामागून बाजूच्या खोलीत जावं म्हणून तो वाकत अभिवादन करून उभा राहिला.

''ह्या अटी आणि नियम पाहण्यासाठी आम्ही काही काळ तुला एकटं सोडतो पॉल,'' तो म्हणाला. ''जर तुला काही हवं असलं तर आम्ही बाजूच्या खोलीत आहोत.''

दोघेजण त्या मधल्या जोडदरवाज्याने बाजूच्या खोलीत गेले. बोलणी करून ठरवाठरव करणाऱ्या पक्षांना, व्यवहारावर सही करण्यासाठी भेटण्याआधी किंवा तो फाडून टाकण्याआधी त्या कंत्राटातील अटी खाजगीत पडताळून पाहता याव्यात ह्यासाठी त्या खोलीची रचना ही काहीशी विश्रांतीची जागा म्हणून केली गेली होती. ह्यामुळे एकमेकांपासून वेगळे राहता यायचे. मुख्य ऑफिसच्या विरुद्ध अशी ही खोली तपकिरी रंगाच्या छटांत सजवलेली होती. परिषदेसाठी असणाऱ्या लंबगोल चकचकीत टेबलापासून ते सुंदर वाकलेल्या पायांच्या खुर्च्यांपर्यंत, ते खिडक्यांना लावलेल्या जड पडद्यापर्यंत सारे तपकिरी होते.

तंबाखूच्या हलक्याशा वासामुळे तेत्सुयोला त्याच्या लोकांनी निरनिराळ्या कल्पना आणि उत्तरे शोधण्यासाठी ह्या लंबगोल टेबलाभोवती दाटीने एकत्र बसून घेतलेल्या सभा आठवल्या. त्या वेळी ते एकमेकांना पेटलेल्या सिगरेटच्या धुराच्या लोळात गुदमरवून टाकत असत. बाकी उरलेल्या, जास्त ताकदीच्या व्यवहारामुळे वाढलेल्या रक्तप्रवाहाचा ओघ शांत करण्यासाठी ह्या सिगरेट्सची त्यांना गरज पडायची. शेजारच्या फिक्या शांत खोलीपेक्षा ह्या खोलीत अधिकार काहीसा पाझरत असायचा आणि ह्या जागेत एक उत्साह होता. त्याचे रूपांतर कामात व्हायचे. ही जागा काही प्रदर्शनासाठी नव्हती. आज, जेव्हा तेत्सुयोने कोपऱ्यात असलेल्या त्या छोट्या बारच्या गुळगुळीत, कठीण अशा काउंटरवरच्या फळीवर आपली बोटे फिरवली, तेव्हा त्याच्या धमन्यांतून धावणारा अधिकाराचा विजेचा झटका त्याला जाणवला. अधिकार ही चांगली गोष्ट होती. त्यामुळे त्याला गोष्टींवर नियंत्रण ठेवता येत होते आणि ताकद मिळत होती. काही सरलेल्या क्षणांत त्याला जाणवलेली शक्तिहीनता आता नाहीशी झाली होती. तेत्सुयो स्वत:वर नियंत्रण मिळवून आता पूर्ववत झाला होता.

''काय ठरलं मग? तो तुझ्या कामासाठी योग्य आहे असं तुला वाटतंय का?'' साउंडप्रुफ जड, दरवाजा त्यांच्यामागे हळुवार असा अस्पष्ट खटका देत बंद होताच अकिराने विचारलं.

''हो, तो कामाला योग्य आहे असं वाटतं.'' तेत्सुयोने मान डोलावली.

अकिराने सुटकेचा नि:श्वास सोडला. ''तू पॉल ग्रिफिनवर काम सोपवल्याबद्दल तुला पश्चात्तापाची पाळी येणार नाही. ही केस कशी काय चालेल हे आपल्याला समजण्याआधी त्याला ह्या केससाठी थोडा वेळ द्यावा लागेल.''

तो बारकडे गेला आणि त्याने स्वत:साठी टॉनिक आणि जीन आणि तेत्सुयोसाठी फक्त व्हिस्की ओतली. जेव्हा एखाद्या कठीण बाबतीत त्यांचे एकमत व्हायचे त्या

वेळी त्यांची ही नेहमीची पद्धत होती. दोघांनी न बोलता आपापला पेला संपवला आणि एक शब्दही न बोलता ते बाजूच्या खोलीकडे परतले त्या वेळी पॉल ग्रिफिनने ठिपक्या ठिपक्यांच्या ओळीवर सही केली होती आणि तो पेन खाली ठेवत होता.

ट्रिशिया ती कागदपत्रं तिच्या ऑफिसमध्ये नेऊन फाईल करण्यासाठी घुटमळत होती आणि त्यासंबंधी सूचक शब्दांची वाट पाहत होती. परंतु तेत्सुयोने डोकं तिरकं करून त्याची ठरावीक खूण करून तिची गरज नसल्याचं तिला सांगितलं. ही अगदी वैयक्तिक आणि सनसनाटी बाब तो स्वत:च हाताळणार होता. त्याच्या सेक्रेटरीवर त्याचा विश्वास नव्हता असं नव्हतं. त्याच्यासाठी तिने आपली मानही कापून दिली असती, परंतु ह्या दुर्दैवी आणि संभाव्य नुकसान करणाऱ्या कौटुंबिक गोष्टींचा भार त्याला तिच्यावर टाकायचा नव्हता. मानसिक धैर्य कमी झालेल्या चिंतातुर सेक्रेटरीची ह्या घडीला तरी त्याला भर पडायला नको होती.

निश्चय करून एकदा कामाची सुरुवात केल्यावर तेत्सुयोला सुटल्यासारखं आणि शांत वाटलं. त्याने पॉलकडे आपला हात पुढे केला. जेव्हा तो खुर्चीवर बसला त्या वेळी एका तीव्र वेदनेने त्याचे स्नायू आक्रसले. गेले कित्येक महिने हा असा त्रास त्याच्या डाव्या ढुंगणाच्या सांध्याला होत होता. शक्य तेवढ्या लवकर हे डॉक्टरने पाहायला हवं ह्याची त्याने स्वत:ला आठवण करून दिली.

तेत्सुयोने एक पातळसा निळा फोल्डर काढला आणि तो पॉल ग्रिफिनच्या हातात दिला.

''ह्या फोल्डरमध्ये तुम्हाला ह्या केसची सुरुवात करण्यासाठी लागणारी माहिती मिळेल. ह्या सर्वाची सुरुवात त्या कौटुंबिक बाबीसंबंधीच्या मला आलेल्या धमकी देणाऱ्या ई-मेलपासून झाली. ती कौटुंबिक बाब अभिमानास्पद वगैरे नाही आणि ही बाब मला माझे व्यावसायिक शत्रू आणि सनसनाटी बातम्या छापणाऱ्या वर्तमानपत्रांच्या हातात पडू द्यायची नाही.

''तुला मार्ग दाखवेल अशी थोडीफार माहिती मी लिहून ठेवलीय आणि मला वाटतं तुला शोध घ्यायला सुरुवात करण्यासाठी ती पुरेशी आहे. त्यात तुला सर्वच मिळेल. ह्या केससाठी जपानमध्ये, टोकियोत कुणाकडे मदतीसाठी जायचे तेही त्यात लिहिले आहे. जर तुला आणखी काही माहितीची गरज भासली तर ट्रिशियाकडून मला भेटण्याची वेळ ठरव. आपण दोघं मिळून ती पुरी करू.''

पॉल ग्रिफिनने ती फाईल घेतली. त्याने काळजीपूर्वक आपल्या बॅगेत ठेवली आणि तो जाण्यासाठी उभा राहिला. तेत्सुयोसारखा कार्यमग्न माणूस आपल्या खाजगी डिटेक्टिव्हबरोबर जास्त वेळ खर्च करू शकत नाही हे त्याला माहीत होतं. त्यामुळे त्या निळ्या फोल्डरमध्ये जे काही होतं ते स्वत: आपल्या ऑफिसच्या खाजगी जागी बसून त्याने पाहायचे ठरवलं.

“मि. आकिनिचो, आपण माझ्यावर भरवसा ठेवलात आणि विश्वासाने माझ्यावर काम सोपवलेत ह्याबद्दल धन्यवाद.” तो म्हणाला, “मी त्या फाईलमधील सर्व कागद व्यवस्थितपणे बघेन आणि ज्याप्रमाणे तुम्ही सुचवलंय त्याप्रमाणे हे काम तातडीने करीन. त्यामुळे मी ह्या केसला प्राधान्य द्यायचं आणि त्यावर ताबडतोब काम करायचं असं ठरवलंय.”

त्याने प्रेमाने हस्तांदोलन केले. तेत्सुयो स्वत: पॉल ग्रिफिनला दरवाज्यापर्यंत सोडायला गेला. निरोप देताना तो म्हणाला, “त्या फोल्डरच्या बाजूच्या पाकिटात मी माझा गुप्त ई-मेल पत्ता आणि माझा खास फोन नंबरही लिहिला आहे. जेव्हा तुम्ही टोकियोला जायला निघाल तेव्हा कृपया ट्रिशियाला फोन करा. ती एअर लाईन्स आणि हॉटेल बुकिंगची व्यवस्था करील.”

उत्तर देण्याआधी पॉलने आपल्या शर्टच्या खिशातील एक छोटी निळ्या रंगाची टाचणवही पटकन काढून त्यात पाहिले. “मी परवा टोकियोला जायला निघेन आणि बाहेर जाताना मी तुमच्या वैयक्तिक सेक्रेटरीला प्रवासासंबंधीचा तपशील देण्यासाठी भेटेन आणि हो, शुभेच्छा! आपण दोघांनी एकत्र, यशस्वीरीत्या काम करण्यासाठी आणि ते काम पटकन संपावं ह्यासाठी!”

काही काळ आपल्या मित्राला एकटं राहायचंय हे जाणून अकिरा, पॉल ग्रिफिनच्या मागोमाग ऑफिसमधून बाहेर पडला आणि त्यांच्या पाठोपाठ दरवाजा बंद होताच तेत्सुयो झपझप लांब पावले टाकीत मोठ्या खिडक्यांकडे गेला. जेव्हा तो विचारमग्न अवस्थेत असायचा तेव्हा तो हेच करायचा.

सूर्य मावळला होता आणि तेत्सुयो आकाशाच्या काळपट पार्श्वभूमीवर कोरलेल्या उंच इमारतींकडे टक लावून पाहत होता. मॅनहटनमध्ये दिवे लागण्याची सुरुवात झाली होती. दिव्यांच्या डोळे दिपवून टाकणाऱ्या प्रकाशाने त्या शहराची ताकद त्याला जाणवली. ते शहर एखाद्या राक्षसाच्या हृदयासारखे धडधडत होते. ह्या अशा ताकदीमुळे नेहमीप्रमाणेच तेत्सुयो प्रभावित झाला आणि कितीही अडचणी आल्या तरी त्या सत्तेच्या शिखरावर बसलेल्या शक्तिशाली लोकांपैकी तो एक होता, ह्या वस्तुस्थितीने नतमस्तक झाला.

होय, जगातील सर्वांत शक्तिशाली शहरांपैकी एका शहरात तो अधिकार आणि सत्तेच्या पर्वतशिखरावर होता आणि त्याचा तिथंच राहण्याचा बेतही होता. काहीही आणि विशेष करून लोकांना कळू नये असे गुप्त रहस्यही, ती सत्ता त्याच्यापासून हिरावून घेऊ शकणार नव्हतं.

४

पॉल ग्रिफिनने तेत्सुयो आकिनिचोबद्दल अर्थातच ऐकलं होतं. न्यूयॉर्कच्या उद्योगसमूहात त्याचं नाव मोठं होतं आणि ज्याप्रमाणे मायक्रोसॉफ्ट म्हणजे बिल गेट्स त्याप्रमाणे डी.एन.ए. शास्त्र म्हटलं की तेत्सुयो. जेव्हा त्याच्या पूर्वीच्या अशिलाने, अकिरा तानाकाने त्याला सांगितलं की अत्यंत दूरदर्शीपणा आणि गुप्तता बाळगावी लागेल अशा एका नाजूक कामासाठी त्याची गरज कदाचित लागेल आणि काम देणारी व्यक्ती म्हणजे डी.एन.ए.चा बादशहा तेत्सुयो, तेव्हा अर्थातच पॉलला आश्चर्याचा धक्का बसला आणि तो उत्तेजितही झाला.

दुसऱ्या दिवशी जेव्हा पॉल चकाकणाऱ्या काचेच्या आणि क्रोमियम बनावटीच्या लिफ्टने महागड्या आणि विलासी अशा जेनोमॅटिक संस्थेवर गेला, तेव्हा जरा घाबरलेलाच होता आणि त्याच्या मनावरही दडपण आलं होतं. जर का त्याला हे काम मिळालं तर उद्योग जगतातील तेत्सुयो हा त्याचा सर्वांत मोठा अशील ठरणार होता. पण त्याशिवाय सर्वांत महत्त्वाचं हे होतं की त्याने अनेकदा दुरून टी.व्ही. कार्यक्रमात, वर्तमानपत्रात आणि मासिकात पाहून ज्याचं कौतुक केलं होतं, तो माणूस त्याला प्रत्यक्ष भेटणार होता.

तो सर्वांत जास्त गुणवत्ता असलेला खाजगी डिटेक्टिव्ह होता आणि त्याच्या व्यवसायातील समस्या सोडवण्यात त्याचा हातखंडा होता. कोणत्याही परिस्थितीत शांत आणि सावध राहणं ही त्याची सवय होती. त्यामुळे पॉल जेव्हा लांब ढांगा टाकीत तेत्सुयोच्या दुधी, पांढऱ्या ऑफिसमध्ये शिरला, तेव्हा तो आत्मविश्वासाचं आणि व्यावसायिकतेचं खात्रीलायक प्रतीक होता. आतून त्याला भीती वाटतेय ह्याचा मागमूसही तिथं नव्हता.

एक तासानंतर जेव्हा ती मीटिंग संपली आणि तो त्याच भव्यदिव्य लिफ्टने

खाली आला, तेव्हा पॉलला हवा गेलेल्या फुग्यासारखा एक विचित्र रितेपणा जाणवत होता. हे कसं होतं? तेत्सुयोसारखी एक प्रसिद्ध व्यक्ती, जी अप्राप्य आणि त्याच्यासारख्या लोकांपेक्षा वेगळी वाटत होती, ती प्रत्यक्षात सामान्य माणसासारखी होती. एक लहानखुरा विनयशील माणूस होता तो. डीएनएबद्दल अपूर्व बुद्धिमत्ता असलेल्या माणसाकडे उर्मटपणा आणि डामडौल असेल असं त्याला वाटलं होतं, पण ह्या प्रसिद्ध व्यक्तीने त्याला आश्चर्यचकित करून सोडलं होतं. तेत्सुयो त्याला आपल्या शेजारच्या घरात राहणाऱ्या माणसासारखा वाटला होता. सर्वसामान्य माणसासारख्या काळज्या आणि अनिश्चितता असणारा इतरांसारखा एक सर्वसामान्य माणूस! पॉलला अजूनही तेत्सुयोबद्दल कौतुक आणि आदर होता, परंतु डीएनएची ही मूर्ती आता मानवी झाली होती. आता ती वेगळी, दूरवरची आकृती उरली नव्हती आणि त्यापेक्षाही अधिक म्हणजे त्याच्या बॅगेत असलेल्या त्या निळ्या फोल्डरमध्ये तो त्या सत्ताधारी तेत्सुयो आकिनिचोला अनावृत्त आणि मर्मभेद्य अवस्थेत पाहणार होता.

खालच्या रस्त्याने वर शहराकडे जाणारा रस्ता पकडून दुसऱ्या अशिलाला भेटायला जात असताना पॉल त्या डीएनएच्या बादशहाचा आणि मनात दबदबा उत्पन्न करणाऱ्या त्याच्या पांढऱ्या ऑफिसचा विचार करत होता. श्रीमंत आणि प्रसिद्ध व्यक्तीने ज्या पद्धतीने जगावे अशी त्याने अपेक्षा केली होती, त्याप्रमाणे निदान तेत्सुयोची ऑफिसेस तरी नक्कीच होती.

दुसऱ्या दिवशी त्याच्या मोबाइलवर त्याच्यासाठी एक फोन आला. त्याच्या कानावर ट्रिशियाचा कार्यक्षम आणि सणसणीत आवाज आला. तेत्सुयोची वैयक्तिक सेक्रेटरी दुसऱ्या बाजूने बोलत होती.

"मि. ग्रिफिन, मी आकिनिचोच्या ऑफिसमधून ट्रिशिया बोलतेय." ती स्त्री म्हणाली. "तुम्ही उद्या टोकियोला जाणार की नाही हे ठरवलंय का? तसं ठरलं असेल तर आज दुपारपर्यंत मी तुमचं विमानाचं तिकीट आणि हॉटेलचं आरक्षण तयार ठेवते."

टोकियो! त्या नावाने त्याच्या मनात काही गोड तर काही कडवट आठवणी पुन्हा जिवंत झाल्या आणि त्याचं हृदय धडधडायला लागलं. एखाद्या नव्या प्रसिद्ध व्यक्तीची केस त्याच्याकडे आली की उत्साहाच्या भरात जसं नेहमी घडायचं तसंच हे होतं. गेल्या रात्री त्याने त्या केससंबंधीची निळ्या फोल्डरमधील माहिती वाचली होती. तेत्सुयो आकिनिचोने स्वत:विषयीची ही अशी धक्कादायक आणि गुप्त खाजगी माहिती आपल्याला दिली आहे ह्या वस्तुस्थितीनेच पॉल ग्रिफिन विनम्र झाला होता. त्या रात्री उशिरा, टेलिव्हिजनच्या उत्तर रात्रीच्या एशियन व्यावसायिकांच्या कार्यक्रमात तो ओळखीचा चेहरा त्याला दिसला, तेव्हा त्या उत्कृष्टपणे शिवलेल्या

सूटमध्ये आणि काही न घडल्यासारखा चेहरा ठेवून वावरणाऱ्या त्या माणसाच्या भूतकाळात एक भयानक कौटुंबिक रहस्य आहे ह्यावर तो विश्वास ठेवू शकला नव्हता.

"मि. ग्रिफिन? तुम्ही फोनवर आहात ना?" काहीशा उतावळ्या ट्रिशियाचा आवाज, त्याच्या सैरभैर झालेल्या विचारांचा सर्जनच्या सुरीप्रमाणे छेद घेत आला आणि त्याच्या हातातून मोबाइल जवळजवळ पडलाच. व्यवसायात गरज असलेला शांतपणा आणि धूर्तपणा राखत त्याने तो पटकन पकडला आणि आपल्या विचारांना जागेवर आणण्याचा प्रयत्न केला. तो टोकियोला जाणार? आणि तेही वीस तासांत? हे लोक चौदा तासांच्या विमानप्रवासाबद्दल जणू काही ती बसमधील फेरी असल्यागत बोलत होते. काय वैताग होता! पण केव्हिनने, त्याच्या नव्या मदतनिसाने आपण पुरेसे लायक असल्याचं सिद्ध केलं होतं. त्यामुळे केव्हिनवर हातातल्या केसेस सोपवायच्या, काही थोड्या गोष्टी बॅगेत टाकायच्या आणि काही तासांतच तयार व्हायचं. अर्थात त्याला टोकियोला दुसऱ्या दिवशी जाणं शक्य होतं.

"हो," त्याने स्वत:ला बोलताना ऐकलं. "मी विमानाने उद्या जाऊ शकेन. तुम्ही पुढची सर्व व्यवस्था करा."

ट्रिशियाने उत्तर देण्याआधी सोडलेला एक लहानसा सुटकेचा नि:श्वास पॉलने नक्कीच ऐकला होता. ती म्हणाली, "तर मग आपली तयारी झालीय. मी ज्या गरजेच्या गोष्टी आहेत त्या करीन. आज संध्याकाळपर्यंत तिकीट आणि हॉटेल व्हाऊचर्स तुमच्या ऑफिसकडे पाठवून देईन. तुमच्या ट्रीपसाठी शुभेच्छा आणि जर आणखी काही गरज पडली तर कृपया मला फोन करा."

त्याने मोबाइल पुन्हा आपल्या खिशात ठेवल्यावर त्या दीर्घ विमानप्रवासाच्या विचाराने त्याला नेहमीची बेचैनी जाणवू लागली. त्याने ती बेचैनी व्यवस्थितपणे दाबून ठेवली, परंतु पॉलला विमानप्रवासाची अवाजवी भीती होती. जितकं विमान लहान तितकी त्याची भीती जास्त. तो चौदा वर्षांचा असताना विमान उड्डाणात खूप उत्साही असलेल्या त्याच्या बापाने त्याला एक इंजीन असलेल्या विमानातून उड्डाणासाठी नेलं होतं. साहसाच्या शोधात असलेल्या त्या किशोरावस्थेतील मुलाच्या दिवसाची सुरुवात छान झाली, मात्र तो दिवस एक दु:स्वप्नच ठरलं होतं. ते इंजीन तीस मिनिटं अडखळत उडालं. त्याच्या कुशल बापाच्या हिकमतीमुळेच त्यांचा भयानक ज्वलंत शेवट होण्यापासून ते वाचले होते. त्या विमानाला अचानक एका गवताळ टेकाडावर उतरावं लागलं होतं. पॉलच्या दोन बरगड्या तुटण्याव्यतिरिक्त जास्त काही त्रास झाला नव्हता, पण विमानप्रवासाची भीती मात्र आयुष्याची सोबती झाली होती. टोकियोपर्यंतच्या दीर्घ प्रवासाच्या विचाराने आणि तीस हजार फुटांवर तरंगत असलेला त्याचा जीव काही धातूंच्या तुकड्यांच्या योग्य देखभालीवर आणि दोन माणसांवर कसा अवलंबून असेल ह्या भीतीने तो थरथरला.

त्या दिवशी उशिरा त्याच्या दारावरची घंटी जोरात वाजली. एक खास खलिता आला होता. त्यात एका चकचकीत फोल्डरमध्ये विमान तिकीट आणि हॉटेल आरक्षणाचे कागद होते. ट्रिशियाने त्याच्यासाठी युनाटेड एअरलाईन्सचं तिकीट काढलं होतं. पॉलने वेबसाईटवरून उड्डाणाचा नंबर तपासला होता. ते बोईंग ७४७- ४०० आहे ही खात्री पटल्यावर त्याला दिलासा मिळाला. चूक असो की बरोबर, पण पॉलला वाटत होतं की जर का त्याला विमानाने प्रवास करावाच लागला, तर लहान विमानापेक्षा मोठं विमान हे जास्त चांगलं आणि जास्त स्थिर असेल.

दुसरा दिवस घाईतच संपला. केव्हिनला, त्याच्या गोंधळलेल्या मदतनिसाला त्याने शेवटच्या मिनिटापर्यंत सूचना दिल्या. केव्हिन छोट्या शहरातून, इओवाच्या खेड्यातून आलेला मुलगा होता आणि कुणी चोवीस तासांच्या कालावधीत जपानसारख्या दूरच्या प्रदेशाकडे चौदा तासांचा प्रवास करण्याचा निर्णय कसा काय घेऊ शकतो, हे त्याला समजत नव्हतं. त्याच्या बटाट्याची शेती करणाऱ्या आईवडिलांना, जिथं त्याने आयुष्य काढलं होतं त्या छोट्या खेड्यातून इओवा राज्याच्या थोडंच बाहेर असलेल्या डेसमॉईन्सला प्रवास करायचा म्हटलं, तरी खूप दिवस विचार करावा लागायचा. न्यूयॉर्कला आल्यापासून केव्हिन हा तसा चाणाक्ष आणि शहरी जीवनाबद्दल शहाणा झाला होता. परंतु चौदा तासांचा विमानप्रवास करून जपानला जायचा निर्णय चोवीस तासांत घ्यायचा म्हणजे? हे काहीतरी खासच होतं!

पॉलचं नशीब त्या दिवशी जोरावर होतं. दरवाज्याशी त्याचं नाव पुकारलं गेलं आणि त्याला सांगण्यात आलं की जास्त आरक्षण झाल्यामुळे त्याला वरच्या बिझनेस क्लासमध्ये टाकण्यात आलेलं आहे. काही झालं तरी टोकियोपर्यंतचा प्रवास आरामदायी होणार होता. जेव्हा पॉल विमानात जाऊन पट्टे बांधून बसला आणि त्याने पाय लांब केले तेव्हा त्याच्या चेहऱ्यावर हास्य होतं. त्याने विमानप्रवासात आपला लॅपटॉप आणि त्याच्याबरोबर तेत्सुयोच्या केसची फाईल वाचायला आणली होती. परंतु आदल्या दिवशी ह्या ट्रीपसाठी धावपळीत केलेल्या तयारीमुळे तो एवढा थकला होता, की त्याने ते काम ह्या विमानप्रवासाच्या दुसऱ्या टप्प्यात करायचं म्हणून सोडून दिलं होतं. एक फाईल चाळायला चौदा तास, म्हणजे तसा त्याला बराच वेळ मिळणार होता.

पण झालं असं की ह्या सबंध प्रवासभर पॉलला झोप लागली आणि काम करायला त्याला संधीच मिळाली नाही. जेव्हा विमान उतरण्याच्या संबंधीचं निवेदन इंटरकॉमवर आलं आणि प्रवाशांची हातातील सामान संभाळण्याची धावपळ सुरू झाली, तेव्हा तो दचकून जागा झाला आणि त्याने आपल्या विश्वासघातकी शरीराला

चक्क शिव्या दिल्या. बिझनेस क्लासमधला प्रवास करण्याची ही त्याची पहिली वेळ होती आणि कदाचित बराच काळापर्यंत शेवटचीही. साध्या वर्गातून प्रवास करणाऱ्या प्रवाशांनी स्वप्नात पहावी तशी बिझनेस क्लासमधल्या प्रवाशांची सेवा आणि फाजील कौतुकं चालली असताना तो चक्क झोपला होता.

'असू दे, तुला काय माहीत आहे?' स्वत:वर वैतागून त्याने विचार केला.

जेव्हा विमान कर्कश आवाज करत थांबलं आणि शेकडो खुर्च्यांचे पट्टे सोडतानाचे झालेले धातूंचे आवाज विमान मुख्य इमारतीशी पोहोचल्याचं सांगू लागले तेव्हा पॉलला प्रथमच काळजी जाणवू लागली.

पत्नीपासून विभक्त होण्याच्या त्या दु:खद घटनेपासून त्याने जपानी जमिनीवर पाऊल टाकलं नव्हतं. त्यामुळेच ओळखीच्या जागांचा त्याच्यावर काय परिणाम होईल हे त्याला माहीत नव्हतं. त्यानं आपलं सामान उचललं आणि बेसमेंटमध्ये शिंजुकूला जाणारी नारिटा एक्सप्रेस ट्रेन पकडण्यासाठी तो यंत्रवत गेला. जेव्हा पहिल्या वेळी शहरात जाण्यासाठी त्याने टॅक्सी घेण्याचं सुचवलं होतं, तेव्हा नात्सुकोचे डोळे भीतीने कसे विस्फारले होते त्याची त्याला आठवण झाली.

"जे कोणी मोठ्या कंपनीच्या कामावर येतात ते सोडले, तर नारिटा विमानतळावरून शहरात जायला कुणीही टॅक्सी घेत नाही. कुणीही नाही, अगदी कुणीही नाही. त्यांचे भाडे आणि पथकर ह्यामुळे तुला धक्का बसेल.'' तिने त्याला ठामपणे सांगितले होते.

त्या एक्सप्रेस ट्रेनच्या आरामदायी सीटवर स्थिरस्थावर झाल्यावर पॉलने नि:श्वास सोडला. पाच वर्षांनंतर विभक्त झाल्यावर आणि तिच्याशी सगळा संबंध संपल्यावरसुद्धा तो आपल्या जपानी पत्नीला आणि अगदी सुरुवातीपासूनच बिघडलेल्या त्यांच्या विलक्षण लग्नाला विसरू शकत नव्हता.

ट्रेन एअरपोर्टमधून बाहेर पडताच ती मागे पळणारी ओळखीची दृश्यं पॉल पाहत होता. पूर्वी कधीही न पाहिलेली अशी सुंदर, नितळ त्वचा आणि जिच्या खुदखुदण्यामुळे कण्यातून झिणझिण्या येतील अशा त्या छोट्या जपानी मुलीचं चित्र त्याने मनातून निश्चयाने बाजूला केलं, पण हे सारं वरवरचं होतं. त्या सर्व मृदूतेमागे आणि निरागस खुदखुदण्यामागे एक हटवादीपणा होता; जो कुणीही आणि काहीही, अगदी प्रेमसुद्धा दूर सारू शकत नव्हता. जपानी आणि आशियाई मुली ह्या मृदूभाषी आणि हळुवार असतात, अशा त्यांच्याबद्दल होणाऱ्या प्रचारावर सहसा तुमचा विश्वास बसेलही, पण त्याला आलेल्या ह्या अनुभवाने पॉल सावध झालेला होता. केस काढायची कधी जरूरच पडायची नाही अशी त्वचा, दवासारखी मृदुता आणि नात्सुकोची ती कुलीन नम्रता, ती कितीही खोटी ठरली असली तरी विसरणं अवघड होतं.

आपलं मन दुसरीकडे वळवण्यासाठी पॉलने प्रवासाची कागदपत्रं काढली आणि हॉटेल व्हाऊचर्स चाळली. ट्रिशियाने त्याची सात रात्रींसाठी शिंजुकू प्रिन्स हॉटेलमध्ये व्यवस्था केली होती आणि गरज पडली तर त्याला त्याचं वास्तव्य वाढवता येण्यासारखं होतं. ते हॉटेल चांगलं वाटत होतं. ते हॉटेल प्रिन्स हॉटेलच्या समूहातलं एक होतं. टोकियोतील शिंजुकू ही त्याची आवडती जागा होती. ते हॉटेल कुठे आहे ह्याची त्याला कल्पना नव्हती आणि बरोबर जड सामान घेऊन ते हॉटेल शोधायचं म्हटलं तर शिंजुकू हे तसं फारच मोठं होतं. एका वेळी एकच बोजा घेऊन शिंजुकू स्टेशनचे जिने चढून आल्यावर पॉलने, ते हॉटेल दोन चौकांपलीकडे असतं तरी टॅक्सी केली असती.

पाच वर्षांपूर्वी जेव्हा तो जपानमध्ये राहत होता तेव्हा त्याने म्हाताऱ्यांच्या आणि सब वे स्टेशनमध्ये त्याच्यासारख्या सामान घेऊन येणाऱ्यांच्या होणाऱ्या गैरसोयीबद्दल जपानी लोकांना शिव्याशाप दिले होते आणि आताही तशीच गैरसोय झाल्यामुळे त्याला परत एकदा शिव्याच द्याव्या लागत होत्या. हे लोक स्टेशनमध्ये सरकते जिने बसवण्याचं का मनावर घेत नाहीत? त्यामुळे म्हातारी माणसं आणि जड सामान घेऊन येणाऱ्या प्रवाशांना प्रत्येक वेळी एक एक पायरी चढत जिना चढण्याचे कष्ट तरी करावे लागणार नाहीत.

पॉल जे काही जपानी शिकला होता ते विसरला होता आणि त्या म्हाताऱ्या टॅक्सी ड्रायव्हरला इंग्लिश बोलता येत नव्हतं. त्यामुळे 'शिंजुकू प्रिन्स हॉटेल,' हे तीन शब्द जेव्हा ते समजावून देत-घेत होते, तेव्हा अनुल्लंघनीय पर्वतासारखे वाटले. मग पॉलने आपल्या प्रवासाच्या कागदपत्रांत हात घातला आणि विजयी वीरासारखा एक कागदाचा तुकडा बाहेर काढला. त्यावर कुणीतरी, ट्रिशिया किंवा तेत्सुयोने स्वत:, त्या हॉटेलचं नाव आणि तिथं कसं जायचं ह्यासंबंधी जपानीमध्ये लिहिलेलं होतं.

पॉलने तो कागद त्या टॅक्सी ड्रायव्हरपुढे फडफडवला आणि जादू झाल्यागत त्याच्या भुवईवरच्या क्षमायाचनेच्या आणि एकाग्रतेच्या रेषा नाहीशा झाल्या. त्याने आपली मान इतक्या जोरात हलवली की ती तुटेल की काय अशी पॉलला भीती वाटली.

ह्या जपानी लोकांबद्दल एक गोष्ट पॉलला नेहमी आवडायची, ती म्हणजे त्यांची विदेशी लोकांना मदत करण्याची तयारी. मग ह्यासाठी किती वेळ लागला तरी बेहत्तर. एक चांगले यजमान म्हणून त्यांच्याकडे असलेली सहनशीलता ही त्या सर्व देशाच्या धमन्यांतून वाहत होती. जेव्हा तुम्ही एखाद्याशी लग्न करता तो फक्त अपवाद. त्याने स्वत:ची चूक रागारागाने सुधारली.

त्या टॅक्सीला पोहोचायला अवघी दहा मिनिटं लागली. पण टोकियोच्या

कुविख्यात महागाईमुळे ते भाडं पंधराशे येन एवढं झालं. पॉल त्या टॅक्सीड्रायव्हरला उरलेली चिल्लर ठेवण्याबद्दल खूण करणार होता. पण मग त्याला आठवलं की जपानमध्ये टीप द्यायची जरुरी नव्हती किंवा त्याला प्रोत्साहनही दिलं जात नव्हतं. अवघ्या अठ्ठेचाळीस तासांपूर्वी त्याने आपल्या मदतनिसाला सांगितलं होतं की जपान हा जगातील थोड्या देशांपैकी एक आहे, जिथं टॅक्सी ड्रायव्हर्स तुमचं सामान उचलायला मदत करतात पण ह्या सेवेसाठी बक्षिसाची अपेक्षा करत नाहीत. रेस्टॉरंटमधील वेटर्स आणि वेट्रेसेस तुम्हाला उत्तम सेवा देतात आणि त्यांना बक्षिसी नको असते.

"जपानला पुन्हा स्वागत असो!" पॉल दबक्या आवाजात म्हणाला. जेव्हा ती टॅक्सी त्या गर्दीच्या स्टेशनमधून अलगद बाहेर पडली तेव्हा सुरुवातीसच डोळे दिपवणारे निऑनचे दिवे प्रकाशित व्हायला लागले होते.

५

मायुमीने आपल्या छोट्या ऑफिसचा दरवाजा उघडला आणि एक उंच युरोपियन बाहेर उभा असलेला पाहून तिच्या हातातून पर्स जवळजवळ निसटलीच. अजूनपर्यंत मायुमीच्या संस्थेने कोणत्याही परकीय लोकांबरोबर व्यवहार केलेला नव्हता आणि त्यामुळे त्याला काय हवं असावं, असा विचार तिच्या मनात आला. अचानक तिच्या लक्षात आलं की ते ऑफिस तसं एकाकी आणि अगदी वर होतं. ती अगदी एकटी आणि ह्या छोट्या जागेत अगदी असहाय होती. दरवाज्याच्या पलीकडे कोण आहे ह्याची तिने, दरवाजा इतक्या विश्वासाने उघडण्याआधी खात्री करून घ्यायला हवी होती. तिच्या कुटुंबीयांनी तिला दरवाज्याला पीप होल लावण्यासंबंधी सुचवलं होतं, परंतु तिला अशा तऱ्हेने पैशाची उधळपट्टी करायची नव्हती.

नीट पाहिल्यावर मायुमीच्या लक्षात आलं की दरवाज्याजवळ उभ्या असलेल्या अनोळखी माणसाला छानशी आखूड, पण दाट दाढी होती आणि तो दिसायलाही चांगला होता. तिच्या मनात एक विचित्र विचार आला, की समजा, तिच्यावर हल्ला व्हायचा असलाच, तर मग कुरूप माणसापेक्षा दिसायला चांगल्या माणसाकडून झालेला बरा. तिची विश्वविद्यालयीन मैत्रीण अकिका फोनवर हसत तिला हेच म्हणाली होती, कारण त्या वेळी त्यांचं टोकियोमध्ये होणाऱ्या वाढत्या अतिप्रसंगाबद्दल संभाषण चाललं होतं.

पॉल ग्रिफिनला त्या लहानशा जपानी मुलीच्या चेहऱ्यावर दिसणारी काळजी लक्षात आली. ज्या ठिकाणी सुटकेचा अरुंद मार्ग आहे अशा इमारतीच्या वरच्या मजल्यावरच्या ऑफिसच्या जागेत एकट्या स्त्रीला त्याची शरीरयष्टी किती भिववणारी वाटेल हे त्याच्या लक्षात आलं.

आपलं सर्वांत आश्वासनदर्शक असं स्मित चेहऱ्यावर आणत त्याने वाकून अभिवादन केलं, ''माझं चुकलं, मी आधी फोन करायला हवा होता. परंतु खाजगी डिटेक्टिव्हबाबत कसं असतं हे तुम्ही जाणताच. आम्हाला न सांगता जायची एवढी सवय असते! ग्रिफिन प्रायव्हेट इन्व्हेस्टिगेटर, न्यूयॉर्क ह्या कंपनीतील मी पॉल ग्रिफिन आणि हे माझं कार्ड.''

तिनं त्याचं व्यावसायिक कार्ड नीट पाहिलं आणि तिच्या चेहऱ्यावर हास्य उमटलं. माणूस जे व्यावसायिक कार्ड दाखवतो त्यावरून माणसाच्या विश्वसनीयतेचं मूल्यमापन होतं ह्या जपानी व्यवसायातील चालीरीतींची त्याला आठवण झाली. अस्थानी विश्वास, त्या वेळी त्याला वाटलं होतं. माणूस त्याला पाहिजे तेवढी व्यावसायिक कार्डं छापून घेईल आणि त्यावर तो कोणीही असल्याचं दाखवेल, हे त्यांना माहीत नव्हतं का? अर्थात तो एखाद्या न्यूयॉर्कमध्ये राहणाऱ्या माणसासारखा विचार करत होता. कारण असे फसवे, दुष्ट विचार जपानी लोकांच्या मनात येतच नाहीत! ते वैयक्तिक सचोटीवर भर देत होते हे आश्चर्यजनक होतं. ह्यामुळे एखाद्याला फसवल्यामुळे तुम्हालाच वाईट वाटायला लागायचं! अशा तऱ्हेचा मानसिक दबाव आणणं हीच बहुधा त्या मागची कल्पना होती.

''मी मायुमी ओनोडारा, ह्या संस्थेची मालकीण. तुम्हाला भेटून आनंद झाला.'' तिचं इंग्लिश अचूक होतं, पण ती शब्दांवर जरा जास्त जोर देऊन उच्चार करत होती. ''कृपया आत या आणि तुम्हाला पाहिजे तिथं बसा.''

''हे अगदी छोटं ऑफिस आहे.'' ती काहीशा खजील स्वरात सांगू लागली आणि तिने खांदे उडवले, ''परंतु हे टोकियो आहे.''

जणू काही त्यामुळे सर्वाचाच खुलासा झाला होता.

उत्तम व्यावसायिक हसू तोंडावर आणत तिने विचारले, ''मी तुमच्यासाठी काय करू शकते?''

मासिकांची चळत बाजूला करत पॉलने तिथं असलेली एकमेव खुर्ची रिकामी केली आणि तो बसला. हे करताना त्याने झोपलेल्या तपकिरी रंगाच्या मांजराला हुसकावलं होतं.

''सॉरी, ही मिकी आहे. मी प्रत्येक दिवशी कामावर येताना तिला बरोबर आणते.'' मायुमीने सांगितलं. तिनं त्या गुरगुरणाऱ्या मांजराला उचललं आणि खिडकीच्या पट्टीवर ठेवलं. तिथं बसून ते चिडखोरपणे, रागीट डोळ्यांनी पॉलकडे पाहत होतं. ''निव्वळ सोबत म्हणून. कारण हे उघड आहे की ती माझी वैयक्तिक मदतनीस वगैरे नाही.''

पॉल अगदी मनापासून हसला. सरतेशेवटी विनोदबुद्धी असलेली एकतरी जपानी मुलगी त्याला सापडली होती! एकदा नात्सुकोला भेटायला मैत्रिणी आल्या

होत्या आणि त्याने चक्क मोठ्यामोठ्याने विनोद ऐकवले होते. त्यामुळे त्याच्या हातून योग्य वागणुकीची नाजूक संहिता नकळत मोडली गेली होती. कारण त्या बायकांचे हात चटकन तोंडाकडे गेले होते! नात्सुकोला हे सर्व भयानक वाटले होते. निदान मायुमी तरी अशी नव्हती आणि ते दोघं एकत्र चांगलं काम करू शकतील असं पॉलच्या मनात आलं.

तिच्या ऑफिसमध्ये ज्या प्रकारचा अस्ताव्यस्तपणा होता त्यावरून तिच्याकडे पुरेसा तऱ्हेवाईकपणाही होता आणि पॉलला ज्यांना थोडीफार अस्वच्छता चालेल अशा स्त्रियांबरोबर काम करायला आवडायचं.

तो मोठ्याने म्हणाला, ''माझं मांजरांबरोबर तसं बऱ्यापैकी जमतं,'' आणि हे सांगताना मिकीने ओरबाडल्यामुळे त्याच्या डाव्या हाताच्या तर्जनीवर उमटलेलं रक्त तो दृष्टिआड करायचा प्रयत्न करत होता. ते आता चुरचुरायला लागलं होतं. त्या खिडकीच्या पट्टीवर बसलेल्या आणि टक लावून पाहणाऱ्या गोळ्याला तो मनातल्या मनात शिव्या देत होता. त्याने आपल्या बॅगेत हात घालून निळी फाईल बाहेर काढली.

''युनायटेड स्टेट्समध्ये प्रसिद्ध असलेल्या एका जपानी व्यावसायिकाच्या पूर्वज घराण्याच्या मुळाचा शोध घेण्याकरता मी इथं आलोय. ह्या प्रकल्पाचा जपानमधील कामाचा भाग म्हणून मी इथं ज्यांच्याबरोबर काम करू शकेन अशी व्यक्ती म्हणून तुमची शिफारस केली गेली होती. तुमचे वडील त्याच विश्वविद्यालयात सहाध्यायी होते हेही एक आणखी कारण.''

मायुमीने न बोलता ते कागद उचलले आणि वाचायला सुरुवात केली. पॉल तिच्याकडे पाहत होता. कसेही असले तरी ती एखादी स्त्री असेल आणि एवढी तरुण असेल अशी त्याची अपेक्षा नव्हती. परंतु त्या गबाळ्या, तऱ्हेवाईक जगण्याच्या पद्धतीचा, तिच्या ऑफिसच्या अवस्थेचा आणि ती रोज ते तपकिरी मांजर ऑफिसमध्ये आणते ह्याचा विचार करता, तिच्याकडे असं काही होतं की ज्यामुळे पॉलची खात्री पटली की, तानाकासाहेबांनी आश्वासन दिलं होतं त्याप्रमाणे तिच्या नसानसांत तरतरीतपणा भरलेला होता. ती चांगली माहीतगार होती आणि अगदी पूर्णत: संशोधक इतिहासकार होती.

त्या कागदावर सर्व इंग्लिशमध्ये लिहिलेलं होतं आणि मायुमीला ते सावकाश वाचावं लागत होतं. कारण रोजच्या जीवनात आणि कामात तिला इंग्लिश कागदपत्रं वाचण्याची सवय नव्हती. परंतु त्या अगदी साध्यासुध्या जपानी नावाच्या आणि तारीख, जन्मस्थान, बापाचं नाव ह्यासारख्या वैयक्तिक नोंदी होत्या. तिथं आईच्या बाबतीत मात्र काही माहिती नाही हे तिच्या लक्षात आलं. त्या कागदाच्या वरच्या बाजूस एकमेकात हात गुंफलेल्या आणि खुर्चीवर ताठ बसलेल्या वयस्क

माणसाचा फोटो लावलेला होता.

त्या फोल्डरमध्ये असलेल्या माहितीमुळे तिला तसं काही कळलं नव्हतं. त्यामुळे मायुमीने ते बंद केलं आणि विचारलं,

"मी तुम्हाला, बहुतेक करून त्या फोल्डरमधील माणसाला कशी मदत करू शकते?"

जरी बाहेरून ती शांत दिसत असली तरी आतून ती फार उत्तेजित झाली होती कारण बऱ्याच अवधीनंतर ही पहिली केस होती आणि तिला कामाची गरज होती!

पॉलने फोल्डर उघडला आणि आतल्या फोटोकडे बोट दाखवलं. "होय, मी ह्या माणसासाठी काम करतोय. त्याला आपली आई कोण, हे शोधून काढायचंय. कारण त्याच्या मुलाला एक दुर्मिळ आजार झालाय आणि डॉक्टरना त्याच्या घराण्याचा इतिहास हवाय. तो जेव्हा जन्मला तेव्हा त्याची आई वारली. त्यामुळे त्याला ती माहीतच नव्हती आणि तिच्यासंबंधीची माहिती द्यायला कोणी जिवंत नसल्यामुळे त्याला अशी व्यावसायिक मदत घ्यायला लागली आहे."

आपल्या नव्या अशिलाच्या कुटुंबाची वंशवेल शोधण्यासाठी दिलेल्या ह्या विचित्र कारणामुळे मायुमी क्षणभर थक्क झाली. अर्थात शोध घेणे हा तिच्या कामाचाच भाग होता. परंतु अजूनपर्यंत कुणाचा तरी रोग शोधण्याच्या कारणासाठी तिच्या कामाचा वापर केलेला नव्हता. मग तिने खांदे उडविले, केस म्हटली की केस. लोकांना त्यांची वंशवेल का शोधून हवी, हे प्रश्न विचारण्याचे तिचे काम नव्हते. त्या शिवाय जशी ताजी हवा आवश्यक तसाच तिला पैसा हवा होता. असेच जर काही आठवडे कामाशिवाय कोरडे गेले, तर मग तिला जेनेटिक संस्था बंदच करावी लागली असती.

"खरं म्हणजे त्याची आई कोण होती हे शोधून काढल्यामुळे त्या मुलाला मदत कशी होईल? काही झाले तरी ती आता मृत आहे. तिचे अवशेष जेनेटिक पृथःकरणासाठी खणून काढण्याचा तर त्याचा बेत नाही ना?" आपण स्वतः हे विचारतोय ह्याची जाणीव होऊन तिला धडकीच भरली. "तो जन्माला आला तेव्हा ती मेली असं तुम्हीच म्हणाला होतात नाही का?"

"हो, मी म्हणालो, पण जर ह्या माणसाकडे खूप पैसा आहे आणि त्याची आई कोण होती हे जाणण्यासाठी त्याला जर तो उधळायचा असला, तर त्याला थांबवणारे आपण कोण?" जरासे चिडूनच पॉल हे म्हणाला. त्याच्या शरीराचा ताबा जेटलॅग घेतोय हे त्याला जाणवत होतं. त्यामुळे त्याला अशक्तपणा वाटत होता आणि ह्या जपानी स्त्रीने असे अप्रस्तुत प्रश्न विचारणं थांबवावं आणि कामाची सुरुवात करावी अशी त्याची इच्छा होती. देवा! काही वेळा स्त्रिया इतक्या वैतागवाण्या का असतात? ज्यांचा त्यांच्याशी काही संबंध नाही अशा प्रत्येक

गोष्टीसाठी त्यांना युक्तिवाद का हवा असतो आणि तोही त्यांना चांगला, भरपूर पैसा मिळणार हे दिसत असतानाही?

"हो, अर्थात तुम्ही बरोबर आहात." मायुमीने कबुली दिली आणि त्याला आलेला थकवा जाणून ती म्हणाली, "तुम्ही थकला आहात पॉल महाशय. तुमचा खूप प्रवास झालाय आणि जर हे तुम्हाला उद्या करायचं असेल तर माझ्या दृष्टीने ठीक आहे."

हे शब्द तिच्या तोंडातून बाहेर पडले आणि मायुमीने स्वत:ला दुसऱ्यांदा ठोकरलं. तिला झालं होतं तरी काय? जर तो हो म्हणाला आणि पुन्हा परतलाच नाही तर? ती अशा तऱ्हेने वागत होती की जणू तिचा दरवाजा ठोकत दररोज अशिलं येत होती आणि एखाद्या धूलीकणासारखं पॉलला उडवणं तिला परवडण्यासारखं होतं.

पण आनंदाची गोष्ट म्हणजे त्याने मान हलवली आणि तो म्हणाला, "नाही, मी ठीक आहे, खरंच. जरा अशा अशक्तपणा वाटतोय एवढंच. परंतु मला असं वाटतं की तुम्ही कुठेतरी जायला निघाला होतात आणि मी त्यात अडथळा आणला."

"हं, मी जेवणासाठी बाहेर जात होते एवढंच." मायुमीने उत्तर दिले.

पॉलच्या लक्षात आलं की त्यालाही भूक लागलेली आहे आणि त्या भागात पसरलेल्या अनेक जपानी आणि पाश्चात्त्य ढाब्यांवर जाण्यासाठी तो तिच्या बरोबर येऊ शकतो का, असं त्यानं तिला ताबडतोब विचारलंही.

मायुमीने एक जपानी साखळी रेस्टॉरंटमधील ढाब्याचं नाव सुचवलं. त्या धाब्याचं नाव होतं योशिनोया आणि तो काही हरकत घेणार नाही अशी ती मनातल्या मनात प्रार्थना करत होती. कारण ह्या क्षणी तरी तिला तिथे जाणंच परवडण्यासारखं होतं. तो तिचा पाहुणा होता आणि त्याने पैसे द्यावेत अशी तिची अपेक्षा नव्हती, पण दोन हजार येन एवढेच काय ते तिच्या पाकिटात होते.

पॉल तिच्या मागोमाग रेस्टॉरंटमध्ये गेला आणि त्याने आपला मोठा देह छोट्याशा स्टुलावर टेकवला. त्या दुपारी जेवणाऱ्यांच्या गर्दीत तो पार हरवून गेला. आनंदाची गोष्ट म्हणजे त्याला तिथं काही अयोग्य वाटत नव्हतं आणि ह्या अनुभवाची तो मजा लुटत होता.

"तूच माझ्यासाठी काय ते मागव," त्याने मायुमीला सांगितलं आणि ते दोघं हसले. जणू त्याच्यापुढे दुसरा काही मार्ग होता!

मायुमीने दोघांसाठी 'ओमोरी' नावाचा खाद्यपदार्थ मागवला आणि जेव्हा वाडगाभर भात आणि त्यावर गोमांस आणि कांदा घातलेले दोन वाडगे त्यांच्या पुढ्यात झटकन हजर झाले, ते पाहून पॉलला आश्चर्यच वाटलं. जेव्हा त्याने

जेवणाचे हस्तिदंती काटे उचलले तेव्हा पुन्हा नात्सुकोबरोबर घालवलेल्या जीवनाचे काही क्षण त्याच्यापुढे परतले आणि ते का तेही त्याला आठवलं. अर्थात तिनेही त्याला अशा साखळी रेस्टारंटच्या, जिथं गोमांस मिळतं, अशा ढाब्यावर आधी आणलं होतं आणि ते दोन हस्तिदंती काटे कसे वापरायचे तेही शिकवलं होतं. ती त्या दोन्ही काट्यांनी अन्न पटकन आणि कौशल्याने उचलायची.

त्याची पूर्वीची पत्नी ह्याबाबत निराशच झाली होती. त्या निसटणाऱ्या हस्तिदंती काट्यांच्या गुंतागुंतीत तो काही तरबेज होऊ शकला नाही आणि आज कित्येक वर्षांनंतर ह्या काट्यांनी अन्न उचलण्याऐवजी ते काटे तो अन्न तोंडात ढकलण्यासाठी वापरत होता.

त्या रेस्टॉरंटमधला संभाषणाचा गोंगाट, चिकटून चिकटून बसण्याची असलेली व्यवस्था आणि त्यात भर म्हणजे गिऱ्हाइकांनी खायचे आणि पळायचे अपेक्षित असल्यामुळे, जेवणाच्या वेळी त्या केसची चर्चा करण्याची आशा पॉलला सोडून द्यावी लागली. काही मिनिटं आपलं बोलणं तिला ऐकू जावं असा प्रयत्न त्याने केला आणि मग सोडून दिला. सर्व सूचना त्या फाईलमध्ये होत्या. मायुमी त्या स्वत: वाचू शकत होती आणि त्यानुसार वागू शकत होती. मग पॉल आरामात बसला आणि हातात असलेल्या कामाकडे त्याने लक्ष दिलं आणि ते काटे हिकमतीने कसे वापरता येतील ते तो पाहू लागला.

जेवण झाल्यावर शिबुया स्टेशनजवळ त्यांनी परस्परांचा निरोप घेतला आणि मायुमीने त्याला शब्द दिला, ''मि. ग्रिफिन, उद्या मी रजिस्ट्रेशन ऑफिसला भेट देऊन केसची सुरुवात करते. जर का परवा तुम्ही माझ्या ऑफिसमध्ये आलात तर तुमच्यासाठी माझ्याकडे काहीतरी माहिती असेल.''

पॉलने मान डोलावली. ''आभार किंवा अरिगाटो म्हणू? ह्या वेळी येण्याआधी मी फोन करीन, कारण मला खात्री आहे की मी आज सकाळी तुम्हाला चांगलंच घाबरवलंय, हो की नाही?''

शिबुया स्टेशनच्या गर्दीत दिसेनाशा होणाऱ्या पॉल ग्रिफिनकडे बघत मायुमी हसली. त्या दिवशी एक नवं अशील दरवाजा ठोकत तिच्याकडे आलं होतं आणि तेही अगदी महत्त्वाचं होतं. तो भरपूर मोबदला देईल ह्याची तिला खात्री होती आणि त्यामुळे हसण्यासाठी तिला खरंच कारण मिळालं होतं.

६

सिंगापूर

ती खोली स्वच्छ होती, पण रिकामी आणि मोडकळीला आलेली होती आणि तिच्या डाग पडलेल्या आणि पोपडे सुटलेल्या भिंतींना रंग लावण्याची नितांत गरज होती. ही खोली त्याच्या आयुष्यासारखीच रिकामी, जेमतेम गरज भागवेल एवढी आणि मोडकळीला आलेली होती. त्याच्या आयुष्यातील त्या न संपणाऱ्या चाकोरीतून दिलासा द्यायला त्याला काही झिरमिळ्या नव्हत्या किंवा मृदुताही नव्हती. जेव्हा जिमीने त्या खोलीत सभोवार नजर टाकली तेव्हा हे त्याच्या मनात आलं. तरीही जागेपणीचे सर्व तास तो इथंच घालवायचा आणि अवास्तव कल्पना आणि विक्षिप्त स्वप्नं रंगवायचा.

त्याची नजर जवळच्या कोपऱ्याकडे गेली. तिथं एका घडीच्या मळकट टेबलावर ठेवलेले दोन जुने कॉम्प्युटर्स मानाचं स्थान मिरवत होते. एक कायमचा इंटरनेटला जोडलेला होता आणि दुसरा कॉम्प्युटर सगळ्या वस्तूंपासून वेगळा ठेवलेला होता. तो हे असं का करत होता हे त्यालाच माहीत नव्हतं. पण तो एक जुना कॉम्प्युटर न चालवता बंद ठेवायचा आणि तेही बाहेरच्या जगाशी जोडलेल्या, जिवंत असल्याची साक्ष देणाऱ्या आणि काम करण्याची कुवत असलेल्या दुसऱ्या कॉम्प्युटरच्या अगदी शेजारी ठेवायचा. एकमेकांच्या अगदी शेजारी एक मेलेला आणि एक जिवंत असा प्रतिस्पर्धी उभा करण्याने त्याच्या मनाला एक घृणास्पद समाधान मिळायचं.

दोन महिन्यांपूर्वी त्याचे वडील वारल्यावर त्या छोट्या हाऊसिंग बोर्डच्या खोल्या त्याला आणखीनच एकाकी आणि भावनाशून्य वाटू लागल्या होत्या. ह्याला फक्त दोनच महिने झाले होते का? जिमीला मात्र हा न संपणारा काळ वाटला होता. पांढऱ्या रंगाने रंगवलेल्या आणि रंगाचे पोपडे उडालेल्या त्या भिंती त्याने जास्त चमकदार आणि उत्साहवर्धक रंगाने रंगवायच्या ठरविल्या होत्या. परंतु खरं म्हणजे जो पगार त्याच्या अर्ध वेळ कामामुळे त्याला आय.टी. सेंटरमध्ये मिळायचा, त्यातून फक्त मूलभूत गरजा तेवढ्या भागायच्या आणि मग दुसऱ्या कशासाठी काहीच उरायचं नाही. आय.टी. सेंटरमध्ये काम करण्याचा एकच फायदा होता. तो म्हणजे कोणाच्याही नकळत त्याच्या जुन्या, दुर्दशा झालेल्या कॉम्प्युटर्समध्ये नवीन ज्ञान घालून ते त्याला अद्ययावत करता येत होते.

जिमीला जेव्हापासून आठवत होतं तेव्हापासून त्याचं आयुष्य हलाखीचंच गेलं होतं. त्यामुळे त्याला वाटायचं की त्याच्यासारख्या रागीट मुलाचं रूपांतर एखाद्या लहरी, अंतर्मुख, जाड भिंगांच्या चष्मिष्ट मुलात होणं हा त्याचा हक्कच आहे. ह्या जाड काचांच्या चष्म्यामुळे तो तिरळा वाटायचा. शाळेतील मुलांना तो तऱ्हेवाईक, विचित्र आणि वेगळा मुलगा वाटायचा आणि ते त्याच्या वाटेला जात नसत. तो भरपूर मुरमं आलेला मुलगा अन्तर्मुख होऊन स्वत:शीच विचार करत राहायचा आणि आपल्या खोलीत बसून तासन्तास गुन्हेगारीसंबंधीची पुस्तकं वाचत राहायचा.

एकदा शाळेत त्याच्या शिक्षकाला गुन्हेगारी पुस्तकांपैकी एक पुस्तक त्याच्या दप्तरात सापडलं होतं आणि त्याने त्याला समुपदेशनासाठी पाठवलं होतं. जिमीने समुपदेशकाला योग्य तऱ्हेने उत्तरं दिल्यामुळे तो सामान्य आहे आणि त्याला अशा समुपदेशनाची गरज नाही असा निर्णय घेण्यात आला होता. मग पुन्हा एकदा जिमी सरळ त्या घृणास्पद वाङ्मयसंग्रहाकडे परत गेला होता. कोणाच्या नजरेत येऊ नये ह्यासाठी शाळेत आपण शांत आणि निरुपद्रवी असल्याचा आव आणून तो वागायचा.

जिमी पंधरा वर्षांचा असताना एक दिवस एक फोन आला आणि त्याचं आयुष्यच बदललं. इमारतीच्या कामावर वेल्डर असलेला त्याचा बाप घरी परतायला नेहमीपेक्षा जरा जास्तच उशीर झाला होता. पण रद्दी पुस्तकांच्या एका दुकानात जिमीला एक गुन्हेगारीसंबंधित पुस्तक मिळालं होतं आणि ते वाचण्यात गुंगल्यामुळे फोन वाजेपर्यंत वेळ कसा गेला ह्याकडे त्याचं लक्षच नव्हतं. फोनच्या मोठ्या कर्कश आणि अविरत येणाऱ्या आवाजामुळे त्याला चीडच यायची आणि एकदा तर त्याने ते त्रासदायक यंत्र भिंतीवर फेकलं होतं.

परंतु आज रात्री त्याची मन:स्थिति चांगली होती कारण नवं पुस्तक मन गुंगवून सोडणारं होतं. त्यामुळे त्याने फोन उचलला. त्याला खात्री होती की त्याच्या बापाने कामावरून नाही तर गेयलँगमधल्या एखाद्या वेश्यागृहातून फोन केला असावा.

त्याचा बाप तिथं महिन्यातून एकदा मसाज घ्यायला जायचा.

जेव्हा त्याने फोन घेतला तेव्हा त्याच्या तोंडावर उपरोधिक हसू उमटलं. ह्या वेळी मसाजच्या बाबतीत त्याचा बाप कोणती थाप मारणार, याची तो वाट पाहत होता आणि मग त्याच्या चेहऱ्यावर अविश्वास, दुःख आणि रागाचा मुखवटा तयार झाला. फोनवर बोलणारी व्यक्ती अनोळखी होती. त्याच्या कानात विचित्र गोंगाट करणारे अस्पष्ट आवाज येत असताना त्या व्यक्तीने जिमीला सांगितलं की त्याचा बाप कामावर असताना परातीवरून पडलाय. तो जनरल हॉस्पिटलमध्ये अत्यंत भयंकर अवस्थेत आहे आणि त्याने टॅक्सी घेऊन शक्य तेवढ्या लवकर हॉस्पिटलला यावं.

"शिट्! शिट्!" जिमी अंगावर कपडे चढवित असताना किंचाळला आणि आपल्या फ्लॅटमधून धावत जिन्यावरून उड्या मारत खाली आला. त्याच्या डोळ्यांतील अश्रूंमुळे त्याला दिसत नव्हते. एकदा त्यांना बाहेरची वाट मिळाल्यावर ते थांबत नव्हते.

अनेक टॅक्सीज त्याच्या जवळून गेल्या, पण त्या त्याच्यासारख्या हिंस्र डोळ्यांच्या, रस्त्याच्या बाजूला किंचाळत उभ्या असलेल्या अर्धवट मुलासाठी न थांबता पुढे गेल्या. मादक द्रव्याची नशा करणाऱ्या, मोकाट सुटलेल्या मुलासारखा तो दिसत होता. त्याचा बाप गंभीर दुखापत होऊन हॉस्पिटलमध्ये पडलेला होता आणि एकही टॅक्सी त्याच्यासाठी थांबत नव्हती, ती रात्र तो कधीच विसरू शकणार नव्हता.

त्याने मन कठोर केलं आणि ज्या समाजाने त्याची कधीच पर्वा केली नाही त्या समाजाला धडा शिकवायचा अशी शपथ घेतली. सरतेशेवटी एक टॅक्सी खरंच थांबली. त्या टॅक्सीच्या पुढच्या काचेवर एक फलक होता. त्यावर लिहिलेलं होतं 'जीझस वाचवतो'. तो ड्रायव्हर हा नुकताच धर्मांतर केलेला ख्रिश्चन होता. तो अजूनही आपल्या धर्माबद्दल उत्साही होता. त्यामुळेच त्याने त्या भयानक आणि धोकेबाज दिसणाऱ्या मुलाकडे लक्ष दिलं होतं आणि रस्त्याच्या बाजूला उभं राहून तो किंचाळत हातवारे करतोय हे पाहून गाडी थांबविली होती. त्याच वेळी उष्णकटिबंधातील वादळाची सुरुवात झाली होती.

हॉस्पिटलमध्ये पोहोचेपर्यंत जिमी हुंदके देत होता आणि तो टॅक्सी ड्रायव्हर बायबलमधील काही धीर देणारी वचनं त्याला ऐकवत होता. पण अर्धवट वयाच्या जिमीला तो स्वतः म्हणजे देवाची लज्जास्पद निर्मिती आहे असं वाटत असल्यामुळे त्याला स्वतःसमोरचं हलणारं, टक्कल पडलेलं डोकं, गुन्हेगारी पुस्तकात दाखवतात तसं फोडून रक्तबंबाळ करावं असा मोह होत होता. पण त्याने तो आवरला. हॉस्पिटलमध्ये निघण्याच्या गडबडीत तो पैसे घ्यायला विसरला होता आणि त्याला

ह्या माणसाच्या दयेवरच अवलंबून राहणं भाग होतं. त्यामुळे त्याचं डोकं फोडून जिमीचा हेतू साध्य होणार नव्हता.

अगदी एकदाच आयुष्यात जिमीचं नशीब फळफळलं होतं. कारण जेव्हा ते दिव्यांनी झगमगलेल्या हॉस्पिटलपाशी आले, तेव्हा त्या टॅक्सी ड्रायव्हरने त्याच्या हातात एक बुकमार्क दिलं. त्या बुकमार्कवर प्रसिद्ध स्फूर्तिदायक, 'फूटप्रिंट्स' ह्या पुस्तकातील शब्द छापलेले होते आणि त्याला टॅक्सीतून खाली उतरवून हात करत तो टॅक्सीड्रायव्हर म्हणाला, ''आज पैसे नकोत मुला! जा तुझ्या वडिलांना भेट आणि लक्षात ठेव, जीझस वाचवतो.''

जिमी धडपडत, गोंधळून टॅक्सीतून उतरला तेव्हा तो घोकत होता, ''हो, जीझस वाचवतो.'' जास्त वेडा कोण आहे ह्याची त्याला खात्री नव्हती. तो स्वत: की बायबलमधील वचनं सांगणारा तो टॅक्सी ड्रायव्हर? ती टॅक्सी तेथून वेगाने निघून गेल्यावर त्याने त्या बुकमार्कचा बोळा केला आणि जवळच्या कचऱ्याच्या डब्यात टाकला.

''नाही, जीझस विशेषत: माझ्यासारख्यांना वाचवत नाही.'' तो पुटपुटला आणि त्याने यांत्रिकपणे हॉस्पिटलचा काचेचा दरवाजा ढकलला आणि त्या थंड जंतुविरहित जागेत प्रवेश केला. ती रात्र तशी गरम आणि दमट होती आणि त्याच्या घामट शरीरावर अचानक वातानुकूलित थंड हवेचा मारा झाला. त्या अचानक आलेल्या थंड हवेमुळे त्याच्या शरीरावर काटा उभा राहिला.

जिमी भयंकर थरथरत होता आणि त्या 'सर्वज्ञ' अर्धवट वयाच्या पोराचा उद्धटपणा अचानक त्याला सोडून गेला होता. आता तो म्हणजे एक पंधरा वर्षांचा घाबरलेला मुलगा होता. पुढ्यात काय वाढून ठेवलेलं आहे आणि ह्या नंतर त्याला कशाला तोंड द्यावं लागणार आहे ह्याची त्याला कल्पना नव्हती. त्याच्या बापाला अतिदक्षता विभागात ठेवलेलं होतं. त्या खोल्यांची ती घुसमटवणारी जवळीक आणि त्यात दाटलेला तो जंतुनाशकांचा दर्प आणि वैद्यकीय उपकरणं ह्यामुळे त्याच्यावर दडपण आलं. इतके वर्षं परिचित असलेल्या गुन्हेगारी पुस्तकांतील त्या भयानक हिंसेने त्याची पकड घेतली आणि तो कण्हला. त्याला बाहेर पडायला हवं होतं, पण त्याचे पाय हलत नव्हते आणि त्याचा श्वास धापा टाकल्यागत जोराने येत होता. जणू काही तो धावत होता. दूरवरून त्याला एका बाईची किंकाळी ऐकू आली, ''तो मुलगा बघा, त्याला फीट येतेय.''

जिमी शुद्धीवर आला तेव्हा तो हॉस्पिटलच्या पांढऱ्या बिछान्यावर पडलेला होता आणि त्याच्या हनुवटीपर्यंत एक हलकी चादर ओढलेली होती. त्याचं डोकं हलकं झाल्यासारखं वाटत होतं. जेव्हा त्याने तोंडाकडे नेण्यासाठी हात वर केला तेव्हा तोंडात रक्ताची चव होती आणि कुणीतरी त्याच्या दातांमध्ये प्लॅस्टिकची पट्टी

ठेवलेली होती. तीन वर्षांपूवी त्याला शेवटची फीट आली होती. त्यानंतर त्यानं फीट थांबवण्याचा आटाकोट प्रयत्न केला होता. पण ती भयानक फीट पुन्हा आली होती हे त्याला जाणवलं आणि त्याचा धीर खचला. फीटमुळे आपण कमकुवत आणि अपुरे आहोत असं त्याला वाटायचं. अचानक आपण अगदी लहान आहोत आणि आपण हरलोय असं त्याला वाटायला लागलं. त्याचा बाप अतिदक्षता विभागात होता आणि त्याच्या बाजूला जाऊन बसण्याऐवजी तो स्वत:च कोसळला होता. तो अगदी नगण्यच नव्हे, तर दुर्बलही होता. जिमी धडपडून आपल्या पायांवर उठला आणि काही पावलं डळमळल्यावर हळूहळू स्थिर झाला.

एका नर्सने त्याला अतिदक्षता विभागात त्याच्या बापाला भेटण्यासाठी आणलं. त्याचा बाप हा त्याला माहीत असलेला एकमेव कुटुंबीय होता आणि त्याची अवस्था म्हणजे वायर्स आणि नळ्या जोडलेला आणि जेमतेम श्वास घेणारा एक मांसाचा गोळा अशी होती. हे पाहिल्यावर त्याच्या मनात पुन्हा एकदा ओकारीची भावना दाटून आली, पण त्याने स्वत:वर काबू मिळवला. वडिलांच्या अंगावर घातलेल्या, हळूहळू हलणाऱ्या पांढऱ्या चादरीत त्याने आपलं तोंड खुपसलं आणि त्याच्या गालावरून गरम, चोरटे अश्रू ओघळू लागले.

जिमीचा बाप दोन महिने हॉस्पिटलमध्ये होता आणि त्याला सरतेशेवटी सोडण्यात आलं तेव्हा तो चाकांच्या खुर्चीवर होता. त्याच्यासारख्या पंधरा वर्षांच्या मुलालाही हे कळून चुकलं होतं की त्याचा बाप पुन्हा कधीही काम करू शकणार नाही. ह्या अशा दु:खद घटनेला तोंड द्यायला ते असमर्थ होते आणि त्यानंतर कित्येक महिने त्याचा बाप निराश आणि विक्षिप्तही झाला होता. कामावर असताना झालेल्या अपघाताबद्दल इमारत बांधणाऱ्या कंपनीने जी नुकसानभरपाई दिली त्यावर ते कसेबसे भागवत होते. पण नाउमेद झालेल्या आणि खचलेल्या आपल्या बापाला पाहणं जिमीला फारच कठीण जात होतं. जन्मभर कसंबसं भागवत जगण्याची सवय असलेल्या जिमीला दारिद्र्याची भीती वाटत नव्हती. पण ज्या तऱ्हेने आता त्याचा बाप सर्वस्वी त्याच्यावर अवलंबून होता त्यामुळे तो घाबरला होता. त्याला अडकल्यासारखं आणि प्रौढ झाल्यासारखं वाटत होतं.

टेबलावरच्या कागद कापण्याच्या सुरीबरोबर खेळत असताना जिमीला सुरुवातीच्या त्या कठीण महिन्यांची आठवण झाली. तीन दिवसांतून एकदा येणारी एक नर्स त्याला बापाची कशी काळजी घ्यायची ते दाखवायची. सुरुवातीला बापाला अंघोळ घालण्याच्या कामानंतर त्याने सपशेल माघारच घेतली होती, पण हळूहळू ते चित्र बदललं. जिमीसाठी मग तो रोजचाच कार्यक्रम झाला. शाळा संपली की तो धावत घरी परतायचा ते शाळेच्या कँटीनमधून आणलेली जेवणाची पाकिटं घेऊनच. दिवसाचा उरलेला वेळ धुणी, इस्त्री स्वच्छता आणि इतर बारीकसारीक कामं.

जिमीसारख्या अर्धवट वयाच्या मुलाकडून अशी कामं करण्याची अपेक्षा नव्हती.

त्याच्या बापाला ही परिस्थिती स्वीकारण्यासाठी सहा महिने लागले. मग ह्या अवधीत तो आपल्या मुलाला खरोखर नीट ओळखू लागला. मग तो जिमीला त्याच्या आयुष्यातील चांगल्या गोष्टी भरभरून सांगायचा– जेव्हा त्याचा बाप तरुण आणि देखणा होता तेव्हाच्या... त्याचं लग्न एका तरतरीत आणि आनंदी वृत्तीच्या स्त्रीशी झालं होतं तेव्हाच्या. जिमीला त्याची आई माहितीच नव्हती. विशेषकरून त्याच्या आईच्या गोष्टींनी त्या अर्धवट वयाच्या मुलाचं मन भारून जायचं. बाप झोपी गेल्यानंतरही बराच काळ जिमी आपल्या मेलेल्या आईची प्रतिमा मनात आणत जागा राहायचा.

दोन वर्षांनंतर जेव्हा तो सतरा वर्षांचा झाला तेव्हा शाळा सांभाळणे, बापाची शुश्रूषा करणे आणि येणारे बेताचे पैसे ह्याची कसरत त्याने थांबवली आणि एका कॉम्प्युटर कंपनीत तो मदतनीस म्हणून कामाला लागला. जगाच्या त्याला पाहिजे त्या कानाकोपऱ्यात जायची शक्ती प्रदान करणाऱ्या त्या यंत्रांच्या प्रेमात तो पडला आणि त्या कामाबद्दल त्याला इतकी आत्मीयता वाटू लागली की, तो कॉम्प्युटरवेडा झाला. समोर असलेल्या त्या मनोवेधक स्क्रीनमध्ये रंगून जायचं आणि कोणत्याही गोष्टीकडे किंवा कोणत्याही जागी, जिथं त्याला जायचंय अशा ठिकाणी नुसतं बटण दाबून पोचायचं, ह्यापेक्षा त्याला दुसरं काही नको होतं.

सरतेशेवटी का होईना समाजात त्याला स्थान मिळालंय असं जिमीला वाटलं. खऱ्या जगाला सामोरं जाताना त्याला कमीपणा आणि अडसर वाटायचा. परंतु जे काही आणि जे कोणी व्हायची इच्छा तो करायचा; न्यायनिवाडा न करणारे स्क्रीन त्याला ते होण्याची ताकद द्यायचे.

जेव्हा कंपनीने त्यांचे कॉम्प्युटर अद्ययावत केले, तेव्हा जुन्या दोन कॉम्प्युटरसाठी त्याने याचना केली आणि ती दोन यंत्रं आपल्या फ्लॅटमध्ये बसवली. त्याने अगदी प्रेमाने ती दुरुस्त केली आणि स्वच्छ केली. सरतेशेवटी ते कॉम्प्युटर्स ह्या नव्या मालकाप्रमाणे उत्साहाने आणि आवेगाने चमकू लागले. दररोज घरी परतल्यावर त्याच्या बापाला तोंड द्यायच्या अवघड आणि कंटाळवाण्या कामातून त्याला सुटता यायचं ते ह्या कॉम्प्युटर्समुळेच. ते त्याला चित्तवेधक जगात वाहून न्यायचे आणि तो त्यात स्वत:ला बुडवून घ्यायचा.

एक दिवशी तसं काही उघडउघड कारण नसताना त्याचा बाप अंथरुणात मेलेला आढळला. त्याचे डोळे वर गेले होते आणि ओठांभोवती जमलेला फेसाचा थर घट्ट झालेला होता. त्याला हृदयविकाराचा झटका आलेला होता आणि त्या उदास आणि उघड्यानागड्या खोलीत तो एकटा असताना मेला होता. एक फुटलेला चहाचा कप त्याच्या हातून सुटून खाली जमिनीवर पडलेला होता.

वैद्यकीय मदतनीस आले आणि त्यांनी त्याला हॉस्पिटलमध्ये दाखल केलं, पण बऱ्याच आधी त्याचा मृत्यू झालेला होता. त्यांनी जिमीला अंत्यसंस्कारासाठी बोलावलं आणि जिमीला धडकीच भरली. मृतदेहाचं पुढे काय करायचं आणि अत्यंसंस्कार कसे करायचे ह्याची त्याला कल्पना नव्हती आणि ह्यासाठी लागणारा पैसा तो कुठून आणणार होता? मग त्याला आठवलं– त्याच्या बापानं त्याला सांगितलं होतं की जर त्याचा मृत्यू झालाच तर त्याच्या गादीखाली असलेल्या पत्रात त्याने काय करायचं ह्या संबंधीच्या सर्व सूचना केलेल्या आहेत.

जिमीने तो कागद आपल्या छातीशी धरला. त्याच्या बापाने स्वत:च्या अंत्यसंस्कारांसाठी व्यवस्था केलेली होती– अंत्यसंस्कार नीट व्हावेत ह्यासाठी पैसा ठेवलेला होता. आपल्या बापाच्या उशाशी लपवून ठेवलेली एक काळी-चॉकलेटी पत्र्याची पेटी त्याने उघडली. त्यात नोटांची पुडकी कोंबलेली होती. तीन हजार डॉलर्स म्हणजे त्याला अक्षरश: घबाड वाटलं होतं. चांगले अंत्यसंस्कार करायला किती खर्च येईल हे त्याला माहीत नव्हतं, परंतु हे एवढं घबाड नक्कीच पुरेसं होतं.

जेव्हा अंत्यसंस्कार करणाऱ्यांनी शवपेटी, मृत व्यक्तीच्या शेजारी द्यावा लागणारा पहारा, बुद्धिस्ट अंत्यविधी आणि प्रेतदहन ह्या सर्वांची किंमत काढली, ती होती पाच हजार डॉलर्स! त्याला दोन हजार डॉलर्स कमी पडत होते आणि त्याने त्या अत्यंसंस्कार करणाऱ्यांना हे सर्व तीन हजार डॉलर्समध्ये करण्याची विनंती केली. ह्या बदल्यात कर्ज फिटेपर्यंत तो त्यांच्या कॉम्प्युटर्सवर एक वर्षभर काम करील असं त्यानं सांगितलं.

आपली राख समुद्रात पसरवावी अशी त्याच्या बापाची इच्छा होती, कारण प्रत्यक्ष आयुष्यात तो फिरत्या खुर्चीत बंदिस्त होता आणि मृत्यूनंतर एखाद्या रक्षापात्रात अडकून बसावं असं त्याला वाटत नव्हतं. त्याच्या मृतदेहाच्या पहाऱ्यासाठी फक्त जिमी आणि तो बुद्ध भिक्षू यांच्या व्यतिरिक्त कोणीच नव्हतं. त्यानेच विधी केले आणि एक दिवसानंतर त्याच्या बापाचं दहन केलं. ती राख घेण्यासाठी जिमी रात्र पडेपर्यंत थांबला आणि रक्षापात्र आपल्या पाठीवरच्या बॅगेत बंद करून त्याने समुद्राच्या पूर्व किनाऱ्याकडे जाणारी बस पकडली. त्याच्या बापाने त्या समुद्रावर त्याच्या पद्धतीने प्रेम केलं होतं. अपघात होण्याआधी त्याच्या बापाने त्याला किनाऱ्यावर आणलं होतं. तिथं बाहेरून दिसणाऱ्या खडकावर तो बसला. तो दूरवरच्या जहाजांचे दिवे आणि वर जाणाऱ्या आणि खाली उतरणाऱ्या विमानांच्या दिव्यांची उघडमीट पाहत होता. ज्या ठिकाणी ती जहाजं आणि विमानं जात होती, त्यांचा विचार त्याच्या मनात आला. ह्या जागा पाहण्याची त्याला खूप इच्छा होती, परंतु तो तिथं त्याच्या आयुष्यातील काही गोष्टी बदलेपर्यंत तरी नक्कीच जाऊ शकणार नव्हता.

तो त्यानंतर रडला नाही किंवा त्याला त्यापुढे अपराधीही वाटलं नाही. कारण त्याला असं वाटलं की त्याच्या बापाला जिवंतपणापेक्षा मृत्यूनंतरच जास्त शांतता मिळालेली होती. कदाचित सरतेशेवटी तो जिमीच्या आईपाशी पोचला होता. जिमीने उठताना एक दीर्घ नि:श्वास सोडला. त्याने त्या रक्षापात्राचं झाकण उघडलं आणि जोरात झटका देऊन त्याने बापाची राख समुद्रात फेकली. वाऱ्यावर ती राख पांढऱ्या वर्तुळात पसरून त्या गडद पाण्याच्या प्रवाहात दिसेनाशी होईपर्यंत तो पाहत राहिला. जिमी क्षणभर घुटमळला आणि त्याने आपली सर्व ताकद पणाला लावून त्याच्या बापाचं नाव असलेलं तपकिरी रक्षापात्र समुद्रात जितक्या दूर फेकता येईल तेवढं दूर फेकलं. ते हलणारं रक्षापात्र त्याने किनाऱ्यापासून दूर दूर जाताना पाहिलं. तो कलश जणू त्याच्या बापाचा आत्माच होता. सरतेशेवटी त्याच्या आत्म्याला मुक्ती मिळाली होती.

''गुडबाय बाबा,'' तो कुजबुजला. ''तुम्हाला मृत्यू कसा आला हे आपल्याला माहीत आहे, पण ती आपल्या दोघांमधील गुप्त गोष्ट आहे. एक लक्षात ठेवा, मी तुम्हाला मुक्त केलंय आणि आता तुम्ही स्वतंत्र आहात.''

जिमी त्या टेबलाशी बसला होता. त्याच्या थरथरणाऱ्या हातात त्या ई-मेलची प्रत होती. बापाच्या रिकाम्या खुर्चीकडे तोंड करून बसलेला असताना तो 'त्या' रात्रीचा विचार करत होता. त्याने आपल्या बापाची राख वाऱ्यावर पसरवल्याला अगदी थोडेच महिने झाले होते का? हीच ती जागा होती जिथं बसून तो अपंग म्हातारा आपण तरुण असतानाच्या गमतीशीर गोष्टी आपल्या मुलाला सांगत असायचा. त्याची आई किती सुंदर होती आणि ज्या दिवशी ती वारली त्याच दिवशी त्याचं आयुष्य कसं संपलं वगैरे. त्या आनंदाच्या दिवसांत त्याने जिमीला इतरही गोष्टी सांगितल्या होत्या, त्यांच्या घराण्याचा अशक्य वाटणारा असा इतिहास. त्यामुळे त्या तरुण मुलाच्या मनात ठिणगी पडली होती. ती वाढतच गेली होती आणि प्रत्येक दिवशी जास्तच महत्त्वाकांक्षी होत चालली होती.

आता तो एकटा होता आणि आपल्या हक्कासाठी लढत होता. अनेक वर्षं त्याने त्याच्या बापाची काळजी घेतली होती. तो शून्यवत आयुष्य जगला होता आणि कुठेही गेला नव्हता. त्यामुळे त्याला आता नीटच सौदा व्हायला हवा होता. आपण काही चुकीचं करतोय असं जिमीला वाटत नव्हतं. संधी मिळवण्याचा त्याचा हक्कच होता आणि जर कोणी त्याला तो दिला नाही तर तो झगडून तो हक्क मिळवणार होता.

७

प्रिन्स हॉटेल हे नाव ऐकायला तरी छान वाटलं होतं. त्यामुळेच पॉल ग्रिफिन त्याला दाखवलेली ती बेताच्या सुविधा असलेली खोली पाहून किंचित निराश झाला होता. परंतु तो दोन आठवड्यांसाठी टोकियोत राहणार होता. त्यामुळे बहुधा त्याला जास्त काळ राहणाऱ्यांसाठी असलेली त्यांची सर्वांत उत्तम खोली जादा, मोठ्या सवलतीच्या दराने दिली गेली होती. ठीक आहे, त्याला तक्रार करायला तशी जागा नव्हती.

सुरुवातीला त्याला दोन गोष्टींची गंमत वाटली होती आणि नंतर काहीशी बेचैनी आली होती. त्याच्या सुटकेसेस ट्रॉलीवर ठेवण्यासाठी घाईने पुढे आलेली नोकर ही एक स्त्री होती. तिने अभिवादन करून त्याला स्वागतकक्षाकडे नेलं. पॉलला एखाद्या स्त्रीने त्याच्या जड सुटकेसेस उचलून घ्याव्यात हे बघण्याची सवय नव्हती. काहीशा बेंगरूळपणे त्याने तिला मदत करण्याचा प्रयत्न केला, पण ती ते करू देईना आणि त्या छोट्याशा गोड मुलीचे एखाद्या बळकट स्नायू असलेल्या माणसात रूपांतर होऊन तिने त्या जड सामानातील प्रत्येक गोष्ट हॉटेलच्या ट्रॉलीवर अगदी सहजतेने ठेवल्याचं पाहून पॉलला आश्चर्याचा धक्काच बसला. एका जपानी स्त्रीबरोबर लग्न करून त्याने चार वर्षं घालवली होती, तरी सुद्धा स्त्रिया आणि त्यांच्या त्या चुटपुटत्या हळुवार हास्यामागील रहस्य त्याला कधी उमगलं नव्हतं!

त्या अत्त्युत्तम सेवेनंतर अभिवादन करून त्याला लिफ्टमध्ये आणि त्याच्या खोलीत नेण्यात आलं. पॉलने त्या छोट्याशा आणि लहान मुलीगत किनऱ्या आवाजाच्या स्त्रीला बक्षिसी देण्याचा प्रयत्न केला. परंतु ती १००० येनची नोट तिने त्याला परत केली आणि पुन्हा एकदा वाकून अभिवादन केलं आणि बक्षिसीची गरज

नसल्याचे दाखवून देत अगदी नम्रपणे त्याचे आभार मानले. फक्त जपानमध्येच अशी अत्युत्तम सेवा फुकट मिळत होती.

त्या खोलीत ज्या काही उणिवा होत्या त्यांची भरपाई त्या खोलीच्या खिडकीतून दिसणाऱ्या दृश्याने होत होती.

ते दृश्य शिंजुकूच्या रात्रीच्या भपकेबाज, गडबडीच्या जीवनाचं होतं. त्या निर्लज्ज, भडक जाहिरातींचे चमकणारे निऑन लाईट्स आणि खाली रस्त्यावर रमतगमत फिरणाऱ्या जमावाच्या वरच्या बाजूस असलेले मोठे मोठे टी.व्ही. स्क्रीन्स ह्यांच्या जादूने त्याला अगदी भुरळ घातली होती. ती शुक्रवारची रात्र होती. शिंजुकूमध्ये गर्दी होती ती काम आटपलेल्या नोकर वर्गाची, उरलेल्या वेळी एकमेकांना भेटणाऱ्या जोडप्यांची आणि असंख्य गुत्त्यांत, पीप शोसारख्या जागांमध्ये आणि कातुकीचोच्या गल्ल्यांतून असलेल्या सॉना आणि टर्किश बारमध्ये चांगल्या करमणुकीच्या शोधात असलेल्या लोकांची.

पॉलच्या शरीराच्या घड्याळाचा तेरा तासांच्या त्या फरकाशी अजूनतरी मेळ जमलेला नव्हता. परंतु त्याला त्या चमकणाऱ्या दिव्यांचं आणि मजा करायला निघालेल्या गर्दीचं आकर्षण टाळणं अशक्य होतं. अंघोळीपूर्वी त्याचा तो जेटलॅग नाहीसा करण्यासाठी आणि रात्री झोपण्यापूर्वी दुखऱ्या स्नायूंना विश्रांती देण्यासाठी त्याने बाहेर एक फेरफटका मारायचं ठरवलं.

पॉल हॉटेलमधून बाहेर पडला. रस्त्यापलीकडच्या प्रसिद्ध रंगेल परिसरात प्रवेश करताना त्याच्या कानावर पाचिको किंवा पिन बॉल्स मशिनचे आवाज आदळले. अनेक गुत्त्यांच्या आणि क्लबच्या नावांखाली दडवलेल्या मुलींच्या बार्सच्या जाहिराती घेतलेल्या लोकांनी त्याला वेढलं.

तो थोडा वेळ पाचिंका पार्लरच्या बाहेर घुटमळला. जास्त काम करून थकलेले व्यापारी, घरी जाऊन बायकांना सामोरे जाण्यापूर्वी आणि झोपलेल्या मुलांना पाहण्यापूर्वी त्यांचे ताणतणाव घालवत होते. स्वत:चं वैफल्य घालवण्यासाठी रागारागाने पिन बॉल मशिनवर गुद्दे मारत होते. ते ओळखीचं दृश्य तो पाहत राहिला. नात्सुको त्याला सांगायची ते त्याला आठवलं. जपानच्या ह्या अशा थकल्याभागलेल्या नवऱ्यांनी आठवड्याच्या दिवसात बरेच तास काम केलेलं असायचंच. त्याशिवाय आठवड्याच्या सुट्टीच्या दिवशी त्यांच्या बायका मुलांना त्यांच्याकडे सोडून जायच्या आणि बेस बॉल खेळून किंवा पार्कमध्ये सहली काढून स्वत:चं मनोरंजन करायच्या.

तोकडे कपडे घातलेल्या मुलींची भलीमोठी जाहिरात घेतलेल्या एका माणसाने त्याला कोपराने हळूच डिवचलं आणि निऑन लाईटने चमचमणाऱ्या एका कमानीच्या दरवाज्याकडे जाण्यासाठी त्याला सारखा खुणा करू लागला. निव्वळ उत्सुकतेपोटी पॉलने त्या माणसाला आत जाण्याची वाट विचारली. पाश्चिमात्य विचारसरणीनुसार

ते एक मोठ्या माणसांचं करमणुकीचं दालन होतं. आपण मंद दिवे असलेल्या एका अरुंद मार्गातून जात असल्याचं त्याला जाणवलं. त्या अरुंद वाटेच्या टोकाला एक जाड, लालभडक रंगाचा मखमली पडदा होता आणि पलीकडून संगीताचे स्वर ऐकू येत होते.

त्या जाड पडद्यामुळे त्या जागेला एक गूढत्व प्राप्त झालं होतं. जेव्हा त्याने तो जड मखमली पडदा बाजूला सारला, तेव्हा त्याचं हृदय अपेक्षेप्रमाणे धडधडलं. आता तो ओळीने लावलेल्या टी.व्ही. स्क्रीनने भरलेल्या खोलीत होता. केस फिकट रंगात कृत्रिमरीत्या रंगवलेल्या आणि पार्श्वभागाच्या घट्ट वक्ररेषा बाहेर दिसतील असा लांडा स्कर्ट घातलेल्या एका देखण्या जपानी मुलीने त्याचा हात धरला आणि त्याला रिकाम्या असलेल्या एका टी.व्ही. स्क्रीनपुढे नेऊन बसवलं. त्याने आपल्या शेजारी असलेल्या माणसाच्या टी.व्ही. स्क्रीनवर हळूच नजर टाकली. एक बिकिनी घातलेली मुलगी सूचकपणे नाचत होती आणि मध्येच तिची छाती दाखविण्यासाठी काही सेकंद थांबत होती. त्या माणसाच्या त्या रित्या हास्यामुळे हे उघड होतं की तो त्या टी.व्ही.वर नाचणाऱ्या मुलीमुळे उत्तेजित झालेला होता. पॉललाही आपलं रक्त तापल्याची जाणीव झाली. त्याला स्त्रीचा सहवास मिळून बराच काळ लोटला होता आणि तो ह्या दालनातून रात्रीपुरती एखादी मुलगी मिळेल का, ह्याचा मनाशी विचार करत होता.

त्या सबंध खोलीत टी.व्ही. स्क्रीनला चिकटून बसलेल्या लोकांत तो एकटाच विदेशी होता. त्या टी.व्ही. स्क्रीनवर मुली होत्या आणि त्याच्यापैकी बऱ्याच जणी वस्त्र उतरविण्याच्या निरनिराळ्या अवस्थेत होत्या. त्या माणसांपैकी काही जण स्क्रीनवरून डोळे हटवून पॉलकडे चोरून कटाक्ष टाकत होते. जणू काही त्यांच्या प्रदेशात आक्रमण करण्याचा आणि त्या जपानी मुलींकडे वाईट नजरेने पाहण्याचा त्याला हक्क नव्हता.

पॉलला अमेरिकेतील स्ट्रीप्टीज दालनं काही नवीन नव्हती. काही वेळा तो केसच्या संदर्भात तिथं जायचा तर काही वेळा स्वत:च्या समाधानासाठी जायचा. पण प्रत्यक्षात काही न करता वैयक्तिक टी.व्ही. स्क्रीनवर खेळ करणाऱ्या अशा ठिकाणी तो कधी गेलेला नव्हता. तो बसतोय न बसतोय तर जणू काही जादू झाल्यागत एक मुलगी हजर झाली. तिने प्लेबॉय मासिकातील आशियाई खेळाडूसारखे कपडे केले होते. ते कपडे अगदीच तोकडे आणि जेमतेम तिचे लहान शरीर झाकण्यापुरते होते तिच्या डोक्यावर दोन मोठे सशाचे गुलाबी कान लोंबत होते. त्याच्या शेजारच्या माणसाने खेळकरपणे तिच्या पार्श्वभागावर एक चापट दिली आणि तिला त्याचं काही न वाटता ती खुदखुदली.

तिने पॉलकडे जपानीमध्ये लिहिलेली ड्रिंकची यादी दिली आणि डोळ्यांसमोर

नाचणाऱ्या त्या विचित्र अक्षरांनी पॉल गोंधळून गेला. मग त्याला आठवलं, नात्सुको त्याला सांगायची की व्हिस्की हा शब्द जपानमध्ये कळतो.

"व्हिस्की," तो म्हणाला, "मला व्हिस्की द्या प्लीज."

त्यांना जोडणाऱ्या ह्या शब्दामुळे त्या शांतपणे वाट पाहत उभ्या असलेल्या मुलीने जवळजवळ सुटका झाल्यागत मान डोलावली आणि घाईघाईने त्याची ऑर्डर पुरी करण्यासाठी ती गेली. तिचे ते सशाचे कान खोट्या आशा लावत हलत डुलत होते.

शेजाऱ्याकडून सूचना घेऊन टी.व्ही. स्क्रीनच्या बाजूला असलेल्या मशिनमध्ये त्याने १००० येनच्या तीन नोटा टाकल्या आणि इतका वेळ शांत असलेल्या टी.व्ही. स्क्रीनवर चित्रविचित्र रंगांची उधळण झाली आणि स्क्रीनवर जवळजवळ वीस मादक मुलींची चित्रं आली. चित्रांखाली जपानीमध्ये सूचना होत्या. त्या बंद वातावरणामुळे पॉलचं डोकं गरगरत होतं आणि त्याच्या भोवतीचा लैंगिक ताण त्याला जाणवत होता. सरतेशेवटी त्याने विचार न करता एक कोणतीतरी मुलगी निवडली. त्याने निवडलेली मुलगी एक मादक पोझ घेऊन ताबडतोब पलंगावर दिसली आणि तिच्या प्रतिमेखाली असलेल्या बटणांपैकी एक बटण दाबावे ह्या अपेक्षेने वाट बघत थांबली. परंतु पुन्हा एकदा पॉल प्रत्येक बटणाखाली असलेल्या सूचनांत पार हरवून गेला.

त्या स्क्रीनकडे आणि वाट पाहणाऱ्या त्या मुलीकडे टक लावून पाहताना पॉल जरा घोटाळलाच. त्याने त्या मशिनमध्ये टाकलेले ३००० येन प्रत्येक मिनिटाला ५० येनने कमी होत होते. त्याने एकामागोमाग एक करत सर्व बटणं दाबायचं ठरवलं. पहिली तीन बटणं दाबल्यावर त्या मुलीचे बाहेरचे कपडे गळून पडले. आता ती मुलगी लेसवाल्या, पारदर्शक, काळ्या चड्डीत होती. आता कल्पनेसाठी काही फारसा वाव नव्हता. शेवटची दोन बटणं दाबताच उरलेसुरले कपडेही फेडले गेले आणि पॉलच्या लक्षात आलं की तो त्या सुंदर नग्न मुलीकडे टक लावून पाहत होता. ती त्या पलंगावर आकर्षक, मोहक अशा सर्व तऱ्हेच्या स्थितीत अंगविक्षेप करत होती आणि खेळाच्या ह्या अत्युत्कट क्षणी एक दिवा लागला. त्याचे ३००० येन संपल्याची सूचना आली आणि कावेबाजपणे आतापर्यंत जाळ्यात पकडलेल्या माणसाला आणखी प्रलोभन हवं असेल तर आणखी पैसे भरण्याची सूचना करण्यात आली. पॉल पुरेसा उत्तेजित झाला होता, पण टी.व्ही. स्क्रीनवरची मुलगी त्याच्यासाठी काही करू शकत नव्हती हे त्याला समजलं. त्यामुळे त्याने आणखी पैसे भरले नाहीत. त्या टी.व्ही. स्क्रीनने पुन्हा एकदा आठवण करून दिली. तो काही क्षण वाट बघत थांबला आणि मग बंद झाला.

"खेळ संपला," पॉल पुटपुटला आणि त्याच्या बाजूस असलेली व्हिस्की

त्याने एका घोटात संपवली. सशाचे कान असलेल्या त्या मदनिकेने बिल आणि टेबलावर ठेवलेले २००० येन हळूच कधीतरी उचलले आणि एका चांदीच्या ताटलीत ती चिल्लर घेऊन परतली. पॉलने १००० येन बक्षिशी म्हणून ठेवले. आपला कोट उचलला आणि वीट आणणाऱ्या त्या खोलीतून त्याला समारंभपूर्वक आणि परत येण्याची उगाचच वचनं घेत बाहेर पोहोचवण्यात आलं.

तेथून बाहेर पडून त्या चमचमत्या उजेडाकडे दिपलेल्या डोळ्यांनी पाहत असताना पॉलच्या लक्षात आलं की त्याने एका तासात ग्लासभर व्हिस्की आणि एका मुलीची नग्न चित्रं पाहण्यात ६००० येन उडविले होते. ती चित्रं इंटरनेटवरून त्याला सहज पाहता आली असती! काय ही पैशाची उधळपट्टी!

तो आपल्या खोलीत परत आला तेव्हा, तो बाहेर गेलेला असताना हॉटेलच्या नोकरवर्गाने दरवाज्याखालून आत ढकललेलं एक पांढरं पाकीट पॉलच्या पायाला लागलं. त्याने ते उघडलं. त्यात त्याचा युएसएमधील अशील, तेत्सुयो आकिनिचोने फॅक्स करून पाठवलेला निरोप होता.

'मि. ग्रिफिन, तुम्हाला ताजी बातमी द्यायची आहे. मला बहुधा त्याच व्यक्तीकडून दुसरा ई-मेल आलाय. तेव्हा तुम्ही तुमच्या तपासात सावध राहा. मला ह्या गोष्टीचा उलगडा ताबडतोब व्हायला हवाय.'

दुसऱ्या पानावर खालील मजकुराच्या ई-मेलची नक्कल होती.

'पैसे दे नाहीतर सर्व जगाला कळेल!'

८

हजारो मैल दूर, न्यूयॉर्कमधील त्याच्या ऑफिसमध्ये तेत्सुयो आकिनिचो तोच ई-मेल त्याच्या वकिलाला – अकिराला मोठ्याने वाचून दाखवत होता आणि आपण कसं पाऊल उचलावं त्याची चर्चा करत होता.

"मी जपानला जावं असं तुला वाटतं का?" त्याने विचारलं.

अकिराने डोकं हलवलं. "नाही, नाही तेत्सुयो. मि. ग्रिफिनला पहिल्यांदा सगळ्या गोष्टींचा उलगडा करू दे आणि आपण पुढे काही ठरवायच्या आधी त्याला क़ाय सापडतंय ते पाहू या."

आता उशीर झाला होता. ट्रिशियाने त्या दिवसासाठी ऑफिस बंद करताना मुख्य दिवे घालवले होते आणि तेत्सुयोला तो उशिरा काम करत असला की आवडणारे टेबलावरचे प्रखर दिवे लावून ठेवले होते. ऑफिस तसं अंधारातच होतं आणि त्या दोन टेबलांवरच्या दिव्यांतून येणारा झगझगीत प्रकाश आणि काचेच्या खिडकीतून दिसणारे शहरातील झगझगते दिवे यामुळे त्या खोलीत एक खास असा प्रकाश पसरला होता. हे दृश्य सुंदर होतं आणि यामुळे तेत्सुयोच्या मनाला खूप शांत वाटायचं, स्फूर्ती मिळायची आणि त्याच्या डोक्यात मोठमोठ्या कल्पना यायच्या. त्याला तो दिवसातला झेन काळ म्हणायचा.

परंतु आज रात्री झेन वगैरे काही नव्हतं आणि त्रासलेला तेत्सुयो खिडकीशी उभा राहून मॅनहटनच्या त्या उंच इमारतींकडे नकळत टक लावून पाहत होता. त्या इमारती इतक्या जवळ वाटत होत्या की त्याने खिडक्या उघडल्या तर तो त्या इमारतींना स्पर्श करू शकेल असा भास होत होता. इतक्या वर्षांच्या धडपडीनंतर, ह्या वयात आणि विज्ञानाच्या क्षेत्रात केलेल्या कष्टांनंतर तो आता यशस्वी झाला होता. आयुष्याच्या ह्या घडीला भूतकाळातील भुतं त्याला पछाडायला का येत होती,

असा प्रश्न तो स्वत:लाच विचारत होता. आयुष्यभर त्याने समाजाच्या, आयुष्याच्या आणि बुद्धधर्माच्या नियमांचं योग्य पालन केलं होतं. त्यामुळेच बापाच्या पापांना त्याला तोंड द्यावं लागणं हे त्याला योग्य वाटत नव्हतं.

परंतु तो आपल्या आयुष्याबद्दल तशी काही तक्रार करू शकत नव्हता. त्याच्या पिढीतील अनेक लोकांच्या केवळ स्वप्नात शक्य असतील, अशा संधी त्याला मिळत गेल्या होत्या. जेव्हा त्याला विज्ञानाचं एक बक्षीस मिळालं आणि जपान फाऊन्डेशनचं त्याच्याकडे लक्ष गेलं, त्या वेळी तो गौरवशाली टोकियो युनिव्हर्सिटीचा एक अत्यंत हुषार विद्यार्थी होता. त्याला कळण्याआधीच त्यांनी त्याला ग्रॅज्युएशनचा अभ्यासक्रम पुरा करण्यासाठी आणि युनायटेड स्टेट्समधील मिशीगन येथील ॲन अर्बोर ह्या प्रसिद्ध युनिव्हर्सिटीत जिनीऑलॉजीच्या संशोधन कार्यासाठी एक वर्षाची शिष्यवृत्ती दिली.

तेत्सुयोच्या बापाला आकाश ठेंगणं झालं होतं आणि त्याला आपल्या हुषार मुलाचा अभिमान वाटत होता. पुढच्या अभ्यासक्रमासाठी अमेरिकेला जाणारा घराण्यातील तो पहिलाच मुलगा होता आणि तेसुद्धा लहानसहान नव्हे तर मिशीगनसारख्या प्रसिद्ध युनिव्हर्सिटीत. ह्याच युनिव्हर्सिटीत अनेक हुषार जपानी अर्थशास्त्रज्ञ आणि उद्योगपती तयार झाले होते. मिशीगनमध्ये अगदी सहजतेने त्याच्या संशोधन प्रकल्पांची भरपूर प्रशंसा झाली होती आणि त्याचं संशोधन प्रकल्पाचं वर्ष पुरं होण्याआधीच त्याला नोकरीचे भरपूर प्रस्ताव आले. अमेरिकेत जेनेटिक संशोधन क्षेत्रात अमर्याद संधी होत्या. त्यामुळेच जपानला परत जाऊन देशसेवा करावी की इथंच राहावं ह्याचा निर्णय घेताना त्याची परिस्थिती दोलायमान झाली होती. एक महिनाभर त्रासदायक पण साधकबाधक विचार केल्यावर त्याने युनायटेड स्टेट्समध्येच राहायचं ठरवलं. कारण त्याचा ध्यास आणि त्याची कारकीर्द देदीप्यमान उंचीवर नेण्यासाठी इथं जास्त संधी होत्या आणि त्यानंतर त्याने कधीच मागे वळून पाहिलं नव्हतं.

तेत्सुयोला माहिती होतं की जपानला परत जाण्यास आणि त्याच्या देशाची जेनेटिक शास्त्रात प्रगती करण्यास नकार देऊन त्याने त्याच्या बापाची आणि ज्या संस्थेने त्याला पुरस्कृत केलं होतं तिची निराशाच केली होती; पण तो आपल्या निश्चयापासून ढळला नव्हता. त्याला यु.एस. मध्ये अग्रणी असलेल्या संशोधकांत राहायचं होतं. तेथील ज्ञानभांडार आणि तिथं असलेले तरबेज लोक हे सारं विस्मयकारी होतं. ह्या विषयात नुकतंच पदार्पण करणाऱ्या जपानी संशोधकांत राहून त्याला स्वत:ला मर्यादा घालून घ्यायची नव्हती. विज्ञान म्हणजे निरंतर प्रगती आणि ह्यात पाऊल मागे घेणं परवडण्यासारखं नव्हतं. यु.एस. ही अशी एक जागा होती, जिथं ह्या क्षेत्रात त्याला जितकं पुढे जाता येणं शक्य होतं तेवढं जाता आलं असतं.

त्यामुळे आपल्या कुटुंबीयांविषयी आणि आपल्या राष्ट्राच्या उपकाराविषयी तो भावनाविवश होणार नव्हता.

त्यानं यु.एस.मध्ये राहण्याचं आणखी एक कारण होतं. तो मिशीगन युनिव्हर्सिटीत असताना त्याला रेइको नावाची एक जपानी, अमेरिकन आर्टची विद्यार्थिनी भेटली होती. त्याच्यासारखंच तिला माणसाच्या वंशशास्त्रात स्वारस्य होतं, कारण ती ह्या शास्त्राकडे एक विक्षिप्त कलाशाखा म्हणून पाहायची. कॉफीच्या निमित्ताने परतपरत भेटण्याचं रूपांतर प्रेमात झालं आणि 'आपले मूळ शोधण्यासाठी' तिच्या पूर्वजांच्या जपानला भेट देऊन ती परत आल्यावर तेत्सुयोने तिला लग्नाची मागणी घातली. त्यानंतर तीन महिन्यांत त्यांनी लग्नपण उरकलं.

रेइको लग्न झाल्यावर आणि मुलं झाल्यावरही आपली कला जोपासत राहिली. पण आता स्कार्सडेल परिसरातील बाजाराच्या समृद्ध भागात तेत्सुयोने विकत घेतलेल्या घराच्या तळघरात ती स्वतंत्रपणे काम करायची. तिची पूर्वी कशीबशी चालणारी वैयक्तिक प्रदर्शनं आता चांगलीच बाळसं धरू लागली होती. आता न्यूयॉर्कच्या श्रीमंत आणि प्रसिद्ध कलासंग्राहकांचा आणि त्या कलाकृती विकत घेणाऱ्या लोकांचा संध्याकाळच्या पार्ट्यांमधल्या संभाषणाचा तो एक विषय असायचा. तिच्या कलाकृतींवर ती पौर्वात्य वळणाने अगदी साधेपणे 'रेइको' अशी झोकदार सही ठोकायची. ती सहीही आता त्या शहरात एक प्रतिष्ठित गोष्ट ठरली होती.

त्यांच्या लग्नाच्या सुरुवातीच्या दिवसांत तेत्सुयोचं आवडतं कौटुंबिक चित्र खाली तळघरात रेइकोच्या स्टुडियोत असायचं. तिथंच त्या स्टँडवर लावलेली, पुरी झालेली, नको असलेली आणि ज्यांच्यावर काम चालू आहे अशी चित्रं असायची आणि काही कलाकृतींना रंगीत आणि रेशमी पडद्यांची पार्श्वभूमी असायची. वरच्या सुशोभित आणि व्यवस्थित असलेल्या घराच्या आणि तेत्सुयोच्या स्वत:च्या चकचकीत ऑफिसेसच्या तुलनेत ती कलाकाराची एक अस्ताव्यस्त जागा होती.

रंगाने माखलेल्या एका खुर्चीवर बसून, रेइको चित्रकामात व्यग्र असायची. मुलांना ती कॅनव्हासचा एक कोपरा आखून द्यायची. मुलं त्यात वाया गेलेल्या रंगांच्या ट्यूबने रंग उडवत असायची. रेइकोकडे आणि धावपळ करणाऱ्या मुलांकडे तेत्सुयो दरवाज्यात उभं राहून बघत असायचा.

मग व्यवसायाच्या वाढत्या पसाऱ्यामुळे त्याला तळघराकडे जायला वेळही नसायचा आणि उत्साहही. त्याने तळघराकडे जाणंही थांबवलं. हल्ली हल्ली त्याने पुन्हा रेइकोला काम करत असताना बघायला सुरुवात केली होती. परंतु आता मुलं मोठी झाली होती आणि दूर कॉलेजात होती. तेत्सुयोच्या लक्षात आलं की आता पूर्वीसारख्या त्या बालिश किंकाळ्या ऐकायला येत नव्हत्या आणि टाकलेल्या ट्यूब्जमधील रंगांच्या वेड्यावाकड्या ओघळाने भरलेला कॅनव्हासही कोपऱ्यात नव्हता.

तेत्सुयोने नि:श्वास सोडला. त्याच्या लक्षात आलं की माणसाच्या आयुष्यातील असे किस्से हा इतिहास होतो. एकदा ते मागे गेले की त्यांना परत पुन्हा फिरवता येत नाही. त्यांना एखाद्या कॉम्प्युटरच्या फाईलमध्ये माहिती सुरक्षित ठेवतात त्याप्रमाणे सुरक्षित ठेवायचे किंवा पुसून टाकायचे. मुलांच्या बालपणाचा आनंद त्याला चाखता आला नव्हता. आता त्याला पुन्हा कधीही ते मुलांचं खुदखुदणं ऐकू येणार नव्हतं किंवा त्याच्या अगदी छान इस्त्री केलेल्या शर्टवर चॉकलेटची बोटं लागून डागही पडणार नव्हते.

ज्याचा परस्पराशी काही संबंध नव्हता ते विचार आणि आठवणी, तो त्या ई-मेलच्या छापील प्रतीचा विचार करत असताना त्याच्या मनातून का धावत होत्या त्याला हे कळत नव्हतं. 'पैसे दे नाहीतर सर्व जगाला कळेल,' असा ई-मेल पाठविणाऱ्या ह्या अशा गुंड लोकांपासून सत्तेच्या, संस्कृतीच्या आणि सुशिक्षित अशा त्याच्या न्यूयॉर्कमधील उच्चस्तरीय जगाची आठवण जागृत करून त्याला बहुधा स्वत:ला दूर ठेवायचं होते.

टेबलावरच्या दिव्यातून बाहेर पडणारा झगमगता उजेड जिथं पोहोचत नव्हता, अशा ठिकाणी अंधारात बसलेला अकिरा खिडकीपासून दूर होऊन खोलीत येरझारा घालणाऱ्या मित्राकडे पाहत होता. सरत्या वयानुसार तेत्सुयोला थोडं पोक आलं होतं आणि पांढऱ्या शुभ्र भिंतीवर दिव्याच्या पिवळट प्रकाशाने पडलेली त्याची काळी सावली शिकारीच्या मागे लागलेल्या एखाद्या बहिरी ससाण्यासारखी वाटत होती.

'हे उपरोधिक आहे. कारण तेत्सुयो काही लपतछपत शिकार करण्यासाठी दडून बसलेला नाही. उलट एक धमक्या देणारा अनोळखीच त्याची शिकार करत आहे,' अकिराच्या मनात विचार आला.

त्याने तेत्सुयोला येरझारा घालू दिल्या. कारण त्यांच्या इतक्या वर्षांच्या सहवासानंतर त्याला माहीत होतं की त्याच्या मित्राला एखाद्या विषयावर बोलण्याआधी आणि विषयाचा गुंता सोडविण्यासाठी काही मुदत आणि वेळेची आवश्यकता भासायची. ह्या दृष्टीने पाहता तेत्सुयो हा अजूनही जपानी होता. कारण आपले विचार काळजीपूर्वक एकत्रित करून, त्यांचं मूल्यमापन करून विकल्प शोधण्यापूर्वी तो आपलं मत सांगू शकत नसे. दोन दशकांपूर्वी अशाच परिस्थितीत त्यांची डेट्रॉईटमधील जपानी कॉन्स्युलेटमध्ये भेट झाली होती. नुकतीच वकिली सुरू केलेला अकिरा त्या वेळी तरुण वकील होता. अशिलांसाठी तो इतका घायकुतीला आलेला होता, की त्याने जपानमधल्या श्रीमंत घराण्यातील विद्यार्थ्यांच्या एका गटाला त्यांच्या राहत्या जागेची नोंद करण्यासाठी आणलं होतं.

त्या दिवशी कॉन्स्युलेटमध्ये फक्त दोन माणसं होती. एक चाळिशीला आलेला जपानी माणूस आणि एक वयस्क स्त्री. बहुधा ती त्याची आई होती आणि त्या

वयस्क स्त्रीच्या कागदपत्रांवरून काही समस्या निर्माण झाली असावी. तो माणूस त्या छोट्याशा प्रतिक्षालयात फेऱ्या घालू लागला. मग काही क्षणांनंतर तो अकिरासमोर थांबला.

"तुमची हरकत नसेल तर तला तुमच्याशी बोलायचंय. तुम्ही वकील आहात असं मी ऐकलं." तो म्हणाला. "मला ह्या अवघड कायद्याच्या कागदपत्रांसाठी मदत हवी आहे. माझ्या आईच्या यु.एस.मधील कायदेशीर स्थितीबद्दलचे हे कागद आहेत आणि त्यासाठी वकील म्हणून तुम्ही काम पाहावं. अशी माझी इच्छा आहे."

"हे बघा, मी तेत्सुयो आकिनिचो." मागाहून सुचल्यागत तो म्हणाला, "आणि ही माझी आई मिदोरी."

"मला तुम्ही वकील म्हणून नेमताय? इथं आणि आत्ताच?" अकिरा विचार न करता एकदम बोलून गेला. त्याला आश्चर्य वाटलं होतं, परंतु त्याची काहीही हरकत नव्हती. अशील म्हणजे अशील. तो कोठून आला हा प्रश्नच नव्हता.

ह्या अशा साध्या ओळखीने आणि विनंतीने तेत्सुयो आणि अकिराच्या मैत्रीचा प्रवास सुरू झाला आणि ती मैत्री अनेक दशकं टिकली. तेत्सुयो अमेरिकेतील उद्योग जगतात पायऱ्या चढत वर गेला तेव्हा त्याने अकिरालाही आपल्या बरोबर घेतलं.

'होय.' अकिराच्या मनात विचार आला. तो तेत्सुयोचा सर्वच बाबतीत ऋणी होता. अकिराचे इंग्लिश उच्चार जरा विचित्र होते, त्यामुळे त्याला कोणी संधी देत नव्हतं, पण तेत्सुयोने त्याच्यावर विश्वास ठेवला होता आणि त्याला कधीही ह्याची जाणीव करून दिली नव्हती. अकिराने मनातल्या मनात शपथ घेतली की तो त्याच्या मित्राला गोंधळवून टाकणाऱ्या आणि त्रासदायक अशा धमक्यांपासून वाचवेल. तेत्सुयो ह्याबाबत त्याच्यावर अवलंबून राहू शकत होता.

९

सिंगापूर

नेहमीच्या जेवणाच्या वेळच्या कार्यालयीन घोळक्याने खचाखच भरलेली ती एमआरटी ट्रेन संथपणे थांबली. संगणकीकृत आवाजाने 'ऑर्चर्ड' असे स्टेशनचे नाव पुकारल्यावर डुलकी येत असताना जिमी थाडकन जागा झाला. ट्रेनमधील बाहेर जाणाऱ्या घोळक्यामुळे आणि त्यांची जागा घेण्यासाठी आत येणाऱ्या गर्दीमुळे त्या चष्मा लावलेल्या, लुकड्या, बारीक मुलाच्या लक्षात आले की अजूनही त्याचे स्टेशन आले नव्हते. त्यामुळे तो आरामात आपल्या सीटवर मागे टेकून बसला कारण त्याला अजून बरेच दूर जायचे होते. त्याने आपल्या हातात एक पिशवी घट्ट धरून ठेवली होती. त्या पिशवीत त्याचे कॉम्प्युटर्स अद्ययावत करण्यासाठी फुनॉन सेंटर ह्या इलेक्ट्रॉनिक मॉलमधून विकत घेतलेल्या काही वस्तू होत्या. त्याला त्यासाठी जवळजवळ महिन्याचा पगार द्यावा लागला होता. परंतु सावधगिरी त्याने आता वाऱ्यावर सोडलेली होती. आता गोष्टी त्याला पाहिजे तशा घडत होत्या. त्यामुळे त्याला असं वाटलं की त्याला ज्या गोष्टी महत्त्वाच्या होत्या, त्यावर पैसे उडवणं त्याला परवडू शकणार होतं आणि त्या गोष्टी म्हणजे कम्प्युटर्सचे भाग होते.

आता त्याचे शरीर उत्तेजना आणि उत्साहानं थरथरत होतं. त्या अतिशय श्रीमंत अशा बळीसाठी त्याने जे प्रलोभन लावलं होतं त्याला अगदी योग्य असाच प्रतिसाद मिळाला होता. त्याची जी अपेक्षा होती त्यापेक्षा हे सोपं होतं आणि लवकरच तो, दहा जन्मांत मिळवता येईल त्यापेक्षा जास्त पैसा पाहणार होता. हे किती वेळ

चाललं होतं? या आयुष्याच्या जुगारात सर्वस्व गमावल्यापासून फक्त तीन महिन्यांतच आणि अजूनपर्यंत तरी फासा त्याच्या बाजूने पडला होता. जिमीचा आपल्या नशिबावर विश्वास बसत नव्हता, कारण नशीब त्याच्या बाजूने नसायचंच.

खरं तर काल रात्री त्याच्या त्या खालच्या वर्गाच्या हौसिंग बोर्डच्या फ्लॅटच्या समोरच्या रिकाम्या जागेवर चालत जाताना त्याची लिफ्टमधील लघवीच्या डागांकडे नजर गेली आणि त्याला किळस आली होती. अधिकारी वर्गाने कितीही धमक्या दिल्या आणि सूचना केल्या तरी ते हे सर्व थांबवू शकले नव्हते. मग जिमी मनातल्या मनात कॉलनीतील आपल्या सुंदर फ्लॅटचं चित्र रंगवू लागला. जर त्याने आपली खेळी योग्य रीतीने खेळली आणि प्रत्येक गोष्ट ठरल्याप्रमाणे घडली, तर हे खरंच शक्य होतं.

त्याने आपल्या घड्याळाकडे पाहिलं आणि आपल्या पार्टनरच्या ठिकाणी किती वाजले असतील त्याची मनात आकडेमोड केली. हो, तो त्याला त्याचा बळी म्हणण्यापेक्षा त्याचा पार्टनर, असंच म्हणू शकेल, कारण ते दोघं गुंतागुंतीच्या बुद्धिबळाच्या खेळातील भिडू होते. प्रत्येकाचा विषय आणि हेतू वेगळा होता, परंतु ह्या घडीला ते नक्कीच एकत्र गुंतलेले होते आणि त्यांच्यापैकी कुणालाच ह्या खेळात हरणं परवडण्यासारखं नव्हतं, विशेषत: जिमीला.

जेव्हा ट्रेन त्या बेटाच्या उत्तरेकडच्या वुडलँड भागात येऊन पोहोचली आणि त्याचं उतरण्याचं ठिकाण आलं, तेव्हा जिमी गाडीतून मागे जाणाऱ्या त्या नव्या वसाहती पाहण्यासाठी उठून उभा राहिला. ह्यातली एखादी जागा ज्या दिवशी आपली होईल त्या दिवसाची स्वप्नं पाहू लागला. त्या रुळावरून जाणाऱ्या ट्रेनच्या खड्ड्यातून 'लवकर, लवकरच,' असे शब्द ऐकू येत असल्याचं त्याला वाटत होतं आणि त्या आवाजाच्या तालात जिमी हरवून गेला होता.

त्याच्या ह्या मोठ्या स्वप्नरंजनात त्याच्या मोबाइल फोनच्या आवाजाने व्यत्यय आणला. नुकताच एसएमएस आला होता. जिमीने आपला मोबाइल बाहेर काढण्याची धावपळ केली नाही. कारण तो जुना सीमन्स फोन होता आणि त्याला तो लोकांत दाखवणं शरमेचं वाटायचं.

'माझा पार्टनर जेव्हा कोसळेल तेव्हा पहिल्यांदा अत्याधुनिक, अगदी उत्तम महागडा असा मोबाइल फोन घ्यायचा.' त्याने मनाशी ठरवलं. ट्रेनच्या कोपऱ्याकडे तोंड करून, अत्याधुनिक नोकिया वापरणाऱ्या शाळेच्या मुलांपासून दूर राहून, तो नको वाटणारा मोबाइल खिशातून बाहेर काढला.

'बेकायदेशीरपणे वागणाऱ्यांकडेही माझ्या मोबाइलहून चांगले मोबाइल असतात,' मोबाइलची बटणं दाबून तो एसएमएस वाचायला सुरुवात केल्यावर हा कडवट विचार त्याच्या मनात आला.

आणि मग त्याच्या चेहऱ्यावर हळूहळू हसू पसरलं. त्याच्या चेहऱ्यावरच्या आक्रसलेल्या रेषा नाहीशा झाल्या आणि तो लहान मुलासारखा दिसू लागला.

तो ज्याला पार्टनर म्हणत होता, त्याच्याकडून जिमीच्या कुशल चालीचं उत्तर म्हणून हा एसएमएस आलेला होता.

"माझी चाल बरोबर ठरली तर!" तो विजयाने म्हणाला. त्याच्या आवाक्या-बाहेरच्या एका प्रख्यात माणसावर त्याची ही पकड पाहून तोच थक्क झाला होता.

"उद्या तिसरा निरोप पाठवायची वेळ आलेली आहे. योजना तयार आहे." तो स्वत:शी पुटपुटला. तो ट्रेनमधून बाहेर पडला आणि त्या उसळलेल्या गर्दीत नाहीसा झाला.

साप्ताहिक सुट्टीत नेहमीच खरेदी करणाऱ्या लोकांबरोबर शो रूम्स न्याहाळण्याच्या आणि तिथल्या सदान्कदा उत्सवी वातावरणाचा आनंद घेण्याच्या मन:स्थितीत जिमी नव्हता. कित्येक आठवड्यांनंतर प्रथमच त्याला त्याच्या फ्लॅटमधील एकान्त आणि ते कम्प्युटर्स हवेहवेसे वाटत होते. त्यांनीच त्याला त्याचा पार्टनर शोधण्याची आणि ह्या त्याच्याबरोबर फायदेशीर नात्याची सुरुवात करण्याची कल्पना दिली होती.

त्या दोन्ही कॉम्प्युटर्सच्या स्क्रीनवर अजूनही सँड्राचा हसरा चेहरा होता. त्याची ती शेवटची आणि एकुलती एक मैत्रीण होती. त्याला ज्युनिअर कॉलेजमध्ये भेटलेली, एका चांगल्या खात्यापित्या घराण्यातील एक छान मुलगी होती ती. तिच्या आई-वडिलांनी ह्या मैत्रीला अर्थातच अगदी कडवेपणे हरकत घेतली होती आणि खरं सांगायचं तर जिमी त्यांना दोष देत नव्हता. त्याला हे समजत नव्हतं की तिच्यासारख्या उंचपुऱ्या, सुस्थित, समाजातील वरच्या थरातील मुलीने त्याच्यात काय पाहिलं होतं? परंतु जसजसा तिच्या घरातील लोकांचा विरोध वाढला, तसतसं त्याने प्रलोभन वाढविलं आणि तिला प्रोत्साहन दिलं. त्याच्या बाबतीत लुडबूड करायची नाही हेच त्याला त्यांना शिकवायचं होतं.

सँड्रा ही अत्यंत बिघडलेली होती आणि त्याला खात्री होती की तिला तो हवा होता, कारण त्याला मिळवणे कठीण काम आहे हे त्याने दाखवून दिले होते. तिचे आईवडील ज्या गोष्टीला आणि ज्याला हरकत घेत होते, ते सर्व तिला त्यांचं नाक कापण्यासाठी करायचं होतं.

एक फुटकं भांडं आणि एक फुटकं झाकण! खरोखरच तिचे आईबाप परस्परांना योग्य होते. परंतु तो सँड्राच्या कुटुंबात जो कडवटपणा आणि दु:ख आणत होता त्याचा जिमीला मनापासून बराच आनंद होत होता.

जेव्हा त्याला काम करण्यासाठी शाळा सोडावी लागली आणि मेलबर्न युनिव्हर्सिटीत सँड्राने आपलं नाव नोंदवलं, तेव्हा नशीब त्याच्या थोडं विरुद्ध गेलं

होतं. तो चिडला होता आणि इथं सिंगापूरमध्ये त्याच्या बरोबर राहणं किंवा मेलबर्नला जाणं ह्यातील एक पर्याय तिला निवडायला सांगितला होता, तेव्हा तिने मेलबर्नला पसंती दिली होती. तिच्यावरच्या प्रेमापेक्षाही आपण आपला स्वाभिमानच गमावला या विचाराने तो उद्‌ध्वस्त झाला होता. त्याला असं वाटलं की त्याला पुन्हा एकदा नाकारलं गेलंय आणि त्याच्या बहिष्कृतपणाची आठवण करून देण्यात आली होती.

'जाऊ दे, नाहीतरी तिचा बांधा गचाळच होता.' त्याने खिन्नपणे विचार केला. त्याने कॉम्प्युटर स्क्रीनवरून तिचा चेहरा काढून टाकला आणि तो जेव्हा आपल्या पार्टनरच्या खिशातून पैसे काढण्यात यशस्वी होईल, तेव्हा अनेक मुलींचे घोळके त्याच्या भोवती कसे असतील, त्याचा विचार करू लागला.

१०

तो अगदी छान दिवस असल्याची चिन्हं होती. सूर्याची किरणं सकाळी सात वाजता आत आली होती, परंतु मायुमी जागी झाली ती थोडीशी थकल्यागतच. नवीन कामाच्या स्वप्नाने तिची झोपच चाळवली होती. त्या स्वप्नात एक खटला चालू होता. त्यात न्यायाधीश होता, पंच होते आणि आरोपी तिच्या ओळखीचा नव्हता, परंतु तो खटला हा अत्यंत महत्त्वाचा होता. त्यात खूप साक्षीदार होते आणि भावनिक उलथापालथ होती.

तिचा उदासीनपणा फार काळ टिकत नसे. मायुमीला उत्साह वाटत होता. ती उत्तेजित होती कारण हे नवीन काम आव्हानात्मक होतं आणि ह्यात आणखी भर म्हणजे पॉलने जी रक्कम फी म्हणून सांगितली होती, त्यामुळे काही काळ वरचा खर्च भागणार होता आणि कदाचित सरतेशेवटी ती त्या औषधी पाण्याचा झरा असलेल्या जागेला भेट देऊ शकणार होती.

कित्येक महिन्यांनंतर आज पहिल्यांदा मायुमी उडी मारून बिछान्याबाहेर पडली. त्यामुळे मिकी जागी झाली आणि रागाने गुरगुरली आणि पुन्हा झोपण्यासाठी त्याच ब्लँकेटमध्ये ती पुन्हा आत घुसली. ते हळुवार घोरणारं मांजर इतकं छान आणि आरामात पहुडलं होतं की ती गादी तशीच जमिनीवर ठेवायची असं तिनं ठरवलं. त्याशिवाय हा दिवस असा होता की ती मिकीला ऑफिसमध्ये घेऊन जाऊ शकणार नव्हती आणि ह्याची भरपाई म्हणून त्याला अस्ताव्यस्त, नीट केलेल्या गादीत घुसता येणार होतं. अंघोळ आणि साधासा नाश्ता करून ती पटकन तयार झाली. तिचं मन मात्र त्या नवीन केसवर लागलेलं होतं. ही केस अगदी अचानक दोन दिवसांपूर्वी तिच्याकडे आलेली होती.

ट्रेन सकाळच्या गर्दीने गच्च भरलेली होती. मायुमी कशीबशी आत घुसली.

चारी बाजूंनी ऑफिसला, नोकरीवर जाणारे पुरुष आणि स्त्रिया ह्यांच्या कोंडाळ्यात ती चेपली गेली होती. तिने पॉल ग्रिफिनचा विचार करत आपलं मन दुसरीकडे वळवण्याचा प्रयत्न केला. तो चांगला देखणा आणि काहीसा धिप्पाड होता. तिच्या मते तो वयाने थोडा मोठा होता, परंतु त्याला छानशी दाढी होती आणि खाजगी गुप्तहेर असूनही त्याची वागण्याची पद्धत अत्यंत विस्मयकारकरीत्या आवडावी अशी होती.

शिबुयाला ट्रेन हिसका देत थांबली आणि दरवाजे उघडताच माणसांचा घोळका लोहचुंबकाने खेचावा तसा खेचला गेला आणि बाहेर प्लॅटफॉर्मवर फेकला गेला. मायुमी त्या बाहेर पडणाऱ्या घोळक्याकडे पाहून थरकापली आणि आपण आज सकाळी शिबुयाला उतरत नाही ह्याचा तिला आनंद झाला. ती दोन स्टेशनं पलीकडे असलेल्या योयोगीला चालली होती.

ती आज योयोगी स्टेशनपासून पंधरा मिनिटांच्या अंतरावर असलेल्या एका इमारतीत चालली होती. ती सरकारी अनुदान असलेली जेन निहॉन नावाची संस्था होती. ह्या संस्थेच्या प्रणालीत प्रत्येक जपानी कुटुंबाच्या अनेक पिढ्यांची नोंद होती. ती संस्था सुरुवातीला खाजगी पैशातून निर्माण झाली होती आणि नंतर ती ना नफा ना तोटा तत्त्वाची संस्था असावी असं ठरल्यावर तिला सरकारी अनुदान मिळालं होतं. ह्या संस्थेचा एकच उद्देश होता, तो म्हणजे ज्यांना कुणाला कोणत्याही कारणासाठी आपले पूर्वज शोधायचे आहेत त्यांना मदत करणं.

तिथं असलेल्या नोंदी आणि माहिती ही अत्यंत गुप्त होती आणि फक्त इतिहासकार म्हणून ओळखले जाणारे लोक किंवा नेमणूक केलेली तज्ज्ञ माणसं आणि व्यासंगी, ह्यांनाच फक्त तेथील कॉम्प्युटर्सवर प्रवेश मिळायचा. हे कॉम्प्युटर्स एका मोठ्या कॉम्प्युटरला जोडलेले होते आणि तो ह्या प्रणालीचा एक जबरदस्त असा मेंदू होता. दुसऱ्या कुणालाही, अगदी ज्यांना त्यांच्या पूर्वजांची माहिती हवी आहे लोकांनाही त्या संस्थेने नेमलेल्या अधिकृत अशा इतिहासकारांमार्फतच जावं लागायचं.

इतर अनेक चौकोनी अनाकर्षक, करड्या रंगाच्या ठोकळ्यांहून ही इमारत अगदी विलक्षण आणि वेगळी होती. ह्या काँक्रीटच्या ठोकळ्यात इतर जपानी सरकारी संस्था आणि सेवा होत्या. ह्या इमारतीच्या चौकोनी काचेच्या तावदानाचं एक छान डिझाईन केलेलं होतं. जर एखादा मोठा भूकंप झाला तर ह्या काचेचे तुकडे पडतील आणि ती कोसळेल ह्या विचाराने मायुमी अनेक वेळा घाबरायची. ही काच भूकंपातही तुटणार नाही अशी आर्किटेक्टने खात्री दिली होती. तरी अशा तऱ्हेचा विचार अनेकांच्या मनात आला होता. परंतु मायुमीला हे कबूल करणं भागच होतं की त्या चकाकणाऱ्या काचेच्या तावदानांमुळे ती इमारत अगदी

हिमासारखी आणि तिच्यात संरक्षित असलेल्या माहितीसारखी अप्राप्य वाटायची. मायुमी आणि ह्या कामासाठी अनेकदा तिथे जाणारे इतर इतिहासकार ह्याला योयोगीचा 'बर्फाचा ठोकळा' असं म्हणायचे.

ऐतिहासिक आणि उद्दीपित करणारी अशी ती जागा होती. मायुमीला नेहमी असं वाटायचं की हे केंद्र म्हणजे जपानचं मर्मस्थळ आहे आणि त्याने जपानच्या सर्व लोकसंख्येला आपल्या मुठीत किंवा खरं तर, कॉम्प्युटरच्या स्क्रीनवर पकडून ठेवलंय; कारण प्रत्येकजण कुठून आला हे त्या जागेला माहीत होतं.

ह्या कॉम्प्युटर्ससाठीचा प्रवेश आकडे आणि आयरीस आय-चेकने नियंत्रित केलेला होता आणि प्रवेश घेणारी व्यक्ती ठरवलेल्या गटातील आहे ह्याची खात्री करून घेतली जात असे. त्यानंतर सिक्युरिटी कंट्रोल होता. मग भक्कम काचेचा दरवाजा उघडायचा आणि कॉम्प्युटर विभागात तुम्हाला प्रवेश मिळायचा.

नेहमीप्रमाणे मायुमीची दुसऱ्यांदा आयरीस तपासणी केली गेली, कारण त्या सिक्युरिटी ऑफिसरला ती इतर प्रशिक्षित आणि जाणकार इतिहासकारांच्या मानाने लहानखुरी वाटली होती. पण जेव्हा आतून आज्ञा आली की ती खरोखरच 'जाणकार' व्यक्ती आहे, त्या वेळी त्याला तिला आत सोडणं भाग पडलं होतं.

'हो, मी पाचव्यांदा इथं येत आहे आणि ह्या वेळेपर्यंत तुला कळायला हवं की सर्व इतिहासकार हे म्हातारे आणि केस पांढरे झालेले पुरुष नसतात.' त्या ऑफिसरच्या नजरेला नजर देत असताना मायुमीच्या मनात हा विचार आला.

ती पहिल्यांदा जेन निहॉनला गेली होती, ती आपल्या स्वत:च्या वंशावळीवर प्रयोग करण्यासाठी आणि त्या कॉम्प्युटर्सवरून तिच्या रक्ताच्या नात्याबद्दल चार पिढ्यांपर्यंतची, म्हणजे खापरपणजोबांपर्यंतची विलक्षण माहिती मिळाली होती. तिचे खापरपणजोबा सेन्डाईमधील योद्धा आणि पुष्कळ पैसा आणि सत्ता असलेले असे तांदळाचे व्यापारी होते. हा शोध विलक्षण होता आणि त्यावेळेपासून त्या नि:स्तब्ध कॉम्प्युटर्सनी अनेक अशिलांची माहिती काढण्यासाठी मायुमीला मदत केली होती. एखाद्याचे पूर्वज किंवा कुटुंबाचे संशोधन करणाऱ्या प्रकल्पाला मदत केली होती.

आत्ता कुठे साडेनऊ वाजले होते. पण ती जागा संपूर्ण जपानमधल्या विविध भागांतून आलेल्या इतिहासकारांनी भरलेली होती आणि त्यांच्याकडे पाहिल्यावर मायुमीने कबूल केलं की जवळजवळ सर्व जपानी इतिहासकार पुरुष होते. आपला झालरवाला चौकडीचा स्कर्ट आणि नव्या फॅशनचे बूट ह्याची आता तिला जाणीव झाली आणि त्यादिवशी काळा किंवा करड्या रंगाचा पोशाख केला नाही ह्याचा पश्चात्ताप झाला. इतर लोक कामात गर्क होते आणि थोड्या वेळात बरीच माहिती गोळा करण्याच्या ताणाखाली असल्याने त्यांचं इतरांकडं लक्ष नव्हतं.

तिला एक मोकळा कॉम्प्युटर मिळाला आणि परवलीचा शब्द टाईप केल्यावर 'आडनावाने आणि जन्मतारखेने शोध,' हा पर्याय तिने निवडला. जेव्हा आठ नावं यादीवर जोडणीच्या शक्यतेसाठी आली, तेव्हा ती तत्परतेने पाहत राहिली. त्यातील एका नावानं तिचं लक्ष वेधलं, कारण तिथं नोंद होती जपानबाहेर जन्मल्याची. तो जन्म झाला होता आग्नेय आशियाई बेट सिंगापूर इथं. आता तिचं हृदय धडधडू लागलं. मायुमीने त्या नावावर आणि त्या बरोबर दुसऱ्या एका टोकियोमध्ये १९३९ मध्ये पॅसिफिक परिसरात युद्ध सुरू होण्याआधी जन्मलेल्या माणसाच्या नावावर क्लिक केलं. पॉल ग्रिफिनने जी माहिती दिली होती, त्यावरून ती शोधत असलेल्या माणसासाठीचे हे दोन संभाव्य उमेदवार होते.

तो माणूस १९३९ मध्ये टोकियोत जन्मलेला असावा असं मायुमीला वाटत असलं तरी ह्या सिंगापूरमध्ये जन्मलेल्या माणसाशी आणि आज ती शोधत असलेल्या माणसाशी इतर गोष्टी जुळत होत्या.

"गंमत आहे," ती स्वत:शीच पुटपुटली आणि पुन्हा एकदा शोध घेण्याचं तिने ठरविलं, कारण ह्या सारख्या असलेल्या जोडीमधील बारीकशीही चूक तिला नको होती.

पॉल ग्रिफिनने दिलेली माहिती तिने पुन्हा एकदा तपासली. ती माहिती तिने आपल्या वहीत कॉम्प्युटरकडे परत जुळवण्यासाठी जायच्या आधी लिहून ठेवली होती. जेव्हा कुणी आपले पूर्वज शोधत असतो त्या वेळी तिथं कोणत्याही चुकीसाठी जागा ठेवायची नसते. त्यामुळे तिला अगदी पक्की खात्री पटायला हवी होती.

विषय	:	तेत्सुयो आकिनिचो
जन्मतारीख	:	२३ जुलै १९३९
बापाचे नाव	:	न्सुतोमू आकिनिचो
भाऊ-बहीण	:	नाही
पत्नी	:	रेइको आकिनिचो
लग्न तारीख	:	२ ऑगस्ट १९७५

"होय... तो हाच असावा!" मायुमी पुन्हा म्हणाली.

तिने ते नाव निवडलं आणि त्याच्या कुटुंबाची आणि पूर्वजांच्या इतिहासाची फाईल उघडली. कुणीतरी तिच्या आधी ती फाईल उघडली होती ह्याचं तिला आश्चर्य वाटलं. कारण वर्षापूर्वी इथं कुणीतरी शिरकाव केला होता, हे तिला दिसत होतं.

"आश्चर्य आहे," मायुमीच्या मनात आले, "ह्या खेळात आणखी एक खेळाडू दिसतोय!"

वंशावळीच्या वृक्षावर त्याच्या आईच्या नावावर एक विचित्र खूण होती. ते जपानी अक्षर विदेशी उष्ण प्रदेशातील फूल ऑर्किड ह्यासाठी होतं.

ती क्षणभर थांबली, ती गोंधळली होती. ऑर्किड का? दुसऱ्या महायुद्धाच्या वेळचा जपानच्या इतिहासाचा काही भाग संशोधकांच्या आणि इतिहासकारांच्या दृष्टीने लक्ष न दिलेला बरा असा होता, त्याची ऑर्किड ही खूण होती. त्याच्याशी ह्याचा काही संबंध होता का? जपानने आग्नेय आशिया काबीज केल्यावर स्त्रियांना जबरदस्तीने सैन्यासाठी वेश्या म्हणून काम करणं भाग पडलं होतं. सभ्य भाषेत त्यांना सेविका असं नाव होतं. त्या सैनिकांनी त्यांना ऑर्किड असं नाव दिलं होतं. ही लज्जास्पद सत्य घटना जपानी समाजात गुप्त ठेवली गेली होती, परंतु विद्यापीठात आणि त्या युद्धाचं संशोधन करणाऱ्या इतिहासकारांत हा विषय अगदी मोकळेपणे चर्चिला जायचा आणि त्याचं अस्तित्व त्यांच्या पेपरात नमूद केलं जायचं.

मायुमी ही अगदी धक्कादायक माहिती पचवण्याचा प्रयत्न करताना विचारात पडली होती. तिने यांत्रिकपणे प्रिंट बटण दाबलं आणि मध्यवर्ती प्रिंटिंग स्टेशनकडे जाऊन ती कागदपत्रं छापून येण्याची वाट बघू लागली. एका कारकुनाने तो मजकूर तपासून पाहिला आणि देशाच्या सुरक्षिततेचा काही भंग होत नाही ना ह्याची खात्री करून ते कागद तिच्याकडे दिले.

अजूनही विचारात गढलेल्या मायुमीने संशोधनाची फी म्हणून तीन हजार येन दिले आणि शिबुयातल्या आपल्या ऑफिसला परत जायला ट्रेन पकडण्यासाठी ती इमारत सोडली. तेत्सुयो आकिनिचो आणि त्याची आई; आणि तिच्या नावाजवळ असलेली, मन:स्वास्थ्य बिघडवणारी ऑर्किडची खूण ह्यातले गूढ नातं तिच्या मनातून काही केल्या जाता जात नव्हतं.

अतिशय आदरणीय तेत्सुयो आकिनिचो, त्यांची ती निष्कलंक प्रतिमा आणि तिचा संबंध दुसऱ्या महायुद्धातील एका वेश्येशी? अशक्य! का हेच खरं होतं?

११

टोकियो

पॉल त्याच्या पलंगाजवळच्या त्या कर्कश आणि आग्रही टेलिफोन घंटीच्या आवाजाने जागा झाला आणि फोन घेण्यासाठी त्याने हात पुढे केला. त्या वेळी टी.व्ही.वर असलेल्या डिजिटल घड्याळाकडे त्याचं लक्ष गेलं.

''अरे देवा, आता दुपारचा एक वाजलाय!'' तो कुरकुरला. दिवसाचा अर्धा भाग झोपून काढला म्हणून तो ताबडतोब स्वत:वर वैतागलाच. त्याला पैसे दिले होते ते काम करण्यासाठी आणि जेट लॅग असो वा नसो, झोपून काढण्यासाठी नव्हे.

''हॅलो,'' तो फोनमध्ये गुरगुरला. अजूनही अर्धवट झोप आणि अपरिचित वेळापत्रक ह्यामुळे तो गोंधळलेला होता. फोनवरील स्त्री जपानी इतिहासकार होती. तिचं नाव काय बरं होतं... मायुमी की असंच काहीसं... की दुसरं काही?

त्याच्या त्या गोंधळलेल्या मेंदूत शिरणारा तिचा नाजूक बायकी आवाज त्याच्या शिळ्या श्वासोच्छ्वासावर हवेच्या ताज्या झुळकेची फुंकर घालत होता.

अरे देवा, दात न घासताच किंवा अंघोळ न करताच तो झोपी गेला होता आणि त्याला स्वत:ची अक्षरश: किळस येत होती. मायुमी फोनवर त्याच्यापासून अनेक मैल दूर होती म्हणून त्याला बरं वाटलं. त्याने आपला घसा खाकरला आणि तो आताच जागा झालाय हे तिनं ओळखू नये म्हणून आपला आवाज शक्य तेवढा सहज असल्यागत दाखवलं.

परंतु तरीसुद्धा मायुमीला ते कळलं होतं. त्यामुळे त्याला जागं केल्याबद्दल तिने क्षमा मागितली. परंतु तिला काही महत्त्वाचं कळवायचं होतं. ती जेन निहॉन ह्या संस्थेत गेली होती. ती इतिहासकार असल्यामुळे तिला तिथं प्रवेश मिळाला होता आणि अशिलाच्या वंशवेलीबद्दल तिने काही स्वारस्यपूर्ण परंतु गोंधळवून टाकणारी माहिती शोधून काढली होती. जेवढं शक्य होईल तेवढ्या लवकर पॉल तिच्या ऑफिसमध्ये त्याबाबत चर्चा करण्यासाठी येऊ शकेल का, असं ती विचारत होती.

तो खरंच येऊ शकेल! महत्त्वाचे धागेदोरे मिळाले म्हणून पॉल क्षणात टक्क जागा झाला आणि त्याने तिला तिच्या ऑफिसमध्ये तासाभरात पोहोचण्याचं आश्वासन दिलं.

त्याने झटकन दाढी केली, पटकन अंघोळ उरकली आणि वीस मिनिटांत तो शिंजुकूहून शिबुयाला जाणाऱ्या यामानोट रेल्वेत चढला.

त्याने घंटी वाजवायच्या आधीच मायुमीने आपल्या ऑफिसचा दरवाजा उघडला. उड्या मारीत जिने चढणाऱ्या त्याच्या पावलांचा आवाज तिने ऐकला होता हे उघड होतं. तिच्या त्या चौकडीच्या स्कर्टमध्ये आणि पायातील फॅशनेबल बुटात ती वयाने अगदी लहान आणि 'इतिहासाशी संबंध नसलेली,' अशी वाटत होती. परंतु ती तिच्या कामात तरबेज होती आणि ते महत्त्वाचं होतं. फॅशनचं वेड असलं तरी मायुमी अधिकारानं कसं वागायचं ते शिकली होती आणि कोणत्याही माणसाला तिच्या व्यावसायिकतेला आव्हान देण्याचं धाडस झालं नसतं.

ज्या वेगाने मायुमी ही केस हाताळत होती ते पॉलला आवडलं. कारण त्याच्या अशिलाला जी माहिती हवी होती ती गोळा केल्यावर थोडा वेळ मिळावा अशी तो आशा करत होता. नात्सुकोने बऱ्याच वर्षांपूर्वी ज्या ठिकाणी त्याला नेलं होतं त्या जागांना त्याला पुन्हा भेट द्यायची होती... हाकोन... माउंट फुजी... वेगळ्या संस्कृतीमुळे होणारी भांडणं, त्यामुळे येणाऱ्या नाराजीची आणि गैरसमजाची पाचर त्या दोघांमध्ये बसेपर्यंत ते किती चिंतारहित आणि सुखी होते! पॉलने सुस्कारा सोडला. त्याने मायुमीच्या ऑफिसमधील त्या विचित्र गोंधळाकडे आणि हातातील कामाकडे स्वत:ला खेचलं. तिचं मांजर जवळपास कुठे दृष्टिपथात नव्हतं ह्याची जाणीव झाल्यावर मासिकं आणि वर्तमानपत्रं न ठेवलेल्या त्या एकुलत्या एक खुर्चीसाठी लढाई करावी लागणार नाही याचा त्याला आनंद झाला.

फोन वाजला. तो घेण्यासाठी मायुमी घाईने गेली आणि त्यामुळे पॉलला काही मिनिटं आरामात तिचं निरीक्षण करता आलं. ती एक सुंदर कोडं होती. जर का ती त्याला रस्त्यावर भेटली असती तर ती एखाद्या क्रोम आणि काचेने बनवलेल्या चकचकीत ऑफिसमध्ये काम करतेय अशीच त्याची समजूत झाली असती. पण

ती जगातल्या सर्वांत अस्ताव्यस्त पसरलेल्या, विजोड फर्निचरच्या खोलीत राहत असेल अशी त्याची अजिबात अपेक्षा नव्हती. अरे देवा, तिच्यासारखी फॅशनेबल स्त्री आपलं ऑफिस असं घाणेरडं कसं ठेवू शकते? तिचं घरही असंच घाणेरडं असेल का? तो मनातल्या मनात विचार करत होता.

मायुमीने फोनवरचं आपलं संभाषण संपवलं आणि आपलं लक्ष पॉलवर केंद्रित केलं.

''तुम्ही एवढ्या लगेच आलात त्याबद्दल आभार.'' आपल्यासमोर असलेल्या पेपरांचा ढीग उलथापालथा करत ती म्हणाली. ''मी आपल्या अशिलासंबंधीच्या माहितीची प्रत काढली आणि मला वाटतं की ती आपण दोघांनी एकत्र पाहावी. आता ती मी कुठे ठेवली आहे? शपथेवर सांगते की दोन मिनिटांपूर्वी ती इथं होती!''

सुट्या कागदांच्या चळतीवर तिने मेकअपच्या साहित्याचा खोका पेपरवेट म्हणून ठेवला होता. तो तिने हलविला आणि त्याच्या वरचा कागद विजयीपणे उचलला.

''ओ, हा इथं आहे.'' तो कागद पॉलला देण्याआधी चाळत ती म्हणाली.

पुढे सुरुवात करण्याआधी तिने पॉलला वाचण्यासाठी काही मिनिटं दिली. ''त्या स्त्रीच्या नावापुढे ऑर्किडची खूण आहे हे तुम्ही पाहातच आहात. आग्नेय आशियाचा भाग जेव्हा जपान्यांनी जिंकला, त्या वेळी ज्या स्त्रियांना वेश्या म्हणून जपानी सैनिकांसाठी जबरदस्तीनं काम करायला लागायचं, त्यांच्यासाठी ही खूण होती. काही वर्षांपूर्वी ह्या विषयावर मी एक संपूर्ण संशोधन प्रकल्प दाखल केला होता. त्यामुळे ह्या वस्तुस्थितीबद्दल मला खात्री आहे.''

''आपल्या अशिलाची आई ही ऑर्किड, म्हणजेच युद्धकाळातील एक वेश्या होती असं तू म्हणतेस का?'' पॉलने विचारलं.

''होय, तिच्यावर ऑर्किड म्हणून छाप मारलेला होता. त्याचा जन्म सिंगापूरला युद्धकाळात झाला आणि युद्धकाळात जपानी सैन्यासाठी अशा स्त्रिया ठेवलेल्या होत्या. ह्या मुद्द्यांवर एकत्रित विचार केला तर ते नक्कीच शक्य आहे.'' मायुमी म्हणाली, ''जरी हे आश्चर्यकारक वाटत असलं तरी होय, तिथली नोंद हेच सुचवते.''

पॉलने एक लांब शीळ घालत आपला श्वास सोडला. त्या विख्यात तेत्सुयो आकिनिचोची आई वेश्या होती? हे अशक्य होतं आणि ह्या कल्पनेची चिरफाड करून तो निश्चितच तिचं खंडन करण्याचा प्रयत्न करील.

''सरकारी नोंदीनुसार एखादी व्यक्ती वेश्या आहे असं वर्गीकरण करणं हे काही बरोबर दिसत नाही. बहुतेकदा वेश्यांबद्दल बोललं जात नाही आणि त्यांचं अस्तित्व

नाकारलं जातं.'' त्याने मुद्दा मांडला. ''उदाहरणादाखल जपानचं नोंदणी कार्यालय जसं अभिमानाने कुणा एका मैकोला *पीएचडी* म्हणून लेबल लावील तसं *वेश्या* म्हणून लेबल लागण्याची शक्यता नाही.''

''होय, पण ज्या वेश्या युद्धकाळात सैनिकांच्या सेवेला होत्या, त्या वेगळ्या होत्या. सुरक्षिततेच्या कारणास्तव त्यांची नोंद केली जायची, कारण त्या सैनिक छावण्यांत आणि सैनिक सुविधा केंद्रांमध्ये फिरायच्या. जपानी सैनिकांना संततिनियमनाची साधनं दिली जायची आणि त्यांच्यापासून कोणतीही मुलगी गरोदर राहू नये असा कडक इशाराही दिला जायचा. जेव्हा नैसर्गिक अपघात घडायचे तेव्हा ते त्या मुलीचा बळजबरीने गर्भपात करायचे. परंतु काही स्त्रियांना गर्भधारणा झालीय हे त्यांच्या उशिरा लक्षात आलं होतं. त्यांचा गर्भपात करणं शक्य नव्हतं. त्यामुळे त्यांची नोंद करावी लागली होती.'' मायुमीने खुलासा केला.

''आणि ह्याच वेश्यांना ऑर्किड असं टोपणनाव दिलं गेलं होतं असंच ना?''

''हो.'' मायुमीने मान डोलाविली. ''सैनिक त्यांचा उल्लेख जपानी ऑर्किड्स असा करू लागले, ते नाव त्यांना चिकटलं आणि अधिकृत झालं.''

''ठीक आहे. तुझा सिद्धांत बरोबर आहे असं मानलं तर मग ह्या स्त्रीबद्दल आपल्याला अधिक माहिती कुठे मिळेल आणि तिला कसं शोधता येईल?''

''हो, पण जपानमध्ये निश्चितच नाही. कारण तिथं नोंद आहे ती तिच्या नावाची आणि ह्या वस्तुस्थितीची की ती जपानी ऑर्किड होती. त्यामुळे युद्ध संपल्यावर तिला जपानमध्ये परत आणणं असंभवनीय होतं. ती कोणीच नव्हती. एक वेश्या, जिला अपघातानेच गर्भधारणा झाली होती. त्यामुळे मी असं म्हणेन की ती सिंगापूरमध्ये राहिली आणि मेली.''

पॉल ग्रिफिन त्याच्या खोलीतल्या आरामदायी सोफ्यावर मायुमीने दिलेली माहिती पुन्हा एकदा वाचत बसला. तेत्सुयोबद्दलच्या ह्या वंशावळीच्या शोधामुळे त्याला बसलेला धक्का दोन तासांनंतरही ओसरलेला नव्हता. ही केस आता जास्तच गुंतागुंतीची आणि त्यामुळे पटकन न सुटणारी वाटत होती. पहिल्यांदा त्याला वाटलं होतं त्यापेक्षाही जास्त वेळ लागण्याची शक्यता होती. जर तेत्सुयोची रक्ताची आई सिंगापूरमध्ये राहिली आणि वारली असली, तर त्यांना हा तपास ते मूळ शोधण्यासाठी तिथं घेऊन जावा लागेल.

१२

टोकियो

मॅनहटनमधील आणखी एक दिवस संपत होता. तेत्सुयोने खालच्या रस्त्यावर लाखो लोक त्यांना घरी घेऊन जाणाऱ्या ट्रेन्स पकडण्यासाठी घाईने जाताना पाहिले. इमारतीसमोरच्या टॅक्सीच्या रांगा भरभर वाढत होत्या आणि थोड्याच वेळात त्या पुढच्या दरवाज्यापर्यंत येतील. रोजच्या दिवसात ह्यावेळी हे नेहमीच व्हायचं. वर डोक्यावर रंगाने माखलेल्या आकाशात क्षितिजाजवळ हळूहळू डुबण्यासाठी सूर्य रेंगाळत होता. शहराचे दिवे जणू काही कुणी बटण दाबल्यागत जवळजवळ एकापाठोपाठ लागले.

"सूर्यास्त, सूर्योदय," तेत्सुयोच्या मनात विचार आला. "मॅनहटनला मिळणारी ही चोवीस तासांतील सगळ्यांत शांत आणि सुंदर वेळ आहे."

हे असं नेहमीच घडत नसे. कधीकधी थंडगार वारं त्या उंच इमारतीवर मारा करायचं आणि आकाश रागारागाने गारा आणि हिम ह्यांचा वर्षाव करायचं. तेत्सुयोच्या मुलीने, युकीने एकदा म्हटलं होतं की तिला वाटते, हा सर्व थंडगार बर्फाचा राडा आहे आणि आपण सर्वजण जणू काही त्या थंडगार सोड्यामध्ये आवाज करत ओढले जात आहोत.

तेत्सुयो हसला. ट्रिशियाने त्याच्यासाठी केलेला हिरव्या जपानी चहाचा कप त्याने हातात घेतला. ते गरम मिश्रण घशातून खाली जाताच दिवसभरातील

ताणतणावाचा शरीरातून संपूर्ण निचरा होतो आहे अशी त्याला जाणीव झाली. युकी ही कल्पक मुलगी होती. अमर्याद उत्साह आणि कल्पकता असलेली ती मुलगी जेव्हा एका उच्च स्थानावर असलेल्या आणि बातम्यांचे प्रसारण करणाऱ्या टी.व्ही. वाहिनीत निर्भय पत्रकार म्हणून लागली, तेव्हा कुणालाच आश्चर्य वाटलं नव्हतं. तेत्सुयोला आपल्या मुलीचा आणि तिच्या बुद्धिमत्तेचा अभिमान होता आणि जेव्हा जेव्हा ती जगातील सर्वांत धोकादायक जागेवर जाऊन बातम्या गोळा करायची, तेव्हा तिला टी.व्ही.वर पाहत असताना त्याला तिच्या सुरक्षिततेची सारखी काळजी वाटत राहायची.

ती एखाद्या उद्योगजगतातील सुरक्षित जागी किंवा अगदी त्याच्या कंपनीतही काम करत असती तर त्याला जास्त आवडलं असतं. परंतु युकी युएसए मध्ये वाढली होती. जेव्हा बापलेकीची इच्छेसंबंधीची चकमक उडाली, तेव्हा बापाच्याच इच्छेचा विजय होईल ही जपानी विचारसरणी तिला मान्य नव्हती. तिच्या बाबतीत तिला स्वत:ला जे उत्तम वाटायचं ते ती करायची. तिच्या बापाला उत्तम वाटेल ते नव्हे. चेहरामोहरा सोडून इतर सर्व बाबतीत त्याची मुलं अमेरिकन आहेत हे तेत्सुयोने बऱ्याच आधी स्वीकारलं होतं.

त्याने एक बटण दाबलं आणि खोलीत शास्त्रीय संगीताचे सूर पसरले. त्याच घडीला त्याचा सेलफोन वाजला. आता त्याच्या खाजगी आणि गुप्त ई-मेल खात्यात ई-मेल आल्याची सूचना त्याला मिळाली. तेत्सुयोने त्याच्या उपजत वृत्तीने ई-मेलवर काय संदेश आलाय हे ताबडतोब बघण्याचा मोह टाळला. ह्याउलट तो आपल्या खुर्चीत बसून त्या मधुर संगीतात बुडून गेला. त्याने सर्व ताणतणाव जरा दूर सारायचे आणि ई-मेल आल्याची सूचना येताच प्रत्येक वेळी ताबडतोब तो बघायचा नाही असं ठरवलं होतं.

पण त्याच्यातील हाडाच्या उद्योगपतीने त्याला फक्त पाच मिनिटांचाच काय तो अवधी दिला आणि त्यानंतर त्याने आपली ई-मेल उघडली. तेत्सुयोला त्याच्या गुप्त आणि खाजगी खात्यात आलेली ई-मेल फार काळ न वाचता ठेवणं बरं वाटत नव्हतं.

तो संदेश अशा व्यक्तीकडून होता की त्या लांबलचक आणि त्रासदायक दिवसाच्या शेवटी तो ऐकावा अशी तेत्सुयो आकिनिचोची नक्कीच इच्छा नव्हती. तो पॉल ग्रिफिनकडून आला होता. ती ई-मेल अगदी छोटी होती. ‘आकिनिचो साहेब, मला तुम्हाला असं कळवायचं आहे की आम्हाला एका मियोको नावाच्या स्त्रीबद्दल स्वारस्यपूर्ण माहिती मिळाली आहे, बहुतेक ती तुमची आई असावी. त्या व्यक्तीचं निवासस्थान सिंगापूर आहे. त्यामुळे आपली जपानी मदतनीस मायुमी हिला घेऊन शक्य तेवढ्या लवकर तिथं जाण्याची परवानगी मी मागत आहे. ह्या

विषयीची सर्व माहिती उद्या फॅक्स करून पाठवीन.'

तेत्सुयोने आपल्या डोळ्यांतील ताण डोळे चोळून दूर केला आणि ई-मेल पुन्हा वाचली. त्या गुप्तहेराचा शोध, ती मियोको नावाची स्त्री, जी बहुधा त्याची आई आहे आणि सिंगापूरमधील एक जागा, ह्या सर्वांचा अर्थ लावण्याचा तेत्सुयोने प्रयत्न केला. हे सर्व काय आणि कशाबद्दल होतं?

सिंगापूर! अर्थातच त्याच्या बापाने ह्या जागेचा उल्लेख केलेला होता. युद्धकाळात त्याने तिथं सैनिक म्हणून वास्तव्य केलं होतं आणि तिथल्या स्त्रीशी चाललेल्या उत्कट लैंगिक प्रकरणाचा शेवट त्याच्या जन्मात झाला होता! त्याच्या भूतकाळातील कोड्याचे सर्व तुकडे आता एकत्र यायला सुरुवात झाली होती. तेत्सुयोच्या लक्षात आलं की पॉल ग्रिफिनच्या ई-मेलमध्ये जिचा उल्लेख होता ती स्त्री, मियोको, ही बहुधा त्याची आई होती. जिची ओळख सांगण्यास त्याच्या बापाने नकार दिला होता.

संगीत आपोआप संपलं आणि तेत्सुयोच्या बोटांनी थंड संगमरवरी टेबलावर धरलेल्या तालाने त्या खोलीतील नीरव शांतता भंग पावली. तो आपल्या मित्राला –अकिराला फोन करण्याआधी त्या अंधाऱ्या खोलीत बराच काळ बसून राहिला.

१३

टोकियो

डाव्या कानाशी चिवचिवणाऱ्या पक्ष्यांच्या आवाजाने मायुमी जागी झाली आणि गोंधळून उठून बसली. एवढा गडद अंधार असताना पक्ष्यांना एवढ्या मजेत गुंजन करण्याचं काय कारण होतं? मग तिच्या लक्षात आलं की हे गुंजन तिच्या मोबाइल फोनमधून येत होतं. तिने काही दिवसांपूर्वीच वाजणाऱ्या मोबाइलची धून बदलली होती आणि ते लक्षात यायला तिला अजूनही वेळ लागत होता.

"तुझं ते मूर्ख गाणं थांबव आणि मला पुन्हा झोपी जाऊ दे!" गुरफटलेली चादर, ब्लँकेट आणि मांजर ह्यातून अंधारात त्या सेल फोनसाठी चाचपडताना ती कुरकुरली.

मग तिला आपल्या गजराच्या घड्याळाची चकचकीत तबकडी दिसली आणि ती किंचाळली.

"पहाटेचे चार वाजलेत! ह्या अशा अवेळी कुणी फोन केला असेल?"

ती काहीशी घुटमळली आणि फोनला उत्तर देऊ नये असा विचार तिच्या मनात आला. पण दुसरं मन म्हणालं की मागे तिचे वडील हृदयविकाराचा झटका येऊन कोसळले होते तसा काही निकडीचा प्रसंग असला तर? त्या वेळी तिच्या आईने तिला पहाटे तीन वाजता फोन केला होता.

मायुमीने सुस्कारा सोडला. मग तो चकमकणारा फोन उचलला आणि ती वैतागून कुजबुजली, "मुशी मुशी!"

"हॅलो?" प्रत्युत्तरादाखल एक माणूस इंग्लिशमध्ये बोलला. त्या रामप्रहरीच्या शांततेत तो आवाज काहीसा मोठा वाटत होता.

"छान! मि. ग्रिफिन, तुम्ही का?" मायुमी म्हणाली. तिला धक्काच बसला होता. "काय झालंय काय? पहाटेचे चार वाजलेत हे तुम्हाला माहीत आहे का?"

"हो, मला माहीत आहे आणि ह्या अशा वेळी तुला फोन करतोय ह्याबद्दल क्षमस्व, परंतु काहीतरी तातडीचं काम आलंय आणि मला तुझी मदत हवीय. तू तुझा पासपोर्ट घेऊन दुपारी दोन वाजता नारिटा एअरपोर्टवर हजर होशील का? "

"काऽऽय?" मायुमी इतक्या जोरात किंचाळली की तिच्या बाजूच्या जागेत राहणारा शेजारी हळूच खोकला आणि त्याने तिला आठवण करून दिली की त्या एक खोलीच्या फ्लॅटच्या भिंती, आवाज सहज बाहेर नेणाऱ्या होत्या आणि इमारतीतील इतर सर्व लोक अजून झोपलेले होते.

"क्षमा कर, मी एअरपोर्टवर सर्व खुलासा करीन. पण तुझ्या हे लक्षात येतंय ना, की मला असं वाटलं की आता फोन करून तुला तयारीसाठी पाच-सहा तास द्यावेत." पॉल शांतपणे सांगत होता. ओळखीच्या एखाद्याला पहाटे चार वाजता फोन करून दुपारी दोन वाजता एअरपोर्टला जायला सांगणं ही जणू काही अगदी सामान्य गोष्ट होती. अरे देवा! तो नेहमी अशाच तऱ्हेने काम करतो का?

मायुमीला तो ज्या तऱ्हेने गृहीत धरून चालला होता, ते पाहून ती वैतागलीच आणि जर अशा अवेळी तिला फोन करणं हा त्याच्या व्यवहाराचा भाग असेल तर तो ती गुपचूप मान्य करील ह्याची तिला खात्री नव्हती. आणि ती हातातलं सर्व काम सोडून त्याला भेटायला नारिटा एअरपोर्टकडे धावत सुटेल हे गृहीत धरण्याची हिंमत त्याने कशी काय केली होती? तिला स्वतःचं खाजगी जीवन होतं आणि दुसऱ्या जबाबदाऱ्याही. ह्या अशा तिच्या खाजगी जागेत आणि वेळात त्याने केलेल्या आक्रमणाबद्दल तिला वाटणारी चीड जाणून जणू काही तिला खूष करण्यासाठी त्याला माहीत असलेली एकच गोष्ट तो बोलला.

"ह्यात आपल्याला तसा बराच पैसा मिळेल आणि दुसरी गोष्ट म्हणजे आपण जेव्हा हे काम सुरू केलं, त्या वेळी ठरवला होता त्याच्या दुप्पट दर द्यायचा असं मी ठरविलं आहे."

ह्यामुळे काम झालं आणि मायुमी काहीशा शांत स्वरात म्हणाली, "ठीक आहे, पण तू मला नक्की काय घडतंय ह्याची कल्पना नारिटा एअरपोर्टवर द्यायला हवीस. मला कुठे प्रवास करावा लागणार आहे आणि किती काळ प्रवास करायला लागणार आहे, याची मला योग्य कल्पना पाहिजे. जर मला बाहेर जायचं असलं तर मला माझ्या मांजराची व्यवस्था करावी लागेल. माझे पूर्वनियोजित कार्यक्रम पुढे ढकलावे लागतील आणि मी कुठे जायचं अपेक्षित आहे, त्याप्रमाणे योग्य तऱ्हेचे

कपडेही घ्यावे लागतील.''

''पुन्हा एकदा क्षमस्व! तुला तुझं इथलं आयुष्य आहे आणि इथली काही कामं आहेत हे विसरणं आणि तू थोड्या वस्तू बॅगेत टाकून तासात बाहेर पडू शकशील असं मानणं चुकीचंच आहे.'' पॉल म्हणाला, ''ठीक आहे, खरं सांगायचं तर, तू माझ्या बरोबर सिंगापूरला, तू जिला जॅपनीज ऑर्किड म्हणून ओळखतेस त्या स्त्रीच्या मागावर यावंस अशी माझी इच्छा आहे. इथं बसून मागच्या कितीही नोंदी वाचल्या तरी तिच्याबद्दल आपल्याला काहीही सापडणार नाही. मी मि. अकिनिकांना एक ई-मेल पाठवली आणि आपण दोघांनी जाण्यासाठी त्यांची परवानगी मागितली होती आणि आताच मला ती मिळालीय.''

मायुमीने दचकून तो फोन जवळजवळ खाली टाकला. हा माणूस बोलत होता ते खरं होतं का? तो अगदी शांतपणे काही कपडे घेऊन त्याच्याबरोबर काही तासांच्या सूचनेवर हजारो मैल लांब विमानाने यायला सांगत होता!

तो पुढे सांगू लागला पण तिला त्याचं बोलणं धड ऐकू आलं नाही. ''कृपया मला युनायटेड एअरलाईन्सच्या काउंटरसमोर दुपारी अडीच वाजता भेट आणि तुझ्याकडे पासपोर्ट असेल अशी मी आशा करतो. ह्यासाठी मी तुझी फी दुप्पट करतोय. तर मग तू येणार की नाही? कारण तू येणार असलीस तर मला तुझं विमान तिकीट घ्यावं लागेल.''

फोन बंद केल्यावर मायुमीच्या लक्षात आलं की तिने पॉल ग्रिफिनला कबूल केलं होतं की ती त्याला नारिटा एअरपोर्टवर ठरलेल्या वेळी भेटेल आणि त्याच्याबरोबर सिंगापूरला जाईल. कारण त्याने तिची फी दुप्पट करण्याची केलेली बोली ती टाळू शकत नव्हती!

त्या अंधाऱ्या खोलीत फक्त गजराच्या घड्याळाच्या तबकडीच्या उजेडात मायुमीला एकच इच्छा होती की तिला बोलावणाऱ्या, हव्याहव्याशा वाटणाऱ्या गादीत जाऊन पडायचं आणि झोपायचं. पण जर का त्या ठरावीक वेळी तिला एअरपोर्टवर पोहोचायचं असेल, तर तिला फक्त तिच्याच वस्तू बॅगेत भरायच्या नव्हत्या, तर मिकीचीही व्यवस्था करायला हवी होती आणि तीस मिनिटांच्या अंतरावर असलेल्या तिच्या चुलतबहिणीच्या, नाओकोच्या फ्लॅटवर सायकलीने योग्य वेळी पोहोचवायला हवं होतं.

मायुमी विचित्रपणे हसली. जरी तिने पॉलला सांगितलं होतं की तिला तिचे पूर्वनियोजित कार्यक्रम पुन्हा ठरवायला लागतील, तरी सत्य हे होतं की गेल्या काही महिन्यांत तिच्या कपाटात काहीच कागदपत्रं नव्हती आणि तिच्याकडे कुणीच भेटीची वेळ मागितली नव्हती. त्यामुळे त्या गाठीभेटींच्या वेळा पुन्हा ठरवायची गरजच नव्हती. पॉलने फी दुप्पट करण्याची दाखवलेली तयारी नाकारणं तिला

परवडण्यासारखं नव्हतं. त्यामुळे तिला ही ट्रीप करायलाच हवी होती. शिवाय त्या गूढ स्त्रीचा तपास करायला नवीन जागी जाणं हे काहीसं उत्साहित करणारं होतं. पण हे सर्व इतकं वेगात घडलं होतं की तिला स्वत:ला जोरात चिमटा घेऊन आपण स्वप्न पाहत नाही ना ह्याची खात्री करून घ्यावी लागत होती आणि काम इतकं पडलं होतं की ह्या घडीला आता कुठून सुरुवात करावी हे तिला समजत नव्हतं.

तिने मग निश्चयाने पांघरूण बाजूला केलं. बहिणीच्या लग्नासाठी स्पेनला जाण्यासाठी सहा महिन्यांपूर्वी नवा पासपोर्ट काढला होता म्हणून मायुमीला आनंद वाटला. परंतु पहाट होण्याआधी तिला फोन केलेल्या त्या माणसामुळे मायुमी गोंधळलेल्या अवस्थेत होती. तिला धक्का बसला होता. त्यामुळे पासपोर्ट ठेवलेला प्रवासी फोल्डर तिने कुठे ठेवला होता तेच तिला आठवत नव्हतं.

''शांत राहा,'' तिने स्वत:ला बजावलं. तो एक खोलीचा फ्लॅट इतका काही मोठा नव्हता की सर्वत्र शोधाशोध केल्यावरही तिला पासपोर्ट मिळणार नाही आणि तो सापडलाही. तो त्या खोलीत असलेल्या एकमेव कपाटात, काहीसा मागे, तिच्या कॉलेजमधली डिप्लोमाची सर्टिफिकेट ठेवलेल्या आणि 'महत्त्वाची कागदपत्रं' असे लिहिलेल्या एका मोठ्या पाकिटात ठेवलेला होता.

मिकी अजूनही शांतपणे आणि सुखात झोपली होती. लवकरच तिचं आयुष्य आणि रोजचा कार्यक्रम ह्यात पुढचा एक आठवडाभर बदल होणार होता ह्याची तिला कल्पना नव्हती. मायुमी त्या झोपलेल्या मांजराला हळुवारपणे थोपटत असताना तिला पश्चात्ताप वाटला. जरी नाओको तिची नीट काळजी घेईल हे तिला माहिती असलं तरी तिला असा बराच काळ सोडून राहणं तिला नकोसं वाटत होतं.

मायुमीच्या लक्षात आलं की काही वेळ तिला डुलकी लागली होती. कारण जेव्हा ती जागी झाली तेव्हा आकाश आधीच उजळलं होतं आणि खाली रस्त्यावर बुटांचे आवाज येत होते. सकाळी लवकर कामावर जाणाऱ्या कर्मचाऱ्यांचा ताफा स्टेशनकडे निघाला होता. घड्याळाकडे नजर टाकण्याआधीच साडेसात वाजले आहेत हे ती सांगू शकत होती. ती कपाटाशी गेली आणि एक मध्यम आकाराची बॅग आणि मिकीला सोडताना नेहमी वापरला जाणारा निळा प्लॅस्टिकचा पिंजरा तिने बाहेर काढला.

'सिंगापूरची हवा अतिशय उष्ण, त्यामुळे हलकेफुलके कपडे घेणं अगदी योग्य,' तिच्या मनात आलं आणि ती प्लॅस्टिकच्या पेट्यांतून आपले उन्हाळी कपडे शोधू लागली. तिने बॅगेत काही स्कर्ट्स, जीन्स आणि अनेक छोट्या बाह्यांचे टी-शर्ट टाकले. जर का तिला एखाद्या दिमाखदार, श्रीमंत रेस्टॉरंटमध्ये कुणी नेलं तर, ह्या विचाराने उचल खाऊन तिने एक सुंदर उन्हाळी फ्रॉक बॅगेत टाकला.

साडेआठ वाजेपर्यंत तिची अंघोळ झाली. तिने हलका नाश्ता घेतला. मिकीला नाओकोने आपल्याकडे ठेवावं ह्याची व्यवस्था केली. मिकीला रोजच्या क्रमात बदल होणार हे जाणवलं आणि ती खिडकीच्या कठ्ठ्यावर बेचैन होऊन फेऱ्या घालत मायुमीची प्रत्येक हालचाल पाहत होती. मायुमीने मिकीला तिच्या आवडत्या ट्युना माशाचा आणखी एक घास दिला आणि मिकीला त्या पिंजऱ्यात भरताना होणारी ठोसाठोशी, गुरगुरणे, फूत्कारणे आणि शेवटच्या घडीला होणारी ती नेहमीची मारामारी ह्याची तिला मनातून भीती वाटत होती. परंतु तक्रारीचा स्वर, हे फूत्कारणे हे नुसते देखाव्यापुरते असायचे. मिकीने तिच्या मालकिणीला एकदाही ओरखडा काढून दुखापत केली नव्हती.

एक तासानंतर जेव्हा मायुमी नाओकोच्या फ्लॅटवर पोहोचली तेव्हा नाओकोने काळजीच्या स्वरात विचारलं, "एका फार ओळखीच्या नसलेल्या अमेरिकन माणसाबरोबर तू सिंगापूरला जातेयस, हे योग्य आहे ह्याची तुला खात्री आहे ना?"

"काळजी करू नको. मला काही होणार नाही." मायुमीने आपल्या चुलत बहिणीला खात्री दिली. "मी पूर्वी प्रोफेसर्स आणि संशोधक तुकडीतील माणसांबरोबर अभ्यासाच्या सहलीसाठी जायचे, तशीच ह्या कामासाठी जातेय आणि खरंच त्या पैशाचा मला उपयोग होईल."

"हो, पण त्या वेळी तू एका समूहात असायचीस आणि तेही जपानमधील स्थळांवर." नाओकोने ह्यावर भर दिला. "आता तू हजारो मैल दूर सिंगापूरला आणि त्या माणसाबरोबर एकटी चालली आहेस!"

तिची चुलत बहीण जरी उघडपणे म्हणाली नाही तरी मायुमीला हे माहीत होतं, की पॉल हा जपानी नसून अमेरिकन होता, त्यामुळे तिच्या मनात हा संदेह निर्माण झाला होता. तिने जेव्हा ट्रॉली बॅग ओढत स्टेशनवर आणली तेव्हा ती हसत होती. ती पुरुषांच्या जगात आपली रोजीरोटी कमावत होती आणि जेव्हा कामासाठी जायचं असेल, जोपर्यंत तिची फी दिली जात असेल, तोपर्यंत तिचा सहप्रवासी कोण असेल ह्याला खरोखर महत्त्व नव्हतं. तिच्या चुलत बहिणीला ह्याची कल्पना नव्हती की मायुमीचा सहप्रवासी समंजस माणूस असला आणि त्याचं काम कायदेशीर असलं, तर ती कुणाबरोबर काम करते ह्याची निवड करणं परवडण्यासारखं नव्हतं.

तिचा खर्च पॉल ग्रिफिन करणार असल्यामुळे, तिने एक हजार येन वाचवणारी नेहमीची स्वस्त कैरो लिमिटेड एक्सप्रेस न घेता वेगवान आणि महागाची नारिटा एक्सप्रेस ट्रेन एअरपोर्टला जाण्यासाठी पकडली.

ती तुकतुकीत, छान 'द रेड ॲरो', नावाची ट्रेन स्टेशनमधून हळुवारपणे घरंगळत बाहेर पडली. मायुमी आपल्या मऊ आणि आरामदायी सीटवर एअरपोर्टला

जायच्या एका तासाभराच्या प्रवासासाठी स्थिरस्थावर झाली. गेल्या तीन दिवसांतील सर्व घटनांचा देखावा तिने डोळ्यांसमोर आणण्याचा प्रयत्न केला. न्यूयॉर्कहून एक अमेरिकन माणूस तिच्या ऑफिसमध्ये वेळ न ठरवता आला होता आणि अमेरिकेत राहणाऱ्या एका विख्यात जपानी माणसाच्या वंशावळीची माहिती काढण्याचं काम त्याने तिला दिलं होतं. त्यांच्या दोघांच्या अशिलाची आई ही केवळ चिनीच नव्हती तर दुसऱ्या महायुद्धाच्या काळात जपानने सिंगापूरमधील पादाक्रांत केलेल्या भागात तिच्यावर 'ऑर्किड' हे लेबल लागलेलं होतं. हा मायुमीने लावलेला शोध धक्कादायक आणि रहस्यमय होता. तिने आपल्याला मिळालेली माहिती पॉल ग्रिफिनला पुरवली आणि तिचं काम संपलं, असं तिला वाटलं होतं. त्या सकाळी पहाटेच्या कुडकुडत्या थंडीत फोन आला होता आणि मग तिच्या लक्षात आलं की तिचं काम संपायला अजून बराच अवधी होता.

त्याऐवजी त्या कामाने तिला दूर, जपानमधून बाहेर, सिंगापूर ह्या आग्नेय आशियाई शहरात आणलं होतं आणि ह्या केसचा शेवट कसा होणार हे कुणालाच कळत नव्हतं.

१४

न्यूयॉर्क

पाऊस जोरात पडत होता आणि ट्रिशियाला ऑफिसमध्ये यायला थोडा उशीर झाला होता. परंतु तिला माहीत होतं की सार्वजनिक वाहनातून येणाऱ्या आणि ज्यांच्याकडे कामावर यायला आणि त्यांना दारात आणून सोडायला स्वत:ची मोटार नव्हती, अशा तिच्यासारख्या लोकांशी तेत्सुयो अतिशय शांतपणे आणि समजूतदारपणे वागत असे. अशा वाईट सकाळी ट्रिशियाला उशीर झाला तरी त्याने कधीच तक्रार केली नव्हती. परंतु हल्ली हल्ली तो जरा अंतर ठेवून वागायचा आणि तो चिडचिडाही झाला होता. हे काही धंद्यामुळे नव्हतं, कारण त्याचा धंदा अगदी भरभराटीला आलेला होता आणि त्यांच्या कंपन्याही छान चाललेल्या होत्या. काहीतरी दुसऱ्याच गोष्टीचा त्रास तेत्सुयोला वाटत होता आणि त्याला मदत कशी करावी हे तिला समजून घ्यावंसं वाटत होतं.

जरी मध्ये असलेल्या काचेच्या तावदानाने तेत्सुयोच्या ऑफिसपासून तिची खोली वेगळी केलेली होती, तरी त्याचं येरझारा घालणं तिला दिसत होतं. त्याचा वकील, अकिरा असहायपणे त्याला बघत सोफ्यावर बसलेला होता. ट्रिशिया थरथरली. नेहमी शांत, नि:शंक आणि कोणत्याही समस्या सोडवण्यात पटाईत असलेला अकिरा जर स्वत:च असहाय दिसत असेल, तर मग खरंच काहीतरी वाईट घडत होतं आणि जर त्यांना तिला आपल्या समस्येत सहभागी करून घ्यायचं नसेल तर मग तिच्या हातात तड लावण्यासाठी काहीच नव्हतं. ती फक्त

एवढीच आशा करत होती, की त्याला ज्या काही गोष्टींचा त्रास होत होता तो वाद लवकरच मिटेल.

काचेच्या तावदानाच्या पलीकडच्या बाजूला तेत्सुयो आपलं डोकं हलवत पुन्हा म्हणत होता, ''अशक्य! हे अशक्य आहे!'' त्याच्या हातात, आताच घेतलेली दुसरी एका ई-मेल प्रत होती.

''ही ताजी ई-मेल काय म्हणतेय? मला वाटतं की परिस्थितीचा आढावा घेण्यासाठी मी ती वाचावी.'' अकिरा शांतपणे म्हणाला.

''ही तू वाचावीस असं मला नाही वाटत. ही ई-मेल तशी अत्यंत वैयक्तिक आहे आणि मला अभिमान वाटावा अशी ती मुळीच नाही.'' तेत्सुयो म्हणाला. त्याचा आवाज जरा जास्त धारदार होता.

अकिराने नि:श्वास सोडला आणि त्याला मध्येच थांबविलं, ''मी तुझा अत्यंत जवळचा मित्र आहे आणि जर मला त्याबद्दल सर्व कळलं नाही तर ही समस्या सोडवण्यासाठी मला तुला मदत करणं खरंच कठीण जाईल.''

तेत्सुयो काही काळ गप्प होता. मग एक शब्दही न बोलता त्याने त्या ई-मेलची प्रत अकिराला दिली.

'तुझा बाप हरामी होता आणि तू जो काही आहेस तो असण्याची तुझी लायकी नाही. एक दशलक्ष यु.एस. डॉलर्स नगद दे, नाहीतर तू कोणत्या अनैतिक संबंधातून जन्माला आलास हे सर्व जगाला कळेल.'

अकिराला माहीत होतं की तेत्सुयो काही खूप पिणारा नव्हता आणि दिवसा काम करत असताना तर तो कधीच पीत नसे. त्यामुळे जेव्हा त्याचा मित्र तेत्सुयो त्याच्या मेजापलीकडे लपविलेल्या छोट्या बारकडे गेला, त्याने स्वत:साठी व्होडकाचा ग्लास भरून एका घोटात संपवला, तेव्हा अकिराला आश्चर्य वाटलं आणि भीतीही वाटली. सर्वसाधारण जपानी माणसाची आदर्श निवड म्हणजे साकी किंवा व्हिस्की असायची, पण काहीतरी विलक्षण कारणामुळे तेत्सुयो व्होडकाला पसंती द्यायचा.

तेत्सुयोला आठवलं की अकिराला व्होडका पसंत नव्हती. त्यामुळे त्याने त्याच्यासाठी व्हिस्की ओतली. ते दोघंजण निमूटपणे पीत बसले. त्यांचं स्वास्थ्य बिघडवणारी ती ई-मेल त्यांच्या पुढ्यात पडलेली होती. अकिराला दिवसा, विशेषत: ह्यावेळी, दारू प्यायची नव्हती. परंतु त्याला माहीत होतं की त्याच्या मित्राला दारू पिताना कोणाचीतरी सोबत हवी होती. तो त्या ई-मेलचा विचार करत होता आणि तेत्सुयोला काय सल्ला द्यायचा ह्या बाबतचा प्रत्येक शब्द तो काळजीपूर्वक तोलत होता.

'एक दशलक्ष! यु.एस. डॉलर्स! परिस्थिती फारच बिघडलीय.' त्याच्या मनात आलं.

"जरी आपण ते आमिष म्हणून त्या माणसाला दाखवायचे ठरवले, तरी आपल्याला ही नगद रक्कम तयार ठेवायला हवी असं मी ठरवलंय. आपण त्याच्या खेळीप्रमाणे खेळू या आणि तेही त्याच्या घरच्या मैदानात; आणि खरोखर तू मला माझ्याबरोबर यायला हवा आहेस." तेत्सुयोने सर्वप्रथम त्या शांततेचा भंग केला.

"आणि तुझ्या मताप्रमाणे हे मैदान कुठे असेल? "अकिराने विचारलं.

"सिंगापूर," तेत्सुयोने सांगितलं. "तिथं जायची वेळ आली आहे असं मला वाटतं. तुला नाही का असं वाटत?"

अकिराने मान हलवली. परंतु तो जरा खचलाच. सिंगापूर! जपानपासून एवढं दूर जाण्यासाठी त्याच्या दृष्टीने ही योग्य वेळ नव्हती. त्याची बायको दुसऱ्यांदा गरोदर होती आणि केव्हाही बाळंत होण्याची शक्यता होती आणि तिचं हे गरोदरपण तसं अवघडच होतं. परंतु तेत्सुयोने ह्या दशकभराच्या मैत्रीत एवढं केलं होतं की तो त्याला नकार देऊ शकत नव्हता.

त्यामुळे नकळतपणे तो बोलून गेला, "जर सिंगापूरला जाऊन ह्या सूडचक्राच्या मुळाशी आपण जाऊ असं तुला वाटत असेल तर मी तुझ्याबरोबर येईन हे नक्की."

"आपण कामावर नेमलेल्या खाजगी डिटेक्टिव्हने काही दिवसांपूर्वी तपास करण्यासाठी सिंगापूरला जायची परवानगी मागितली होती आणि मी होकार दिला होता." तेत्सुयो सांगू लागला. "परंतु आता मी स्वत:सुद्धा तिथे जायचं असं ठरवलंय. त्याला बरीच कारणं आहेत. ही केस आपल्याला खलास करण्याआधी तीच खलास करायची, हेच फक्त कारण नाही. एका विलक्षण तऱ्हेने माझ्या वडिलांचा ह्या जागेशी असलेला ऐतिहासिक दुवा आणि त्यांनी तिथं काय केलं ह्या बद्दल मला आतून एक ज्वलंत उत्सुकता आहे. माझ्या वडिलांचा त्या जागेशी असलेला संबंध मी कित्येक वर्षं नाकारला आणि मला वाटलं की माझ्या मनातून मी निश्चयाने काढून टाकला तर तो दूर जाईल. परंतु हे तुला दिसतंय की ते तसं नाही. त्यामुळे बहुतेक जाण्याची वेळ झालीय आणि मी स्वत: जाऊन ती भुतं गाडली पाहिजेत."

१५

टोकियो

त्या प्रवासात मायुमीला कधीतरी डुलकी लागली असावी. कारण पुढची गोष्ट तिला जाणवली ती म्हणजे कुणीतरी निवेदन करत होतं की ही ट्रेन नारिटा एअरपोर्टच्या जवळ येत आहे. तीही आपापलं सामान उचलण्याच्या घाईत असलेल्या उठणाऱ्या प्रवाशांपैकी एक झाली. त्या डुलकीमुळे आता तिला ताजंतवानं, खूपच छान वाटत होतं.

तिने आपल्या घड्याळाकडे पाहिलं, दोन वाजले होते. ती लवकर आली होती आणि ह्यावेळी पॉल युनायटेड एअरलाईन्सच्या काउंटरशी तिची वाट पाहत असण्याची शक्यता कमी होती. उरलासुरला आळस घालवण्यासाठी एक कपभर कडक कॉफी घेण्याइतका वेळ आहे आणि आपल्या शरीराला अगदी जरूरीचा असलेला कॅफेनचा डोस द्यावा असं मायुमीने ठरविलं. कारण पुढचा दिवसाचा भाग हा तसा लांबलचक आणि कंटाळवाणा होता.

अर्ध्या तासानंतर तिचा उत्साह आणि एकाग्रतेची पातळी डबल एक्सप्रेसो कॉफीने पूर्ववत झाली. मायुमी घाईने त्यांच्या भेटण्याच्या जागी पोहोचली तेव्हा पॉल त्या आधीच तिची वाट पाहत उभा होता. तो घायकुतीला आलेला होता आणि मायुमीच्या लक्षात आलं की कॉफी पिण्याच्या नादात तिला पंधरा मिनिटं उशीर झालेला होता. परंतु तिला पाहताच तो हसला आणि तिच्या बॅग्ज घेण्यासाठी पुढे झाला.

''इतक्या थोड्या अवधीत तू येण्याचं कबूल केलंस त्याबद्दल आभार.'' पॉल म्हणाला, ''तू हा प्रस्ताव नाकारशील आणि मला खड्ड्यात जा असं सांगशील, जवळजवळ अशीच मी अपेक्षा करत होतो.''

''जेव्हा तू मला अगदी भल्या सकाळी जागं केलंस तेव्हा तुला तेच करायला सांगावंसं वाटत होतं,'' मायुमीने हसत उत्तर दिलं. ''पण खरं सांगायचं झालं तर ज्या फीचं गाजर माझ्यापुढे हलवलंस ते इतकं चांगलं होतं, की ते नाकारणं अशक्यच! आणि त्याशिवाय ह्या केसबद्दल मला कुतूहल निर्माण झालंय आणि ती तुझ्या बरोबर सोडवणं हे एक आव्हानच ठरेल.''

त्यांनी त्यांच्या बॅग्ज तपासणी करून आत दिल्यावर पॉलने त्यांच्या उड्डाणाची घोषणा होईपर्यंत कॉफीच्या दुकानात वाट बघावी असं सुचवलं आणि मायुमीने दुपारी दुसऱ्यांदा कॉफी घेतली. तिच्या शरीरात कॅफेनचं प्रमाण एवढं झालं होतं की ह्या उड्डाणात तिचा डोळा क्षणभरही लागणार नाही असा दुःखद विचार तिच्या मनात आला. परंतु तिच्या शरीरातून धावणाऱ्या कॅफेनमुळे त्या घडीला तिला एक नवं जीवदान मिळालं होतं आणि त्याची तिला अत्यंत जरुरी होती.

''पॉल, आपण सिंगापूरला का जातोय हे तू मला सांगू शकशील का?'' ऑर्डर देऊन त्या खोल आरामदायी खुर्च्यांत आरामात बसल्यावर तिने विचारलं. ''तुझा तिथं काय कार्यक्रम आहे? जर माझा काही उपयोग व्हावा असं तुला खरोखरच वाटत असलं तर ह्या केससंबंधीच्या काही गोष्टी तू मला सांगाव्यास असं मला वाटतं. मला सर्व माहीत आहे असं मला नाही वाटत.''

''तुझं बरोबर आहे, मायुमी,'' पॉलने कबुली दिली. ''त्या दिवशी तुझ्या ऑफिसमध्ये ह्या केससंबंधीचं सत्य मी तुला सांगितलं नाही. त्याचं कारण एवढंच की ही संवेदनक्षम बाब आहे. त्या वेळी मला असं वाटलं की त्या संशोधनापलीकडे मला तुझी गरज लागणार नाही आणि तुला सर्व तपशील कळण्याची गरज नाही. परंतु आता मला असं वाटतंय की तुला सर्व सांगावं हे जास्त चांगलं.

''आपला अशील हा मी पूर्वी सांगितलं होतं तसा वैद्यकीय कारणासाठी आपलं मूळ शोधत नाहीये. खरं सांगायचं तर त्याला असा संशय येतोय की त्याच्या बापाच्या नात्यातील कोणीतरी त्याला त्याच्या कुटुंबीयांच्या इतिहासामधील लाजिरवाण्या भूतकाळावरून धमक्या देतोय. तो नातेवाईक कोण आहे हे शोधून पाहण्याची त्याला गरज आहे आणि हे बाहेर येण्याची वाट पाहत असलेलं रहस्य त्याचा नाश करण्यापूर्वीच त्याला थांबवावयाचं आहे.''

पॉलला हे दिसत होतं की ह्या फसवणुकीमुळे मायुमी चिडली आणि दुखावली गेली होती. म्हणून तो घाईने म्हणाला, ''तुझ्याशी खोटं बोललो म्हणून आणि धंद्यातील सचोटीचा भाग म्हणून सर्व सत्य जाणून घेण्याचा तुझा हक्क मी

नाकारला म्हणून मला खरंच वाईट वाटतंय. परंतु आपले अशील कोण आहेत हे मी तुला सांगितल्यावर मी हे असं का केलं ह्याची तुला चांगली कल्पना येईल. मला स्वत:लाही सर्व तपशील देण्याआधी गुप्ततेच्या करारनाम्यावर सही करावी लागली.

"तू जेनोमॅटिक्स ह्या संस्थेबद्दल आणि त्याचा संस्थापक आणि सीईओ, तेत्सुयो आकिनिचो यांच्याबद्दल ऐकलं आहेस?"

मायुमीने मान हलवली. तिचं कुतूहल आता चांगलंच जागृत झालं होतं, "अर्थात! तो फारच प्रसिद्ध माणूस आहे!"

"बघ. इथंच तुला उत्तर मिळालं. तोच आपला माणूस आहे." पॉलने जाहीर केले आणि ज्या विषयाची ते चर्चा करत होते त्याचं गांभीर्य न जुमानता मायुमीने स्त्रीला न शोभणारी शिट्टी मारली, तेव्हा त्याने आश्चर्याने भुवई उंचावली.

"तुझं म्हणणं आहे दस्तुरखुद्द तेत्सुयो आकिनिचो?" ती ओरडलीच.

"तो, तोच तो एकमेव माणूस!" पॉलने उत्तर दिलं.

"आणि त्याची आई जपानी ऑर्किड होती?"

पॉलने मान हलवली, "होय, त्याला असा संशय येतोय की त्याच्या घराण्याच्या शाखेशी निगडित कुणीतरी सिंगापूरमध्ये आहे. त्याने ही माहिती शोधलीय आणि इभ्रत घालवण्याऱ्या ह्या कंडीने त्याच्या प्रतिस्पर्ध्याला कसा आनंद होईल हेही तो जाणतो आणि ह्या माहितीचा उपयोग तो त्याला धमक्या देण्यासाठी करतोय."

"आता तू जेव्हा ह्याचा उल्लेख केलास, तेव्हा आठवलं की, जेव्हा मी त्याच्या वंशावळीची नोंद तपासत होते तेव्हा मला दिसलं, की साधारण एक वर्षापूर्वी दुसरं कुणीतरी तिथं आलं होतं." मायुमी मध्येच म्हणाली.

"खरंच? ही अगदी सुरस आणि महत्त्वाची माहितीआहे. हे फारच महत्त्वाचं आहे. पण हा शोध कुणी घेतला हे तू पाहिलंस का?"

मायुमीने मान हलवली आणि पॉल निराश झाला. "नाही, ही प्रणाली एवढंच सांगते की कुणीतरी हे शोधलं. पण ते कुणी शोधलं, हे दाखवत नाही. दुर्दैवाने ती अशाच तऱ्हेने तयार केलेली आहे."

"ही खरंच दुर्दैवाची गोष्ट आहे." पॉल म्हणाला, "कारण जर का हा शोध कुणी घेतला हे आपल्याला कळलं तर हा आपल्या ब्लॅकमेलरचा माग शोधण्याचा मोठा दुवा होईल! आता तुला कळतंय ना की आपल्याला सिंगापूरला का जायचंय ते? अर्थात मला तशी संपूर्ण खात्री नाही, परंतु ह्या केसचं मूळ तिथं असण्याचा संभव जास्त आहे, टोकियो किंवा न्यूयॉर्कमध्ये नाही.

"तुझ्या हे अर्थात लक्षात आलं असेल की आपलं अशील ही फारच महत्त्वाची व्यक्ती आहे आणि ह्या केससंबंधीची माहिती बाहेर फुटली, तर त्यामुळे जिचं भविष्य

सांगता येणार नाही अशी धोकादायक कोर्ट केस तयार होईल. त्यामुळे मला गुप्ततेच्या करारनाम्यावर तुझी एक सही हवी आहे. माझ्याकडे इथंच एक प्रत आहे आणि हे करायला विमानात आपल्याला पुष्कळ वेळ असेल.''

''युए फ्लाईट ८९६, सिंगापूरसाठी हे शेवटचे निवेदन आहे. सर्व प्रवाशांनी विमानात जाण्यासाठी २६ नंबरच्या गेटकडे जावे.''

त्यांच्या उड्डाणाच्या ह्या निवेदनामुळे पॉल आणि मायुमीच्या लक्षात आले की त्यांना इमिग्रेशन, सिक्युरिटी चेक आणि गेट २६ पर्यंत लांब अंतर कापण्यासाठी फक्त तीस मिनिटांचा अवधी होता. मायुमी कुरकुरली, ''आपण विमानात पोहोचू की नाही हे मला कळत नाही! जवळ जवळ दीड तास आपण इथं बसण्यात कसा घालवला? चल पॉल, आपण धावत विमान गाठू या.''

हे उड्डाण चुकू नये आणि ठरल्याप्रमाणे सिंगापूरला पोहोचावं हे तिला अचानक महत्त्वाचं वाटू लागलं. कारण ह्या केसबद्दल आणि त्यांनी तिथं तपास सुरू केल्यावर कोणता निष्कर्ष मिळेल त्याबद्दल तिला फार उत्सुकता वाटत होती. केसचं काम ते कसं, कुठे किंवा कुणापासून सुरुवात करणार ह्याची तिला कल्पना नव्हती, परंतु तिला खात्री होती की हे काम सोपं नव्हतं आणि त्यांना मिळणाऱ्या पैशाच्या मोबदल्यात त्यांना बरीच धावपळ करावी लागणार होती. परंतु ही एक भयानक केस ठरणार होती आणि तिचा विचार करतानाच तिला तरतरी आल्यागत वाटत होतं.

सप्टेंबर अकरानंतर अमेरिकन विमानांच्या सुरक्षिततेत वाढ करण्यात आली होती आणि उरलेले दोन प्रवासी, पॉल ग्रिफिन आणि मायुमी ओनोडेराने विमानात ताबडतोब जाण्यासाठी गेट नंबर २६ कडे जावे अशी घोषणा होत असतानाच ते कसेबसे विमानात शिरले.

''अरे देवा,'' मायुमी कुजबुजली, ''फक्त आपणच मागे उरलोयत. ते आपली नावं जाहीर करत आहेत! किती लाजिरवाणी गोष्ट!''

दुसऱ्याचं लक्ष वेधून घेणं ही गोष्ट तिला अजिबात आवडायची नाही. त्यामुळे ते त्या विमानात शिरले तेव्हा त्यांच्यामुळे विमानाला उशीर झाला म्हणून रागारागाने बघणाऱ्या काही प्रवाशांकडे दुर्लक्ष करत असताना तिचे गाल शरमेने लाल झाले होते.

जेव्हा त्यांनी पट्टे बांधले त्या वेळी पॉलच्या लक्षात आलं, की विमान चुकू नये म्हणूनच्या गडबडीत त्याला ती विमानात शिरताना वाटणारी गुदमरण्याची भीती जाणवायला वेळच झाला नव्हता आणि त्यामुळे त्याला आनंदच झाला. सहा फूट एक इंच उंची आणि पीळदार स्नायू असलेल्या पॉल ग्रिफिन ह्या पुरुषाला उड्डाणाची भीती वाटते, हे तो आपल्या सुंदर सहकारी स्त्रीला दाखवणार नव्हता.

त्या उड्डाणात तसं काही विशेष घडलं नाही. फिलीपाईन्सवरच्या जास्त दाबाच्या पट्ट्यात आल्यावर विमान जरा वर-खाली झालं तेवढंच. विमानाने उड्डाण करताच पॉलने तो गुप्त करारनामा बाहेर काढला होता आणि मायुमीने त्यावर सहीही केली होती. ते मधूनच डुलक्या खात होते, जास्त काही बोलत नव्हते. दोघंहीजण गेल्या चार तासांतील धावपळीमुळे संपलेली ताकद भरून घेण्याच्या प्रयत्नात होते.

मायुमीची आवड पॉलच्या अगदी विरुद्ध होती. तिला विमानप्रवास आवडायचा. तिने खिडकीजवळची जागा मागितली होती. त्यामुळे ३९,००० फुटांवरून ती पांढऱ्या लोकरीसारख्या ढगांचा मऊ हलका गलिचा बनत असताना आणि सूर्य मावळत असताना पाहू शकत होती.

१६

न्यूयॉर्क

"मि. आकिनिचो, तुमच्यासाठी एक फोन कॉल आहे. मला माहीत आहे तुम्ही म्हणाला होतात की तुम्हाला मध्येच त्रास द्यायचा नाही, परंतु फोनवर तुमची पत्नी आहे आणि काम फारच निकडीचं आहे असं म्हणाली." ट्रिशियाचा आवाज त्या स्पीकर सिस्टीमवरून त्याच्यापर्यंत आला.

तेत्सुयोला ह्या फोन स्पीकर सिस्टीमचा वैतागच यायचा. ट्रिशियाचा सामान्यत: प्रेमळ आणि छान आवाजसुद्धा अगदी भावनाशून्य, नीरस आणि दुरावलेला वाटायचा. कधीतरी मी अशी प्रणाली शोधून काढीन जी माणसाचा आवाज बदलू शकणार नाही. फोन घ्यावा की नाही हे ठरविण्याआधी काही काळ वेळ घालविताना त्याचे हे अप्रासंगिक विचार चालले होते.

रेइकोला असं टाळणं काही ठीक नाही, त्याने सरतेशेवटी ठरवलं आणि तो त्या स्पीकरफोनवर म्हणाला, "ठीक आहे, ट्रिशिया, तिचा फोन आत दे."

सकाळी प्रथम त्याने आपला वकील अकिराला भेटायची विनंती केली होती. त्यामुळे अकिरा त्याच्या ऑफिसमध्ये त्या गुबगुबीत सोफ्यावर बसून तेत्सुयोला फोन उचलताना पाहत होता. त्याच्या जबड्यावरील हलत असलेला स्नायू आणि त्याच्या हाताची ती किंचित थरथर ह्यावरून अकिराला जाणवलं की तो खूपच दबावाखाली आहे.

ह्या ताणतणावामुळे अकिराला भावनांच्या चढउतारांचे आणि रक्त तापवून

श्वास रोखणारे आठ महिन्यांपूर्वीचे दिवस आणि रात्री आठवल्या. जेव्हा तेत्सुयो आणि त्याचे लोक मिदोरी-७ च्या नवीन सुधारित आवृत्तीवर काम करत होते आणि त्यांचं डी.एन.ए. पृथक्करण करणारं मशिन जास्त चांगलं व्हावं ह्यासाठी धडपडत होते. अकिरा त्या लोकांपैकी एक होता. अगणित कंत्राटं आणि बौद्धिक हक्क संरक्षणाची कागदपत्रं तयार करणाऱ्या समूहापैकी तो एक होता आणि जेव्हा मिळेल तेव्हा काही तास झोप काढत आणि रात्र रात्र जागून त्यांनी हे काम पुरं केलं होतं. ट्रिशियाही काही रात्री मदत करण्यासाठी थांबली होती. आठवड्याच्या शेवटी जेव्हा तेत्सुयोने हा प्रकल्प संपल्याचं अधिकृतपणे जाहीर केलं, त्या वेळी अकिरा आणि इतर लोकांच्या शरीरात एवढं कॅफेन गेलं होतं की ते पुन्हा कधीच झोपू शकणार नाहीत अशी भीती त्यांना वाटत होती!

तो आठवडा तसा भयानक होता. रात्री झोपण्याचे आणि दिवसा काम करण्याचे सर्व नियम धाब्यावर बसवले गेले होते. मॅनहटनचे दिवे लागलेले पाहणं आणि मग ते विझवले गेलेले पाहणं हे जणू कोणीतरी मोठ्या केकवरच्या मेणबत्त्या हळूहळू लावल्या-विझवल्याप्रमाणे वाटत होतं. जेव्हा तो प्रकल्प संपला आणि ते पुन्हा नेहमीच्या सर्वसामान्य, सुव्यवस्थित आयुष्याच्या नित्यक्रमाकडे वळले, तेव्हा अकिराला काहीतरी विचित्र, चुकल्या चुकल्यासारखं वाटलं होतं. मिदोरी-७ च्या नव्या आवृत्तीच्या यशस्वी पदापर्णाचा समारंभ त्यांनी वाफाळलेली गरम साकी घेऊन केला होता. हे काही तेत्सुयोचं आवडतं ड्रिंक नव्हतं, परंतु यश हे शाम्पेन न घेता समारंभपूर्वक साकी घेऊन साजरं केलं जावं ही कंपनीची परंपरा झाली होती.

हा क्वचित येणारा प्रसंग होता, जेव्हा अकिरा आणि इतर लोकांनी त्यांच्या नेहमीच्या नेमस्त बॉसला इतका आनंदी आणि साकी घेऊन, यशाने झिंगलेला पाहिला होता. त्याने आपणहून १९५० ची जपानी लोकगीते मोठ्या, कापत्या आवाजात गाऊन लोकांची करमणूक केली होती.

"उद्या पत्रकार परिषदेत आपल्या ह्या विलक्षण तंत्रज्ञानाबद्दल बातमी काढण्यासाठी झुंडीने लोक आपले दरवाजे ठोकत येतील." तेत्सुयो म्हणाला, "पण आताची ही घडी आपली आहे, आपला एकत्रित असा खाजगी वेळ आहे. तेव्हा या, अकिरा, माझ्याबरोबर गा."

आज मात्र साकी नव्हती, हास्य नव्हतं, यश मिळाल्यावर येणारा, धुंद करणारा उन्माद नव्हता, गाणी नव्हती. तेत्सुयोने जेव्हा फोन खाली ठेवला आणि तो टेबलाच्या टोकाला वाकून बसला, तेव्हा त्याच्या कपाळावर आठ्या पडल्या होत्या. तो वृद्ध आणि पराजित वाटत होता.

"काय झालं?" अकिराने विचारलं. तेत्सुयोच्या स्वभावात नसलेला तो दुर्बलपणाचा भाव पाहून अकिरा हादरलाच होता.

जेव्हा तेत्सुयोने उत्तर दिलं नाही तेव्हा त्याने पुन्हा विचारलं, ''काही वाईट घडलंय का?''

पोपटासारखा पुन्हा तोच प्रश्न घोकणारा अकिरा अगदी हास्यास्पद वाटत होता. जर तेत्सुयो असा वागत आणि दिसत असला तर काहीतरी वाईट नक्कीच घडलं होतं. परंतु दुसरं काय बोलावं हे अकिराला सुचत नव्हतं.

''फोनवर माझी पत्नी होती.'' सरतेशेवटी तेत्सुयो म्हणाला. ह्या प्रतिपादनाची तशी जरुरी नव्हती, कारण अकिराला तो फोनवर कुणाशी बोलत होता हे आधीच माहीत होतं. पण स्वत:ला विचार करायला काही जास्त क्षण मिळावेत म्हणून त्याची ही पद्धत होती. त्याचं ब्रीदवाक्य होतं, 'काही बोलण्याआधी विचार करा. कारण एकदा का ते शब्द बाहेर पडले तर काही झालं तरी ते परत घेता येत नाहीत.'

''तिला पोस्टाने काही तासांपूर्वी एक मिठाईची पेटी आली.'' तो शेवटी म्हणाला.

''मग?'' अकिरा नि:श्वास टाकीत म्हणाला, ''मिठाईची पेटी? फक्त एवढंच?'' तेत्सुयो कसला विचार करत त्या एवढ्याशा मिठाईच्या पेटीवरून इतकं नाटक करत होता कोण जाणे!

''ही काही केवळ मिठाईची पेटी नाही. ती सिंगापूरवरून आलीय. त्यात एक चिठ्ठी आहे.'' तेत्सुयोने खुलासा केला.

''सिंगापूर!'' आपोआपच अकिराचं शरीर ताठ झालं. त्या शब्दाने त्याच्या मनाने पलटी खाल्ली. जणू काही ते एखाद्या जागेचं निरुपद्रवी नाव नसून एखादी भयानक किळसवाणी गोष्ट होती.

''हो.'' तेत्सुयो म्हणाला, ''त्या चिठ्ठीत पुढच्या सोमवारी दुपारी चार वाजता दहा लाख यु.एस. डॉलर्स, एका ठरावीक ठिकाणी पाठवण्याबद्दलची मागणी केलेली आहे.''

ते दोघं जण त्या चिठ्ठीचा बराच वेळ विचार करत गप्प होते. एखादी गोष्ट बोलण्याआधी किंवा त्याबद्दल सल्ला देण्याआधी त्यावर विचार करायचा ह्या तेत्सुयोच्या तत्त्वाचं ते पालन करत होते. त्या सुबक, पांढऱ्या आणि पिवळट ऑफिसमध्ये फक्त लाकडी पेन्सिलचा आवाज येत होता. तेत्सुयो आपल्या टेबलावरील पेन्सिलशी खेळत होता. युद्धावर जाणाऱ्या सैनिकांसारख्या तो त्या एका रांगेत मांडत होता.

''बाह्यत: जरी ह्या माणसाची ही हास्यास्पद मागणी मान्य करून तू जर एखादा सापळा लावण्याचा विचार करत असलास, तरी आपण त्याची वेळेवर व्यवस्था कशी करू शकणार? इथं आपण काही दहा-वीस हजार डॉलर्सबद्दल बोलत नाही

तर दशलक्ष डॉलर्सबद्दल बोलत आहोत आणि अपेक्षित स्थळ आहे १०,००० मैलांच्या अंतरावर!'' हे बोलून अकिराने त्या शांततेचा भंग केला.

''मला माहीत आहे अकिरा.'' तेत्सुयो उत्तरला, ''आणि मला असं वाटतं की आपण करायचं ठरविलं तर चार दिवस पुरेसे आहेत. आठवतंय ना, आपण असे लोक आहोत, ज्यांची फक्त सात दिवसांत सर्व तंत्रज्ञान पुन्हा नव्या रूपात आणण्याची तयारी असते. एक मिलीयन डॉलर्स एकत्र करणं आणि ते चार दिवसांत दहा हजार मैलांवर असलेल्या जागी घेऊन जाणं हा आपल्या दृष्टीनं पोरखेळच आहे.''

तेत्सुयोचा चेहरा जरा निष्ठुर झाला आणि अकिराने जाणलं की प्रलोभन दाखवून ह्या उघड धमक्या देणाऱ्या माणसाचा काही झालं तरी पराभव करायचा हे तेत्सुयोने ठरवलंय. ह्याचा शत्रुत्वात किंवा तडजोडीत, कसाही शेवट झाला तरी तेत्सुयोने निश्चय केला होता की पराभव त्याचा होणार नाही. दरवाज्यावर कुणीतरी हळूच आवाज दिला आणि ट्रिशिया दिसली. ती तिथं काही वेळ अनिश्चिततेने जरा घुटमळली कारण त्या खोलीतील वातावरण तणावपूर्ण होतं.

''तुमची पत्नी पुन्हा फोनवर आहे, कारण ह्या आधीचा फोन बंद झाला होता आणि त्यांना परत बोलायचंय...'' ट्रिशिया सांगू लागली.

''थँक्स, ट्रिशिया. परंतु तिला सांग, मी तिला नंतर फोन करीन.'' तेत्सुयोने मध्येच तिचं बोलणं थांबवलं.

तिने मान डोलाविली आणि त्याच्या चिडलेल्या पत्नीला निरोप सांगण्यासाठी ती खोलीतून बाहेर पडली. जे काही घडत होतं त्याबद्दल ट्रिशियाला आपण विश्वासात घेऊ शकत नाही ह्याचं तेत्सुयोला वाईट वाटलं. मास कम्युनिकेशनमध्ये ग्रॅज्युएट असलेल्या, त्या जपानी-अमेरिकन तरुणीला, कमी पगाराच्या आणि पुढे काही वाव नसलेल्या कामावरून त्याने इथं आणलं होतं. तिथं ती अडकली होती. ती दिसायला मोहक किंवा रुबाबदार नव्हती आणि मास कम्युनिकेशनमध्ये प्रतिमेला महत्त्व होतं. ती त्याच्याशी अगदी इमान राखून होती, परंतु जे त्याच्याबरोबर खरंच काम करत होते त्यांच्या पलीकडे आपल्या विश्वासू लोकांचं मंडळ वाढविणं त्याला परवडण्यासारखं नव्हतं. त्यामुळे ट्रिशियाला बाहेरच्याच बाजूला काही काळ थांबायला हवं होतं.

''ह्यापूर्वी सिंगापूरला जाण्याची मी नुसती कल्पनाच करत होतो. परंतु आता आलेली ही ई-मेल मी शक्य तेवढ्या लवकर तिथं जावं असं सांगतेय. अशा स्फोटक परिस्थितीचं घोंगडं भिजत ठेवणं काही योग्य नाही.'' ट्रिशिया बाहेर जाऊन दरवाजा बंद झाल्यावरच तेत्सुयो म्हणाला.

''इथं तुझ्या अनेक गोष्टी पूर्ण होण्याच्या मार्गावर आहेत, त्यामुळे मी असा

विचार करतोय की तुझ्याऐवजी मी तिथं जावं.'' अकिराने जाण्याची तयारी दर्शविली.

''नाही... नाही. हे वैयक्तिक काम आहे आणि त्याचा बंदोबस्त करायला मी स्वतःच जायला हवं. अशा वेळी तू एकच काम करू शकतोस– माझ्याबरोबर येणं.'' तेत्सुयो म्हणाला. ''मला असं वाटतं की माझ्या वडिलांनी खुलासा न केलेल्या माझ्या भूतकाळातील भागाला सामोरं जाण्याची माझ्या मनात खोलवर कुठेतरी उत्सुकता आहे. मी एकवीस वर्षांचा असताना माझ्या वडिलांनी मी कुठून आलो ते सांगायला सुरुवात केली, ते मध्येच थांबले आणि त्यांनी मला असं लोंबकळत ठेवलं. त्यामुळे ज्याची मी वाट पाहत होतो ती संधी आता चालून आलीय. मला वाटतं की ह्या विषयाला सामोरं जाण्याची आणि तो एकदा कायमचा सोडविण्याची वेळ आलेली आहे. तुला माहीत आहे का अकिरा? माझ्या आयुष्यातील हे प्रकरण मी बंद केलंय असं मला कधीच वाटलं नव्हतं आणि काहीही असो, काम अपुरं राहिल्याची ही भावना माझ्या मनात होती. आता जशी आली तशी ती मला पछाडायला परत येईल असंही वाटत होतं... त्याला सामोरं जाण्यासाठी आणि ते एकदाचं संपविण्यासाठी सिंगापूरला फेरी मारण्याची वेळ आलेली आहे. भूतकाळापासून पळण्याने काही होत नाही.''

पंधरा मिनिटांनंतर तेत्सुयो कंपनीच्या कारमध्ये बसून स्कार्सडेलमधल्या आपल्या घराकडे जाण्यासाठी आणि आपल्या पत्नीला पटण्याजोगा खुलासा करण्यासाठी जात होता. त्याने आपल्या ड्रायव्हरला रजा दिली होती आणि स्वतः कार चालविणं पसंत केलं होतं. ह्या वेळी रस्त्यावर खूप रहदारी असल्याचा त्याला आनंद होत होता. त्यामुळे रेइकोला काय आणि किती सांगायचं ह्याचा विचार करण्यासाठी त्याला जास्त वेळ मिळाला होता. कारची ती मंद गती त्याला औषधोपचारांसारखी दिलासा देणारी वाटत होती.

त्या धमक्या देणाऱ्याने टेटसुयाच्या पत्नीलाही गुंतवून अगदी विचारपूर्वक योजना आखली होती. ती घाबरेल आणि पैसे द्यायला लावून हे प्रकरण कायमचं मिटवण्यासाठी दबाव आणील असा जुगार तो खेळला होता. अशा कंडीचा त्याच्या व्यवसायावर आणि त्याच्या समाजातील स्थानावर काय परिणाम होईल ह्याची रेइको काळजी करील आणि जे कोणी त्याला घाईने सिंगापूरला पैसे देण्यासाठी पाठवू शकेल अशी तीच असेल, हे जाणण्याइतका तो चतुर होता. धमक्या देणारा व्यवस्थित खेळ खेळत होता आणि त्यावर मात करणं सोपं ठरणार नव्हतं. तो कोणीही असो, पण तेत्सुयोने त्याला पकडायचं ठरविलं होतं.

तेत्सुयोला पैशाची तशी काळजी वाटत नव्हती. त्याच्या बँकेच्या खात्यात सहजपणे आठ आकडी रक्कम निघाली असती. परंतु जी गोष्ट गुप्त ठेवायची असं

त्याने ठरविलं होतं, ते एकुलतं एक गुपित जाणणारा तिथं कोणी आहे ह्या विचाराने आणि त्या गुपिताचे धागे दहा हजार मैलांवरून कोण ओढतोय हे जाणल्याशिवाय तो शांत राहणं शक्यच नव्हतं.

रस्त्यावरचा रहदारीचा वेग कमी होत होत आता रहदारी ठप्प झाली होती. न्यूयॉर्कमधून संध्याकाळी जाणाऱ्या कार्सनी गर्दीची सीमा गाठली होती. तेत्सुयोला आता वाटत होतं की स्वत: कार चालवण्याची ही कल्पना बहुधा फारशी चांगली नव्हती.

त्याने आपला सेलफोन उघडला आणि ट्रिशियाचा नंबर दाबला. तो अशी वाट पाहत असताना निदान सिंगापूरच्या प्रवासाची आखणी करावी असं त्याला वाटलं.

"हॅलो, मी ट्रिशिया बोलतेय." तो ओळखीचा आवाज म्हणाला, "तुम्हीच आहात ना मि. आकिनिचो?"

"हो, मीच आहे." तेत्सुयोने उत्तर दिलं. "असा उशिरा फोन केल्याबद्दल माफ कर. पण माझ्यासाठी आणि मि. तानाकासाठी शनिवारी सिंगापूरला जाण्यासाठी दोन बिझनेस क्लास तिकिटांचं आरक्षण करणं गरजेचं आहे. त्याचबरोबर तेथील हॉटेल्सची माहिती मिळव आणि एक आठवड्यासाठी दोन खोल्यांचं आरक्षण कर. तुला माझ्या नेहमीच्या गरजा माहीत आहेतच. कमीतकमी चार स्टार हॉटेल आणि तेही मध्यवर्ती ठिकाणी."

"हाई," ट्रिशिया म्हणाली. तेत्सुयोला हे माहीत होतं की ती जेव्हा जपानीमध्ये 'हाई' म्हणजे 'हो' म्हणते, तेव्हा त्याचा अर्थ त्याने जपानी पद्धतीने, त्याला पसंत असलेल्या कुशलतेची आणि इमानाची अपेक्षा तिच्याकडून करावी. ती आताच, ह्या घडीला कामाला लागेल आणि ऑफिस सोडण्याआधी ते पुरंही करेल. कोणताही त्रास असो, ती त्याच्यामागे अगदी ठामपणे उभी आहे हे तिच्या बॉसला सांगण्याची तिची ही पद्धत होती.

तेत्सुयोने फोन बंद केला. आता त्याला पुष्कळ बरं वाटत होतं. ट्रिशियासारख्या नोकरवर्गाकडून मिळणारा आधार आणि त्यांचं इमान ह्यामुळे त्याचं हृदय हेलावलं. निर्दय स्पर्धेच्या धंद्याच्या चढाओढीत एकमेकांना शह देणाऱ्या आणि बाह्य मुखवट्यांवर चालणाऱ्या ह्या जगात तिच्यासारखे लोक होते. ज्यांची मतं, भावना आणि आधार ह्यांची किंमत डॉलर्स आणि सेन्ट्समध्ये मोजली जाऊ शकत नव्हती.

रेइकोला तोंड देणं कठीण होतं. परंतु तिच्याशी खोटं बोलणं जास्त कठीण होतं. त्यामुळे तेत्सुयोने आपल्या पत्नीला त्या घाणेरड्या तपशिलापर्यंत सर्व सांगणं ह्या पर्यायाचा विचार केला. मग त्याचा परिणाम काहीही होवो. परंतु दुर्बलतेचा तो क्षण गेल्यावर त्याने तसं न करण्याचं ठरविलं. कारण एखाद्या फार मोठ्या अनियंत्रित ताणतणावाच्या स्थितीखाली रेइको गेली की तिची अवस्था वेड्यासारखी

होते आणि ह्यामुळे तो पर्याय निष्फळ ठरणार होता. त्या धमकी देणाऱ्याला नेमकं हेच अपेक्षित होतं.

उरलेल्या वेळात कार घरी नेत असताना, जर रेइकोला खरं सांगायचं नसलं तर काय सांगायचं ह्याचा तेत्सुयो विचार करू लागला. त्याने पुढचा दरवाजा बंद केला तेव्हा त्याच्या डोक्यात एक अशी कारणमीमांसा आली होती जी रेइकोही स्वीकारेल.

रेइकोने स्वत: बनविलेल्या काचेच्या भांड्यात तेत्सुयोने किल्ल्या टाकल्या आणि दीर्घ सुस्कारा सोडला. वैयक्तिक बाबींत खोटं बोलण्याचा त्याला तिटकारा होता. परंतु ह्या घडीला त्या दोन वाईट गोष्टींतील हीच कमी वाईट गोष्ट होती.

१७

सिंगापूर

वेळेच्या जरा आधीच ते विमान अगदी सुरळीतपणे सिंगापूरच्या चांगी एअरपोर्टवर उतरले. त्या सहा तासांच्या उड्डाणात तसे काही घडले नव्हते आणि पॉल आणि मायुमी एकमेकांजवळ असले तरी त्यांनी मौन राखले होते. फक्त जेवणासाठी आणि दोनदा बाथरूमला जाण्यासाठी ते हलले होते तेवढेच.

पॉल हा विमानप्रवासाबद्दल तसा भित्राच होता आणि अशा प्रवासात त्याला कुणाशी बोलायला आवडत नसे. मायुमीलाही त्या आश्चर्यकारक आणि विलक्षण दिवसाचे परिणाम जाणवू लागले होते. ह्या दिवसाची सुरुवात पहाटे चार वाजता फोनच्या वाजण्याने झाली होती. ती मधूनच डुलक्या खात होती. प्रत्येक गोष्ट इतक्या घाईत घडली होती, की ती फक्त काही दिवसांपूर्वी भेटलेल्या एका अमेरिकन माणसाबरोबर दक्षिणेकडे सिंगापूरला जाणाऱ्या विमानातून चालली होती यावर तिचा स्वत:चाच विश्वास बसेना. तिच्या चुलत बहिणीने, नाओकोने ह्या ट्रीपबाबत तशी नकारात्मकच भूमिका घेतली होती आणि जर पॉल हा एखाद्या अनैतिक संघटनेत असला आणि आग्नेय आशियाच्या एखाद्या कुंटणखान्यात त्याने तिला विकायचा प्रयत्न केला तर? असं भयानक चित्रही रंगविलं होतं. मायुमीने हे बोलणं हसण्यावारी नेलं होतं आणि ती ह्या अशा तऱ्हेच्या विक्रीसाठी वयस्कर, तशीच मैत्रीपूर्ण भाव नसलेली आणि अनाकर्षकही असल्याचं सांगून कोणतीही

संघटना तिच्यावर पैसा फुकट घालवणार नाही ह्याबद्दल खात्री दिली होती.

बाजूला बसलेल्या पॉलकडे तिने हळूच कटाक्ष टाकला आणि ती हसली. तो असा कुणी अनैतिक, वाईट संघटना चालविण्याची क्षमता असलेला दिसत नव्हता आणि खरोखर, आता पहिल्यांदा ती त्याच्याकडे एक पुरुष म्हणून पाहत होती, अशील म्हणून आणि संभाव्य नगद पैसे देणारी दुभती गाय म्हणून नव्हे. पॉल ग्रिफिन हा दिसायला चांगला होता. मायुमीचा प्रेमभंग झाल्यापासून तिने पुरुषांना लांब ठेवण्याची शपथ घेतली होती आणि आपल्या कामावर मन एकाग्र करून आपली कारकीर्द व्यवस्थित करायचं ठरविलं होतं. परंतु त्याचा असा अर्थ नव्हता की एखाद्या देखण्या माणसाचं कौतुक ती करू शकत नव्हती आणि तेही अशा माणसाबरोबर प्रवास करताना!

''फक्त हे एवढंच,'' तिने स्वत:ला कठोरपणे बजावलं. ''एखाद्या चांगल्या चित्रकलेकडे किंवा शिल्पाकृतीकडे आपण जसं पाहतो तसं त्याच्याकडे पाहा. एका चांगल्या व्यावसायिक स्त्रीच्या वागण्याचा महत्त्वाचा नियम म्हणजे ज्याच्याबरोबर तुम्ही काम करता, त्यात कधीही गुंतू नका. विशेषत: जिचं भविष्य सांगता येत नाही आणि जी धोकादायक आहे अशा केसमध्ये.'' हातातील केस ही नक्कीच तशी होती!

विमानातील बसण्याच्या त्या अरुंद जागेत शारीरिकदृष्ट्या जितकं दूर बसता येईल तेवढा पॉल तिच्यापासून दूर बसला होता ह्याचा तिला आनंदच वाटला. त्याला तिच्यात जराही स्वारस्य नव्हतं हे उघड होतं. तिच्या उत्साही मनाला ह्या वेळी हालचाल करता येत नसल्यामुळे आणि प्रवासातील सान्निध्यामुळे हे असले विचार डोक्यात येत होते. जेव्हा ते खऱ्या कामाची सुरुवात करतील तेव्हा दुसऱ्या कशाचाही विचार करायला वेळ राहणार नाही असं तिने स्वत:ला बजावलं.

तिला कल्पना नव्हती, पण विमानाच्या सामान्य वर्गातील अरुंद सीटवर शरीर दुमडून कोपऱ्यात बसून झोपेचं नाटक करणाऱ्या पॉलच्या मनातही ह्याच गोष्टींचे विचार चालले होते. बऱ्याच अंशी मायुमी त्याला त्याच्या पूर्वपत्नीची आठवण करून देत होती. स्त्रीची वागण्याची तीच हळुवार पद्धत, खेचरासारख्या विलक्षण हट्टी स्वभावावर पांघरूण घालणारं तेच सांसर्गिक खुदखुदणं. नात्सुको अगदी गोडपणे तो जे म्हणेल त्याच्याशी सहमत व्हायची, मात्र तिला जे हवं असेल तेच करायची. तरीही मायुमी त्याच्या पूर्वीच्या पत्नीपेक्षा वेगळी होती. कारण मायुमीकडे बुद्धिमत्ता होती, कल्पकता होती, स्पष्ट धैर्य होतं, स्वत:विषयीची काही स्वप्नं होती आणि हो, विनोदबुद्धीही होती. त्यामुळे तिच्याबरोबर काम करणं अगदी सोपं होतं! पॉलला स्वतंत्र वृत्तीने वागणारी स्त्री आवडायची आणि तिचा आदरही वाटायचा. त्यामुळे त्याला मायुमी ही जास्त स्वारस्यपूर्ण वाटत होती. मात्र भरपूर फी घेऊन

काम करणारे डिटेक्टिव्ह ह्या अशा तऱ्हेने वागू शकत नव्हते.

"आमच्या दोघांतील नाते, ही केस उलगडण्यासाठी सारखाच रस असणे आणि ही केस यशस्वीपणे उलगडल्याबद्दल शोभेलशी भली भक्कम फी आकारणे इतकेच असावे." पॉलने स्वत:ला सांगितलं आणि तो आपल्या कोपऱ्यात आणखी खोल शिरला. जणू काही तो हा मुद्दा सिद्ध करत होता.

विमानातून खाली उतरताना मायुमी नव्या जागेला भेट देण्याच्या कल्पनेने उत्तेजित झाली होती आणि आयत्या वेळी कळूनही तिने यायचं ठरविलं म्हणून खूष होती. एका नव्या जागेला भेट देण्यासाठी पैसे घेणं हे टोकियोतील आपल्या ऑफिसमध्ये बसून नेहमीसारखं नित्यकर्म करत संपणाऱ्या दिवसापेक्षा नक्कीच चांगलं होतं. त्याशिवाय जपानी ऑर्किडच्या गूढाचं तिला कुतूहल वाटत होतं. ते ऑर्किड जिथे राहिलं आणि जिथे कोमेजलं त्या ठिकाणी आल्यावर मायुमी उत्तेजित झाली होती. जणू काही तिच्या 'आग्नेय आशियातील युद्धकाळातील वेश्या' ह्यावरच्या संशोधन प्रकल्पातील व्यक्ती जिवंत होत होत्या.

इमिग्रेशनसाठीची रांग लांबलचक होती आणि ते त्या रांगेत उभे राहणार, तेवढ्यात पॉलने जपान सोडण्याआधी भाड्याने घेतलेला ३-जी मोबाइल वाजला.

"हॅलो," रात्रीची वेळ होती. त्या भव्य दालनामधले बहुसंख्य प्रवासी थकलेले आणि वैतागलेले होते. कोणीही एकमेकांशी बोलत नव्हतं. अशा वेळी त्याचा आवाज काहीसा अनैसर्गिक मोठा वाटत होता.

"हॅलो, मी तेत्सुयो बोलतोय." एक ओळखीचा आवाज कानावर आला.

"मि. आकिनिचो! काय आश्चर्य आहे!" जरी तो शांतपणे बोलतोय असं दाखवत असला तरीही हा फोन अनपेक्षितपणे आला म्हणून पॉलला धक्काच बसला होता.

"आता तिथं किती वाजले आहेत?"

"इथं दुपार झाली आहे. मि. तानाका आणि मी आतापासून चार तासांनी सिंगापूरला येण्यासाठी विमान घेत आहोत, हे सांगण्यासाठी मी तुला फोन केला." तेत्सुयो म्हणाला, "माझ्या येण्याबद्दल तुला आश्चर्य वाटेल, परंतु हा निर्णय तसा अचानकच घेतला. आम्ही तिथं पोहोचेपर्यंत तू आमच्यासाठी एखादी बातमी तयार ठेव, ठेवशील ना? आम्ही तू आणि मिस ओनोडेराबरोबर परवा मीटिंग ठेवू."

"हो, साहेब. तुम्ही इथं येताय हे खरंच फार छान आहे आणि जे काही धागेदोरे आमच्या हातात आहेत त्यावरून आम्ही ताबडतोब कामाला सुरुवात करणार आहोत. एवढी खात्री बाळगा की हे काम करण्यासाठी आम्ही शक्य ते सर्व प्रयत्न केल्याशिवाय राहणार नाही." पॉल म्हणाला.

"आभार." तेत्सुयोने उत्तर दिलं.

''कृपया पुढच्या प्रवाशाने समोर यावं.'' इमिग्रेशन ऑफिसर त्याला म्हणाला. आणि पॉलने मी इमिग्रेशनसाठी जातोय हे सांगण्यापूर्वीच तिकडून फोन बंदही झाला. अकिराने त्याला हे आधीच सांगितलं होतं की मि. आकिनिचो हे अशाच तऱ्हेने फोनवर संभाषण करतात. त्यांना जे काही सांगायचं असतं ते सांगतात, दुसरी बाजू ऐकतात आणि मग नम्रपणे, पण ताबडतोब फोन बंद होतो. त्यामुळे त्यांचं संभाषण अचानक बंद झालं म्हणून पॉलला आश्चर्य वाटलं नाही.

''तू ऐकलंच असशील, बॉस स्वत: इथं येतोय.'' पॉलने मायुमीला हळूच सांगितलं आणि तो आपला पासपोर्ट दाखवण्यासाठी इमिग्रेशन काउंटरवर पुढे झाला.

''हो, मी ऐकलं.'' काही मिनिटांनंतर ते छोट्या जिन्यावरून सामान घेण्यासाठी खाली जात असताना मायुमी म्हणाली, ''एवढा मोठा माणूस दूरचा प्रवास करून स्वत: येण्याचा त्रास घेईल अशी मी अपेक्षा केली नव्हती. पण ठीक आहे, ह्यात वैयक्तिक आणि भावनिक मुद्दे गुंतलेले आहेत आणि कदाचित त्यांना त्यात स्वत: लक्ष घालावंसं वाटत असेल. त्यामुळे मला असं वाटतं की आपल्याला त्याबद्दल फार आश्चर्य वाटायला नको.''

''एक-दोन दिवसांतच आपलं अशील इथं येणार आहे. मला असं वाटतं की उद्या सकाळपासूनच आपण ह्या कामाला सुरुवात करू या.'' पॉल सांगू लागला. ''इतका दूरचा प्रवास करून ते येणार आणि दाखवायला आपल्याकडे काहीच नाही असं होता कामा नये. शिवाय ज्या गतीने त्याला काम करायला आवडतं आणि इतरांनी त्याच्यासाठी ज्या गतीने काम करावंसं वाटतं त्याबद्दल मी ऐकलंय. तो आपल्याला मोबदलाही भरपूर देतोय.''

''तुम्ही जेव्हा काम करायला सुरुवात करायचं म्हणाल त्या कोणत्याही वेळी मी तयार आहे. मि. आकिनिचो हा अत्यंत श्रीमंत आणि महत्त्वाचा माणूस आहे आणि ह्या अशा पैसे देणाऱ्या लोकांना ताबडतोब उत्तर हवं असतं.'' मायुमी म्हणाली. मागाहून आठवण झाल्यागत ती म्हणाली, ''माझी आई काही वर्षांपूर्वी सिंगापूरला आली होती हे मी तुम्हाला सांगितलं का?''

''हो का?'' पॉल म्हणाला परंतु त्याने धड काही ऐकलं नव्हतं. आपल्या तपासाची सुरुवात कशी करायची त्याबद्दलच्या डावपेचासंबंधी त्याचं मन योजना आखत होतं.

''होय, माझ्या वडिलांच्या मते मी चार वर्षांची असताना एक दिवस तिने अचानक जाहीर केलं की तिला सिंगापूरला जायचं आहे आणि त्यामुळे आमच्या कुटुंबात नुसता आरडाओरडा झाला. त्याला विशेष कारण म्हणजे ती आपल्याबरोबर कुणालाही न्यायला तयार नव्हती. ती म्हणाली की आपल्या भूतकाळातील काही

हिशोब चुकते करण्यासाठी तिला एकटीने जाणं भाग होतं.''

''अच्छा, अच्छा.'' पॉल त्यावर म्हणाला, पण प्रत्यक्षात त्याला काही समजलं नव्हतं. काही असो, हा एक विचित्र योगायोग होता की त्याच्या सहकारी तरुणीच्या आईचा भूतकाळही सिंगापूरमध्ये होता. जेव्हा थोडा वेळ असेल तेव्हा ह्याबद्दल मायुमीला विचारण्याची आठवण ठेवण्याचं त्याने ठरविलं.

''ह्या बेटाबद्दल पुष्कळ जपान्यांना एक ऐतिहासिक ओढ आहे. ही एक विचित्र गोष्ट आहे, नाही का? पहिल्यांदा माझी आई आणि आता मि. आकिनिचोसारखी प्रसिद्ध व्यक्ती.'' मायुमी आठवण झाल्यागत म्हणाली, ''मला वाटतं की तुम्ही त्याला युद्धानंतरचे परिणाम म्हणाल. कारण इथं त्याची तीव्रता जास्त होती.''

त्यांनी ती वातानुकूलित, भव्य आणि सुंदर अशी एअरपोर्टची आरामदायी इमारत सोडताच दमट हवेच्या झोताचा मारा त्यांच्यावर झाला आणि त्याबरोबरच मायुमीला आपल्या चुरगळलेल्या सुती ब्लाऊजची बगल आणि पाठ ओली झाल्याचं जाणवलं. 'शी, काय वैताग आहे!' तिच्या मनात आलं.

''जर मध्यरात्रीच अशी अवस्था असेल तर दुपारी काय अवस्था असेल हे देवालाच ठाऊक!'' टॅक्सीच्या रांगांकडे ट्रॉली नेत असताना पॉल म्हणाला. त्याच्या कपाळावर घाम जमा झाला होता आणि चेहरा त्या दमटपणाने लाल झाला होता.

''माझ्या मनात हाच विचार आला!'' आपल्या ब्लाऊजवरील घामाचे डाग अगदी उघड दिसत नसावेत अशी आशा करत मायुमी म्हणाली.

त्यांना एका मदतनिसाने ताबडतोब टॅक्सीकडे नेलं आणि ते त्या लव्हेंडरचा सुवास असलेल्या स्वच्छ अशा वातानुकूलित टॅक्सीत खुषीने शिरले.

'येथील उष्णता आणि दमटपणा ह्याबद्दल सिंगापूरला भेट देणाऱ्यांच्या मनात काहीही मुद्दे असोत, पण येथील प्रत्येक गोष्ट ज्या कौशल्याने चालविली जाते त्याबद्दल ते नक्कीच तक्रार करू शकणार नाहीत.' मायुमीच्या मनात ती टॅक्सीच्या मागच्या आरामदायी सीटवर कोसळली तेव्हा विचार आला, 'आणि तो एअरपोर्ट भलताच विलक्षण आहे!'

पॉलने सिंगापूर विमानाने जाण्याचा निर्णय घेतला तेव्हा त्याने शिंजुकू प्रिन्स हॉटेलमधील स्वागतिकेला एखाद्या हॉटेलची शिफारस करायला सांगितलं होतं आणि तिने ऑर्चर्ड रोडवरचं फिनिक्स हे हॉटेल सुचवलं होतं. हा रस्ता सिंगापूरमधील खरेदी आणि करमणूक ह्यासाठी 'गोल्डन माईल' म्हणून प्रसिद्ध होता.

नंतर खोलीवर आल्यावर पॉलने त्या हॉटेलसंबंधी इंटरनेटवर पाहिलेले दर आकर्षक होते आणि त्याने तीन रात्रींसाठी आरक्षण केलं होतं. त्याने मायुमीला बरोबर नेण्याचं ठरविण्यापूर्वी हे सर्व घडलं होतं. त्याच्या कामाचा बराचसा वेळ सिंगापूरमधील युद्धकाळातील जपानी समाजासंबंधी आणि तेही सैनिक आणि

सर्वसाधारण लोक ह्यांची चौकशी करण्यात जाणार होता. ह्या क्षेत्रांत मायुमी तरबेज होती. त्यामुळे त्याने मायुमीला बरोबर न्यायचं ठरवलं.

येण्याच्या गडबडीत तो तिच्यासाठी दुसऱ्या खोलीचं आरक्षण करायचं विसरलाच होता. तिथं पोहोचल्यावर मायुमीसाठी एखादी सिंगल खोली मिळेल अशी तो अपेक्षा करत होता आणि ऐनवेळी जे दर पडतील ते द्यायला तयार होता. तिच्याबरोबर खोलीत राहण्यासंबंधी पॉलला काहीच अडचण नव्हती, पण त्याला तिच्या भावनांचाही विचार करणं भाग होतं आणि ती ह्या बाबत नाखूष असेल ही वस्तुस्थिती होती. काही झालं तरी ते दोघं जुने मित्र वगैरे नव्हते. फक्त एक आठवड्यापूर्वी त्यांची एकमेकांशी ओळख झाली होती.

सुंदर झाडं ओळीने लावलेला तो एक्सप्रेस वे आणि रस्ते चांगलेच प्रकाशित होते. मध्यरात्र उलटून गेलेली असल्यामुळे बहुतेक दुकानं बंद झालेली होती. त्यामुळे टॅक्सी एअरपोर्टपासून शहराकडे धावत असताना ते जास्त काही पाहू शकले नव्हते.

वीस मिनिटांनंतर फिनिक्स हॉटेलच्या छोट्या पण रसिकतेने सजवलेल्या लॉबीत त्यांना सोडण्यात आलं. ते हॉटेल काही तसं श्रीमंती थाटाचं किंवा ऐषआरामी नव्हतं. परंतु त्यात एक नजाकत होती आणि ते सर्वसामान्य श्रेणीचं होतं. ते ईस्टरच्या सुट्ट्यांचे दिवस होते आणि खरेदीचा हंगाम होता. त्यामुळे पॉलच्या मनातल्या शंकेनुसार स्वागतकक्षातील कर्मचाऱ्यांनी हॉटेलमध्ये जागा नसल्याचं आणि पुढच्या तीन दिवसांतही वेगळी खोली मिळू शकणार नसल्याचं खेदजनक स्वरात सांगितलं.

पॉल मायुमीकडे पाहण्यासाठी वळला आणि 'सॉरी' असं पुटपुटला. त्याने फोनवरून डबलबेडच्या खोलीचा जो निर्देश केला होता, त्या खोलीत दोघांसाठी दोन वेगळे पलंग टाकायची त्याने विनंती केली. त्या छोट्याशा एकेरी पलंगावर त्याचा जाडजूड देह बसवायचा म्हणजे तसं आरामदायी होणार नव्हतं, परंतु मायुमीसारखी चांगल्या घरातील जपानी मुलगी त्याच्याबरोबर डबल बेडवर झोपण्यासाठी तयार होईल ही कल्पनाही तो करू शकत नव्हता.

त्यांना जी खोली दाखवली गेली होती ती प्रशस्त होती आणि मुख्य म्हणजे तिच्यातील कॉम्प्युटरला इंटरनेटसाठी ब्रॉडबँड जोडला होता. त्यामुळे ते काम करू शकणार होते. मायुमी स्वाभाविकपणे वागण्याचा प्रयत्न करत होती. जणू काही अशा तऱ्हेच्या प्रसंगांना ती रोजच तोंड देत होती. पण पॉलला माहीत होतं की त्याच्यासारख्या फारशी ओळख नसलेल्या पुरुषाबरोबर खोलीत राहायचं म्हणून तिला अस्वस्थ वाटत होतं. त्यामुळे त्याने तिची सुटकेस बाजूच्या भागात ठेवली आणि पटकन विचारलं, ''मी बाथरूममध्ये प्रथम गेलो तर चालेल का? मला फार

तर पंधरा मिनिटं लागतील आणि मग रात्रीचा उरलेला वेळ ते तुझंच असेल. मला माहीत आहे की तुम्ही स्त्रिया तिथं पुष्कळ वेळ घालविता. त्यामुळे तुला पहिल्यांदा जाऊ देणं जीवघेणं ठरेल! मग आपण उरलेली रात्र झोपू या आणि उद्या नाश्ता झाला की कामाची सुरुवात करू या.''

मायुमीने मान डोलावली आणि ती हसली. कसा का होईना, त्यांच्यामधला अवघडलेपणा दूर झाला होता आणि पुढच्या तीन दिवसांसाठी त्या जोडीदारांच्या विचित्र सहजीवनाची आरामदायी सुरुवात झाली होती.

स्नान करून ताजंतवानं झाल्यावर पॉलने एक फोल्डर बाहेर काढला आणि तो म्हणाला तसा ती बाथरूममध्ये वेळ घालवत असताना त्याने जी योजना आखली होती ती तिला दाखवली.

''तुला टोकियोत जी स्त्री सापडली, तिथपासून आपल्याला सुरुवात करायचीय. प्रत्यक्षात तिच्यामुळेच आपण इथं आलो आहोत.'' तो म्हणाला.

''म्हणजे तू त्या जपानी ऑर्किडबद्दल बोलतोयस का?''

''होय अर्थात! ती जिवंत आहे का हे आपल्याला शोधून काढायचंय. जेवढे तपशील सापडतील तेवढे शोधायचे आहेत. त्यांच्यापैकी किती इथं आहेत, ते कुठे राहतात, ते काय करतात वगैरे.''

''जर ती जिवंत असेल तर नव्वदीची असेल किंवा पंच्याऐंशीच्या पुढे असेल!'' मायुमी विचार करून म्हणाली, ''जन्म-मृत्यू नोंदणी कार्यालय ही काम सुरुवात करण्यासाठी योग्य जागा ठरेल. ह्या देशातील सर्व नागरिकांची आणि रहिवाशांची नोंद त्यांच्याकडे आहे. मग मी मृत्यू नोंदणी कार्यालयातही शोध घ्यायचा प्रयत्न करीन. तिथं मला तिच्या मृत्यूची काही नोंद सापडते का ते पाहीन आणि युद्धाच्या कागदपत्रांचं कार्यालयही पाहीन.''

मग खोलीत मागवलेल्या सँडविचेस आणि कमी कॅफेन असलेल्या कॉफीचा आस्वाद घेत त्यांनी चर्चा चालू ठेवली. ते जेव्हा झोपी गेले तेव्हा रात्रीचे दोन वाजून गेले होते. थकलेली असूनही मायुमी तासभर जागीच होती. पलीकडच्या, एक मीटर अंतरावर असलेल्या पलंगावर झोपलेल्या पॉलचा मंद श्वासोच्छ्वास ऐकत होती. मायुमी पॉल ग्रिफिनबरोबर फक्त प्रवासच करत नव्हती, तर ती त्याच्याबरोबर त्याच्या खोलीतही राहत होती; हे जर नाओकोला कळले तर ती काय म्हणेल, ह्याची कल्पना करताना तिला नकळत येणारे हसू दाबावे लागले.

१८

न्यूयॉर्क

जॉन एफ. केनेडी एअरपोर्ट नेहमीप्रमाणे प्रवाशांनी खच्चून भरला होता. जिकडे तिकडे भल्या मोठ्या रांगा होत्या, पासपोर्ट कंट्रोलजवळ, सिक्युरिटी स्क्रीनिंगजवळ, अगदी मॅकडोनाल्डशीही! तेत्सुयोचं डोकं गरगरत होतं आणि आतल्या एअरलाईन्सच्या शांत आणि आरामदायी दालनात जाण्यासाठी तो फार उत्सुक होता. जेएफके एअरपोर्टवर नेहमीच गोंधळ असायचा, पण आज मात्र प्रवास करणाऱ्यांची परिसीमाच होती. कारण ईस्टरच्या सुट्या चालू होत्या आणि जास्त तिकिटं दिल्यामुळे काही अडकून बसलेले प्रवासी एअरलाईन्सच्या काउंटरवरील थकल्या भागलेल्या कर्मचाऱ्यांशी जोरजोरात वादविवाद करत होते.

"ही सर्व जागा रागावलेल्या आणि प्रवासाने थकलेल्या माणसांच्या समुदायाचं एक भयानक दुःस्वप्नच आहे.'' अकिरा असं म्हणत खाली वाकल्यामुळे अत्यंत वेगाने ट्रॉली नेणाऱ्या पोरावर आपटण्यापासून थोडक्यात बचावला.

"होय, हे अकरा सप्टेंबरच्या हल्ल्यानंतर उडालेल्या दंगलीसारखं वाटतं.'' तेत्सुयो त्या दिवशी कुठे होता हे आठवून त्याने री ओढली.

नशिबाचा विपरीत खेळ म्हणजे मिदोरी-५ च्या अंतर्गत साच्याला सुधारित नवं रूप देऊन डी.एन.ए. परीक्षण करण्याच्या पद्धतीला वेग यावा आणि ते यंत्रही अधिक स्थिर राहावं ह्यासाठी त्याने स्वतः अकरा सप्टेंबर ही तारीख चाचणीसाठी

निवडली होती. त्याने सकाळी सात वाजता खालच्या मजल्यावर असलेल्या मुख्य प्रयोगशाळेत सॅटो आणि मिक रॉजर्स ह्या दोन अत्यंत जरुरीच्या इंजिनियरना घेऊन कामाला सुरुवात केली होती.

ते सुरुवातीच्या चाचण्या करत असताना तेत्सुयोला मोबाइलकडे बघून वेळ नमूद केल्याचं आठवलं होतं. सकाळचे नऊ वाजले होते. अचानक मोबाइलचा सिग्नल दिसेनासा झाला. हे तसं विचित्रच होतं. परंतु ती प्रयोगशाळा चाचण्या बिनचूक व्हाव्यात आणि आत येणाऱ्या अनधिकृत लहरींपासून संरक्षण व्हावं म्हणून बंदिस्त केलेली असल्यामुळे त्याने त्यावर जास्त विचार केला नाही.

जेव्हा यंत्राचं परीक्षण चालायचं तेव्हा कुणालाच आत घेतलं जात नसे. पण जेव्हा एका कर्मचाऱ्याने हा पवित्र नियम मोडला आणि असंबद्धपणे मॅनहटनवर हवाई हल्ला झाल्याचे किंचाळत, धावत आत आला, तेव्हा तेत्सुयो चिडलाच.

आपल्या बॉसच्या ह्या उघड नाखुषीची पर्वा न करता पार्ट्स डिपार्टमेंटच्या त्या वरिष्ठ तंत्रज्ञाने एक बटण दाबलं आणि भिंतीवरचा तो मोठा टी.व्ही.चा पडदा जिवंत झाला. ते जिथं होते तेथून काही रस्ते दूर असलेल्या त्या ट्विन टॉवर्सवर झालेल्या हल्ल्याची पेटती चित्रं त्या टी.व्ही. पडद्यावर दिसू लागली आणि आता त्या तीन माणसांची मूकपणे बघण्याची पाळी होती. ते हल्ले थोड्या वेळापूर्वीच, आठ वाजता झाले होते. परंतु सीएनएन वाहिनी त्या दृश्याची चित्रं पुन्हा पुन्हा दाखवत होती आणि मध्येच रस्त्यावर पळणाऱ्या लोकांच्या घबराटीचं जिवंत चित्रणही दाखवत होती. धूर, ज्वाळा आणि ऑफिसेसचा कोसळणारा भाग चुकविण्यासाठी वीस, तीस आणि चाळिसाव्या मजल्यातील खिडक्यांतून उड्या मारणाऱ्या लोकांचंही चित्रीकरण केलेलं होतं. मग एक स्त्री दिसली. ती त्या मलब्याच्या धुळीने माखली होती, हुंदके देत किंचाळत होती, ''मी इथं चालत येत होते आणि एक चेंदामेंदा झालेला देह माझ्यापुढे पडला.''

''ट्विन टॉवर्सवर विमान कोसळणं अशक्य आहे! हे घडणंच शक्य नाही!'' खोलीतील कोणीतरी ओरडत होतं. तो मिक रॉजर्स होता आणि नंतर त्यांना कळलं की त्याची पत्नी त्या ट्विन टॉवर्सपैकी एका टॉवरमधील वकिलाच्या ऑफिसमध्ये काम करत होती.

''काय चाललंय काय?'' तेत्सुयो ओरडला. पण टी.व्ही.वरच्या किंकाळ्यांत त्याचा आवाज पार बुडून गेला.

आणि त्या घडीला एक इलेक्ट्रॉनिक सिग्नल ऐकू आला. मिदोरी-५ चं परीक्षण यशस्वीरीत्या पार पडलं होतं. पण फार काळ वाट पाहिलेल्या त्या घटनेकडे बराच वेळ कुणाचंही लक्ष गेलं नाही. कारण सर्वांच्या नजरा टी.व्ही.च्या मोठ्या पडद्यावर खिळलेल्या होत्या. टी.व्ही.चा पडदा न्यूयॉर्कचा तो शतकातील

सर्वांत काळा दिवस आणि त्या दिवशी घडलेल्या भयानक गोष्टी दाखवत होता. त्या शहराचा मानबिंदू असलेल्या त्या इमारतींच्या भयानक नाशापुढे आणि त्यांच्यासमोर उलगडत जाणाऱ्या त्या मानवी घटनेपुढे त्या यंत्राचं यश इतकं महत्त्वाचं वाटत नव्हतं.

त्या दिवसाच्या उरलेल्या वेळात कुणीही फारसं काम केलं नाही आणि ते ऑफिसमध्ये मिळण्याजोग्या कोणत्याही टी.व्ही.समोर बसलेले होते. ज्या कोणाचे नातेवाईक किंवा नवरा, बायको त्या ट्विन टॉवर्समध्ये काम करत होते, ते ह्याआधीच आपल्या प्रियजनांचा शोध घेण्यासाठी निघून गेले होते.

न्यूयॉर्कमधील अकरा सप्टेंबर हा दिवस तेत्सुयोला अशा तऱ्हेने आठवत होता.

कुणीतरी त्याच्या खांद्यावर हळूच थाप मारली. एअरलाईन्सच्या काउंटरवर आपला सेलफोन मिळवण्यासाठी गेलेला अकिरा परत आला. त्याने तेत्सुयोला अकरा सप्टेंबरमधून बाहेर काढून जे.एफ.के.च्या गोंधळाकडे परत आणलं. त्याच्या खांद्यावर सहजपणे रुळणारी एक छोटी पिशवी होती. ती अगदी सामान्य आणि वैशिष्ट्यहीन होती आणि ती तशीच दिसायला हवी होती. कारण त्यात नगद दहालक्ष डॉलर्स आहेत हे दोघांना माहीत होतं. नशिबाने सिंगापूर डॉलर्स हे दहा हजारांच्या नोटांत मिळाले होते. त्यामुळे एक दशलक्ष युएस डॉलर्स एकशे पन्नास नोटांच्या एका छोट्याशा चळतीत होते. तेत्सुयो आपल्या कल्पना आणि प्रभावी संशोधनामुळे चांगलाच पैसा कमवायचा, पण त्याला पैशाचा प्रत्यक्ष स्पर्श नको वाटायचा. पैशाच्या व्यवहाराबद्दल तो तसा अनभिज्ञ होता. त्यामुळे त्याने ट्रीपच्या त्या भागाची जबाबदारी अकिरावर सोडली होती.

अकरा सप्टेंबरनंतरची सुरक्षा तपासणी फारच कडक झाली होती. त्यामुळे पहिला वर्ग किंवा बिझनेस किंवा इकॉनॉमी क्लासच्या प्रवाशांत काहीही फरक केला जात नव्हता. बूट, पट्टे, चाव्या, चिल्लर ह्या सर्वांनाच स्कॅनिंग मशिनमधून जावं लागत होतं. ती एक कंटाळवाणी कार्यपद्धती होती, परंतु खूप प्रवास करून थकलेले प्रवासीही ती सहनशीलतेने स्वीकारीत होते.

ट्रिशियाने त्यांचं आरक्षण सिंगापूर एअरलाईन्सवर केलं होतं कारण ते थेट तिथेच जात होते. हे उड्डाण अठरा तासांचं होतं आणि जगातील दीर्घ, कुठेही न थांबणारं उड्डाण म्हणून प्रसिद्ध होतं. तेत्सुयोला फर्स्ट क्लासचं तिकीट सहज परवडण्यासारखं होतं, परंतु तो नेहमी बिझनेस क्लासने प्रवास करायचा. कारण तो तसा नम्र माणूस होता आणि आवश्यक नसताना जास्त किमतीचं विमानाचं तिकीट घेऊन कंपनीचा पैसा उधळणं त्याला आवडत नसे. प्रत्यक्षात जेव्हा जेव्हा तो संशोधकांच्या गटाला कामानिमित्त परदेशी घेऊन जायचा, तेव्हा तो साध्या तिकिटाने प्रवास करायचा. त्यामुळे त्याला आपल्या कर्मचारीवर्गाबरोबर बसता यायचं. त्याचे

हेच गुण ट्रिशिया, अकिरा आणि इतरांना आवडायचे. कंपन्यांचं व्यवस्थापन करण्यात वाकबगार असणारा तेत्सुयो हा दूरच्या जागेवरून हुकूम सोडणारा, सूट आणि टाय घालणारा सीईओ (चीफ एक्झिक्युटीव्ह ऑफिसर) नव्हता. तो जेव्हा वेळ पडेल तेव्हा आपल्या बाह्या वर सारून त्यांच्या बरोबर कामही करायचा.

सिक्युरिटीमधून बाहेर पडल्यावर तेत्सुयो आणि अकिरा बिझनेस लाउंजकडे वळले आणि त्यांच्या उड्डाणाचं निवेदन होईपर्यंत एका कोपऱ्यात आरामासाठी स्थिरस्थावर झाले.

''तर मग तू शेवटी रेइकोला सत्य सांगितलंस तर? मिठाईच्या त्या खोक्यातून आलेल्या त्या चिठ्ठीबद्दल खुलासा करणं तसं सोपं गेलं नसेल.'' ड्रिंकच्या बारमधून बिअर घेऊन ती तेत्सुयोला देत असताना अकिराने विचारलं.

''नाही.'' तेत्सुयो म्हणाला, ''मी तिला सर्व सांगायचं असंच ठरविलं होतं. पण जेव्हा मी घरी पोहोचलो आणि तिला काळजीने थरथर कापताना पाहिलं त्या वेळी मी ठरवलं, की रेइको ही गोष्ट सहजपणे घेणारी आणि ते शांतपणे झेलणारी व्यक्ती नाही. त्यामुळे पूर्वी घेतलेल्या कर्जाची परतफेड करावी म्हणून एक जुना माल पुरवणारा मागे लागलाय असं मी तिला सांगितलं आणि त्याला तो पैसा द्यायचा की नाही हे ठरवण्यापूर्वी आधी तो पैसा कुठे गेला हे शोधण्यासाठी मला सिंगापूरला जाणं भाग असल्याचं मी तिला सांगितलं.

''तिच्यापुढे ही थाप पचली आणि त्या खुलाशाने तिचं समाधान झालं असेल असं वाटतंय. परंतु तुला माहीत आहे की माझ्या कुटुंबीयांशी खोटं बोलण्याचा मला तिटकारा आहे.'' तेत्सुयोने सुस्कारा सोडला, ''मी स्वत: केलेल्या खुलाशाने मी असमाधानी होतो. परंतु काही असो, त्यामुळे घरातली स्फोटक परिस्थिती टळली. जेव्हा हे सर्व संपेल तेव्हा मी तिला खरं काय ते सांगेन. पण आता ह्या परिस्थितीत फेफरं आलेली बायको मी हाताळू शकत नाही. तुला माहीतच आहे की कलाकारांना भावनांचे प्रदर्शन करणं आवडतं आणि ह्याला रेइको अपवाद नाही. माझ्या पत्नीपासून खरं ते लपवून मी बरोबर केलं असंच तुलाही वाटतं ना?''

''हो, मलाही तसंच वाटतं. कारण ह्या घडीला तिला खरं सांगून काळजी करायला लावून काही फायदा होणार नाही.'' अकिरा म्हणाला, ''उलट त्याचा वाईटच परिणाम होईल. कारण तुला मदत करण्यासाठी ती काहीच करू शकत नाही आणि खरं तर ती त्यावरून चिडली तर आणखी समस्या उभ्या करील. रेइकोला मी ओळखत असल्यामुळे हीच शक्यता जास्त वाटते.''

''जेनोमॅटिक्स ही संस्था सार्वजनिक होण्याच्या प्रयत्नात आहे. आपल्या कंपनीत जे पैसे गुंतवतील त्यांना पुढच्या मोठ्या डी.एन.ए. तंत्रज्ञानाच्या प्रकल्पासाठी बोर्डावर घेण्याच्या तयारीत आहोत. अशा वेळी छोटीशी अफवाही कंपनीच्या

स्थिरतेविषयी, विशेषत: जपानी बाजूला, संशय उत्पन्न करील आणि हे आपल्याला परवडण्यासारखं नाही हे तुला माहीतच आहे. कंडीची नुसती सूचना टोकियोतील गुंतवणूकदारांचा विश्वास कसा डळमळीत करील आणि मीडियाला जरा जरी वास लागला तरी ते फाडून खातील.''

''होय, ही परिस्थिती काही करून आपण नियंत्रणाखाली ठेवली पाहिजे.'' तेत्सुयो म्हणाला. ''ही कंपनी केवळ रक्त, कल्पना, घाम आणि अश्रूंवर उभी आहे. वैयक्तिक अफवेमुळे गुंतवणूकदारांचा विश्वास गमावून ती अशीच जाऊ द्यायची का?''

तेवढ्यात विमानाच्या लाउंजमधील इंटरकॉमवरून त्यांच्या विमानाकडे प्रस्थान करण्यासंबंधीचं निवेदन झालं म्हणून ही चर्चा थांबली आणि ते दोघं सुटका झाल्यागत उठले. दोघांनाही हे संभाषण चालू ठेवायची इच्छा नव्हती आणि काही झालं तरी तेत्सुयोला विशेषत:, लाउंजमध्ये थांबणं आणि वाट पाहणं ह्याचा तिटकाराच होता. कारण त्याला काही न करता आळसात घालवलेलं प्रत्येक मिनिट ही उधळपट्टी वाटायची. त्याला वाटायचं की बासष्ट वर्षांच्या वयात त्याला अजूनही पुष्कळ काही करायचं होतं आणि फुकट घालवण्यासाठी त्याच्याकडे वेळ नव्हता.

तो जेव्हा बिझनेसक्लासच्या दिमाखदार अंतर्भागात शिरला, तेव्हा काहीही करण्याच्या मन:स्थितीत नव्हता. त्याच्या मनाचा पार गोंधळ उडाला होता. त्याचा भावनिक प्रवास चालू झाला होता. त्याच्या वडिलांच्या सिंगापूरमधील युद्धकाळातील रहस्यमय आयुष्याचा भयानक परिणाम जाणून घेण्यासाठी हा प्रवास त्याला कुठे घेऊन जाईल आणि त्याचा शेवट काय होईल ह्याची त्याला कल्पना नव्हती. परंतु स्वत:शी आणि भूतकाळाशी समझोता करण्यासाठी त्याला हा प्रवास करायचा होता.

तेत्सुयोने जेव्हा पट्टे बांधले, तेव्हा त्याला काही महिन्यांपूर्वी क्वीन्समध्ये झालेल्या इतिहासकारांच्या लायब्ररीच्या उद्घाटन समारंभाची आठवण झाली. ह्या लायब्ररीला जेनोमेटिक्स ह्या संस्थेने देणगी दिली होती. 'इतिहास आणि भूतकाळ हे महत्त्वाचे आहेत यावर तुमचा विश्वास आहे का,' असं एक शास्त्रज्ञ आणि तंत्रज्ञानाचा संशोधक म्हणून त्याला विचारण्यात आलं होतं.

''हो, अर्थातच ते महत्त्वाचं आहे. खरं सांगायचं तर मी इतिहासाचा मोठा शौकीन आहे.'' त्याने टाळ्या वाजवणाऱ्या त्या इतिहासकारांच्या प्रेक्षकवर्गाला सांगितलं होतं, ''कारण माणसाचा इतिहास आणि भूतकाळ त्याच्या भविष्याला आकार देतो, त्याला बनवितो आणि ह्याच कारणास्तव मी जेनेटिक रिसर्चमध्ये आहे. जीन्स आणि डी.एन.ए. ही माणसाची महत्त्वाची ऐतिहासिक साधनं आहेत आणि त्यामुळे तो कशा प्रकारची व्यक्ती होणार हे ठरतं.''

१९

सिंगापूर

"होय, मला नीट समजलंय." आपल्या कानाजवळ फोन नेत जिमी म्हणाला. त्याच्या चेहऱ्यावर उजळून टाकणारं हास्य पसरलं. "बाय–"

तो फोन अनपेक्षितपणे आला होता. तो ज्याला बिझनेस पार्टनर म्हणायचा, त्याच्या प्रतिनिधीकडून थेट संपर्क झाल्यामुळे त्याला धक्का बसला आणि त्याची बोलतीच बंद झाली होती. नशिबाने ते फोनवरचं बोलणं थोडा वेळच चाललं आणि त्यात जिमीला जास्त काही बोलण्याची गरज पडली नव्हती. जेव्हा त्याने फोन खाली ठेवला तेव्हा तो अगदी उत्तेजित झालेला होता. त्याची धाडसी योजना त्याला वाटली होती त्यापेक्षा चांगल्या तऱ्हेने आणि वेगाने पुढे सरकत होती. लवकरच तो कंटाळवाण्या आणि फार दमवणाऱ्या सिंगापूरमधील कामगार वर्गातून बाहेर पडणार होता आणि एक महत्त्वाची व्यक्ती बनणार होता.

त्याने सर्व आयुष्यात जेवढी संपत्ती पाहिली नव्हती तेवढी संपत्ती त्याच्याकडे येऊन त्याची ताकद वाढणार होती. मग लोक त्याच्याकडे आदराने पाहणार होते. गरीब आणि कवडीमोल लोकांना तुच्छतेने वागवलं जातं तशी त्याला मिळणारी वागणूक थांबणार होती. त्या तरुण माणसाचा चेहरा त्याच्या कामाच्या ठिकाणी असलेल्या कुरूप आणि जाडजूड मुलींच्या विचाराने आक्रसला. जेव्हा त्याने त्यांच्याशी मैत्री करण्याचे प्रयत्न केले होते, तेव्हा त्या त्याच्या तोंडावर चक्क

हसल्या होत्या. तो त्यांना आणि ज्यांनी त्याची मस्करी केली होती त्या प्रत्येक माणसालाही धडा शिकवणार होता.

'जेव्हा हे सर्व संपेल तेव्हा कोण हसत असेल बरं?' त्याच्या मनात विचार आला आणि त्याच्या डोळ्यांत ती चमक पुन्हा आली.

कॉम्प्युटर प्रिन्टआउट्सची एक मोठी चळत त्याच्या कॉम्प्युटरच्या शेजारच्या टेबलावर सर्वत्र पसरली होती. त्यात भेटण्याच्या जागेचे नकाशे आणि आकृत्या होत्या आणि भुयारी रेल्वेचे वेळापत्रक होते. त्याने दिवस-रात्र प्रत्येक तपशिलाची नीट चौकशी करून तो चाळला होता आणि सर्व मुद्दे विचारात घेतले होते ह्याची त्याला खात्री होती. इतकंच नव्हे तर गेल्या आठवड्यात तो सिटी हॉल एमआरटी स्टेशनलाही गेला होता आणि ज्या भागात मेट्रो कॅमेरे कोणत्याही हालचाली टिपायला असमर्थ होते, त्या जागाही शोधून काढल्या होत्या. दोन दिवसांपूर्वी तो चांगलाच जाळ्यात अडकला होता. स्टेशनवरच्या देखरेख करणाऱ्या अधिकाऱ्याने त्याला संशयास्पद रीतीने घोटाळताना पाहिलं होतं आणि त्याला प्रश्न विचारण्यासाठी अडविण्याचा प्रयत्न केला होता.

नशिबाने जिमी चपळ होता आणि त्या जाडजूड अधिकाऱ्याच्या पकडीतून निसटण्यात यशस्वी झाला होता. जर तो पकडला गेला असता तर त्याला काही स्पष्टीकरण द्यावं लागलं असतं. सरतेशेवटी त्यांना त्याला सोडून द्यावं लागलं असतं, पण संशयास्पद वागणुकीबद्दल त्याच्या नावाची नोंद झाली असती. तो सुटला होता. पण त्या प्रसंगाने बिनचूक वाटणाऱ्या योजनाही चुकू शकतात याची जाणीव करून दिली होती आणि जर त्या दिवशी गोष्टी योजनेप्रमाणे घडल्या नाहीत तर उपाय म्हणून त्याने ताबडतोब प्लॅन-बी तयार केला होता.

जिमीने स्वत:साठी चहा करत असताना त्या फ्लॅटवर नजर फिरवली. तिथं असलेल्या घडीच्या भिकार टेबलखुर्च्यांकडे त्याने वीट आल्यागत पाहिलं. लवकरच आपण त्या दरिद्री जागेतून बाहेर पडू असं त्याने स्वत:ला बजावलं. मग या जागेचा कब्जा दुसऱ्या कुणी कामगार वर्गातील दरिद्री माणसाने घेतला तरी त्याला त्याचं काही वटणार नव्हतं.

त्याची परिस्थिती सुधारल्यावर ज्या भपकेदार कॉलनीवरून तो अनेकदा गेला होता तिथं तो जाईल किंवा एखादा जमीनजुमलाही विकत घेईल. चहाचे घुटके घेत असताना जिमीची नजर त्याच्या बापाच्या त्या आरामखुर्चीकडे गेली. जरी गरीब आणि पांगळा झाला होता, तरी त्याचा म्हातारा कधी कधी काही गोष्टींच्या बाबतीत एखाद्या कुटुंबप्रमुखासारखा वागायचा आणि त्यापैकी एक होती सत्ता आणि त्याचं कुटुंबातील स्थान. टेबलाजवळ मुख्य जागी दुसरं कुणीही बसायचं नाही. केवळ तो त्या खुर्चीत बसायचा. त्याच्या मृत्यूनंतरही जिमी इतक्या वर्षांची सवय मोडू शकला

नव्हता. ती खुर्ची कित्येक महिने रिकामी राहिली होती.

परंतु आजचा दिवस वेगळा होता. जिमीला आता आत्मविश्वास वाटत होता. ह्यापुढे त्याला आपल्या बापाच्या खुर्चीत बसायची भीती वाटण्याचं काहीच कारण नव्हतं. काही झाले तरी लवकरच त्याच्या बापापेक्षाही तो फार मोठा होणार होता आणि मग ती खुर्चीही त्याच्या लायकीची उरणार नव्हती.

"आता ही माझी जागा आहे. मी ह्या घराचा आणि कुटुंबाचा प्रमुख आहे. माझं सर्व गोष्टींवर आणि सर्वांवर नियंत्रण आहे. अगदी अमेरिकेतील मोठा माणूसही मला घाबरतो. मी शिट्टी वाजवली तरी तो येतो.'' रोजची सवय असल्यागत जिमीने स्वत:चा देह हळूहळू त्या खुर्चीत सोडला तेव्हा तो पुटपुटला. ह्या कृत्यामुळे आपण सत्तेची आणि नियंत्रणाची वेगळीच उंची गाठलीय असंच त्याच्या मनाने घेतलं. ती भावना इतकी छान होती की ती संपूच नये असं त्याला वाटत होतं.

त्याचा बाप पलंगावर पडून शेवटचा चहाचा कप घेत असल्याला किती काळ उलटला होता? फक्त चारच महिने! त्यानंतर कितीतरी गोष्टी घडल्या होत्या. त्यामुळे तो काळ खूप दीर्घ वाटत होता. ती गोळी त्याच्या कपमध्ये चोरून टाकणं तसं सोपं काम होतं. कारण त्याचा बाप सर्वस्वी त्याच्यावर अवलंबून होता.

"ती गोळी कोणत्याही गरम पेयात घाल. ती काही मागमूस न ठेवता विरघळेल.'' फोनवरच्या त्या घोगऱ्या आवाजानं सांगितलं होतं.

"त्याला त्रास होईल का?'' जिमीने विचारलं होतं. त्याचं हृदय जोराजोरात धडधडत होतं आणि आपल्या राक्षसी बेताच्या जाणिवेनं घाबरून त्याच्या भुवईवर घामाचे थेंब दिसू लागले.

"नाही.'' त्या आवाजाने खात्रीपूर्वक सांगितलं. "त्या गोळीत रसायनाचा एक सुधारित घटक आहे आणि त्याचा शरीरावर पाच मिनिटांत परिणाम होतो. त्यामुळे सर्व नसा आणि पंचेन्द्रियं बधिर होतात. त्यामुळे वेदना होणार नाहीत.''

"आणि शवविच्छेदन? त्यात ते रसायन दिसेल का?''

"त्याची काळजी नको. ते रसायन त्याचं काम केल्यावर शरीरात पटकन विरघळेल आणि हृदयविकाराचा झटका आल्यासारखा वाटेल. तू पैसे कशासाठी देत आहेस? त्या साध्यासुध्या गोळीमुळे पटकन आणि काही मागमूस न राहता मृत्यू मिळेल.'' तो आवाज म्हणाला.

वचन दिल्याप्रमाणे दोन दिवसांनी ती गोळी स्पीडपोस्टने आली. ती अनेक पातळ कागदांच्या थरात गुंडाळलेली होती आणि चॉकलेटच्या पेटीत लपवलेली होती. प्रत्येक कागद एकापाठोपाठ एक सोडवत असताना जिमीचे हात स्थिर होते आणि त्याने ती गोळी टेबलावर ठेवली. त्याचा बाप निकामी झालेल्या स्नायूंवर औषधोपचार करण्यासाठी कम्युनिटी सेंटरवर गेलेला होता. तो तसा आठवड्यातून

एकदा जायचा आणि जेव्हा ते छोटं पॅकेट स्पीडपोस्टने आलं तेव्हा जिमी फ्लॅटवर एकटाच होता.

त्याने त्या गोळीचं एक आठवडाभर काहीच केलं नाही. कारण तो योग्य वेळ आणि करण्यासाठी पुरेसं धैर्य ह्याची वाट पाहत होता. प्रत्येक दिवशी तो जागा झाला की हाच तो दिवस आहे असं स्वतःला सांगायचा. परंतु शेवटच्या क्षणी त्याला भीती वाटायची. ती चॉकलेटची पेटी त्याच्या बिछान्याखाली लपवलेली होती. वैतागून जिमीने स्वतःला उतावीळ न होण्याबद्दल बजावलं, कारण त्याच्या मनाची तयारी झाल्यावरच ती योग्य वेळ येणार होती. मगच ते काम अगदी बिनचूक होणार होतं. एका बुधवारच्या दुपारी तो क्षण आला. तो सार्वजनिक सुट्टीचा दिवस होता आणि पाऊस इतक्या जोरात पडत होता की त्याचा बाप टी.व्ही.वरचा कार्यक्रम न पाहता दुपारी झोपला होता.

जिमीने लपविलेल्या जागेतून ती गोळी काढली आणि तिच्याकडे बराच वेळ टक लावून पाहिलं. ती एक छोटीशी पांढरी लंबगोलाकृती गोळी होती आणि त्यात लपविलेल्या मृत्यू आणणाऱ्या घटकांची काही कल्पना येत नव्हती. गोळीच्या ह्या कपटामुळे जिमी सहजपणे वागत होता. त्याने जेव्हा बापाच्या चहात ती गोळी टाकली तेव्हा त्याचा हात अगदी स्थिर होता. चहा त्याच्या बापाला आवडायचा तसा उकळता होता.

ती छोटी गोळी विरघळून त्या पिवळसर चहात नाहीशी होण्यापूर्वी काही सेकंद फसफसली, तेव्हा तो भुरळ पडल्यागत पाहात राहिला. बराच वेळ घुटमळल्यावर त्याने मन घट्ट केलं. भविष्यकाळातील योजनांमध्ये त्याच्या अपंग बापाला स्थान नव्हतं. त्याला हे आताच करून मोकळं व्हायला हवं होतं. तो नंतर कधीही हे करू शकला नसता.

२०

सिंगापूर

'नेहमीसारखाच गरम आणि दमट दिवस. सिंगापूरमधल्या प्रत्येक वर्षाच्या तीनशे पासष्ट दिवस जराही वर-खाली न होणाऱ्या हवेच्या आलेखामधील आणखी एक दिवस. तेच तेच काम करायचं, त्याच त्या स्वच्छ, एअरकंडिशन्ड जेवणाच्या जागी, तेच ते पदार्थ खायचे आणि शॉपिंग मॉलमध्ये निरुद्देश भटकायचं.' जिमीने त्याच्या ऑनलाइन ब्लॉगवर ह्या आधी लिहिलं होतं.

'पण आता दिवस बदलतील. येणाऱ्या प्रत्येक दिवशी पैशाने विकत घेता येऊ शकणारी उत्तेजना असेल. मी ते घडवणार आहे.' जिमीने आपल्या नवव्या मजल्यावरील फ्लॅटमधून तळमजल्यावर येत असताना स्वत:ला सांगितलं.

"हॅलो जिमी," त्या लिफ्टचे दरवाजे उघडताच एक ओळखीचा आवाज म्हणाला. "काय चाललंय काय? बऱ्याच दिवसांत तू दिसलाही नाहीस."

"ओ, हॅलो!" जिमीने चेहऱ्यावर आनंद दाखवत उत्तर दिलं, पण तो मनातून वैतागला होता. ही मुलगी त्याला त्रास देणं थांबवत का नाही? आणि नकार स्वीकारू शकत नाही?

ती सँड्रा चिन होती. बहुधा ती आपल्या आजीबरोबर राहत होती. कारण तिचं श्रीमंतीसाठी धडपडणाऱ्या आईवडिलांशी पटत नव्हतं. एक दिवस ते तिला परत नेण्यासाठी एका छान भपकेदार गाडीतून आले होते आणि त्यांनी त्याच्याकडे तो एखादी किडामुंगी असल्यागत पाहिलं होतं. सँड्रा त्याच्या प्रेमात पडली होता.

तिच्या उद्धट, उन्मत्त आईवडिलांना शिक्षा करण्यासाठी तिच्या प्रेमाला प्रोत्साहन द्यावं असं त्याच्या मनात यायचं. परंतु त्यामुळे त्याचं लक्ष त्याच्या ध्येयावरून विचलित होणार होतं आणि एवढी तिची लायकी नव्हती. परंतु कधीकधी स्वत:ची करमणूक करण्यासाठी तो तिच्यासाठी गळ टाकायचा आणि ती उतावीळपणे त्याच्या गळाला लागायची. त्यामुळे त्याला बरं वाटायचं, कारण सरतेशेवटी त्याची सत्ता चालायची असं कुणीतरी होतं.

सँड्रा काही सुंदर वगैरे नव्हती. अगदी हडकुळी, छातीला उभार नसलेली आणि अंगकाठीने अगदी छोटी होती. तिच्या आईवडिलांनी ती दोन वर्षांची असताना तिला दुसऱ्या मजल्यावर राहणाऱ्या तिच्या आजीकडे ठेवलं होतं आणि ती बारा वर्षांची झाल्यावरच आपल्या बरोबर राहण्यासाठी नेलं होतं. वयस्क रहिवाशांच्या त्या घरकुलात मुलं अजिबात नव्हती. तिथं सँड्रा आणि जिमी एकत्र खेळण्यात बराच वेळ घालवायचे. सँड्रा आपल्या आईवडिलांकडे परत गेल्यावर ती नियमितपणे आजीला भेटायला यायची.

चौदा वर्षांचा झाल्यावर, जिमीला स्त्रीबद्दलच्या आकर्षणाचा आणि केवळ मैत्रीण मानलेली सँड्रा त्याच्या प्रेमात पडल्याचा वैतागवाणा शोध लागला. जिमीच्या बापाच्या उत्तेजनामुळे सँड्रा जवळजवळ रोजच त्यांच्या घरी यायची. त्याच्या बापाला वाटायचं की सँड्रा हे त्याच्या मुलासाठी घबाडच आहे. जिमीने सरतेशेवटी त्याची पूर्वीची मैत्रीण आल्यावर सँड्राला दूरच सारलं होतं आणि ती पुन्हा इथं आली होती.

"मी ठीक आहे." भिंतीशी टेकून कसाबसा उभा राहत जिमी म्हणाला. उद्धटपणा न दाखविता इथून पटकन कसं निसटता येईल ह्याचा तो विचार करत होता. त्याला तिच्यात काय, कोणत्याही मुलीत स्वारस्य नव्हतं, कारण त्याच्यापुढे पुरे करण्यासाठी फार मोठं महत्त्वाचं काम होतं.

"बरं झालं तू भेटलास ते. मी माझ्या आजीला भेटायला आलेय." सँड्राने उत्तर दिले, "मला तुझ्या वडिलांबद्दल कळलं आणि आपली एवढी जुनी मैत्री असूनही मी प्रेतयात्रेला येऊ शकले नाही म्हणून मला खरंच वाईट वाटलं. परंतु मी ॲनआर्बार, मिशीगनमध्ये माझी कम्युनिकेशनची पदवी पुरी करत होते. अरे मी दोनच दिवसांपूर्वी परतले."

"ओ, ते ठीक आहे." जिमी पुटपुटला तेही उद्धटपणे. "ती काही फार मोठी प्रेतयात्रा नव्हती. फक्त थोडे नातेवाईक होते तेवढेच."

ते ॲनआर्बार कुठल्या मसणात होतं कोण जाणे आणि त्याला त्याची पर्वाही नव्हती. त्याला फक्त एवढंच हवं होतं की तिनं तिथून जावं आणि त्याच्या नादी लागू नये.

काही वेळ तिथं विचित्र शांतता पसरली, मग ती आनंदाने सांगू लागली,

“तुला माहीत आहे, मी आता आर्चर्ड रस्त्यावरच्या एका जाहिरात कंपनीत अनुभवासाठी प्रशिक्षण घेतेय आणि ह्या कामात मी खूष आहे.”

तिथून जाण्यापूर्वी ती ज्याप्रकारे घुटमळत होती, त्यावरून अजूनही सँड्राला त्याच्याबद्दल आकर्षण होतं हे जिमीच्या लक्षात आलं. जिमी मग जवळजवळ मोठ्याने हसला.

तिच्यासारख्या मुलीला त्याच्याकडून काय अपेक्षा होती कोण जाणे! तिचं वागणं विचित्रच होतं. तिचं घराणं, शिक्षण, त्यांची सुबत्ता आणि त्यांचा सामाजिक स्तर सर्व दृष्टीने हे अगदी विजोड होतं. मग जिमी थांबला आणि त्याने स्वत:ला आपल्या त्या विशिष्ट कामाची आठवण करून दिली. आता स्वत:ला कमी लेखणं आणि न्यूनगंडाची भावना, यातून वर येण्याची वेळ झाली होती. पैसेवाल्या सर्व सँड्रा एकत्र केल्या तरी तो त्यांच्याहूनही श्रीमंत होणार होता. त्यामुळे सँड्रासारख्या मुलीला त्याच्यासारखा माणूस का नको असेल?

सवयीने आलेलं पोक काढून टाकून तो ताठ झाला. जेव्हा सँड्राने त्याला ड्रिंक आणि गप्पा मारण्यासाठी विचारलं, तेव्हा मला इतर बरीच कामं असल्यामुळे हे आमंत्रण मी स्वीकारू शकत नाही असं उद्धट उत्तर त्याने दिलं. तो जेव्हा भरभर चालत दूर गेला, तेव्हा तिच्या चेहऱ्यावर अविश्वासाचा आणि गोंधळलेला भाव दिसल्यावर तो हसला. ते हसणं नेहमीसारखं दबलेलं आणि आत्मविश्वासहीन नव्हतं, तर मोठ्याने आणि मनापासून होतं.

“देवा, किती छान वाटतंय!” त्याच्या मनात आलं. “त्या छद्मी, श्रीमंत, शिष्ट लोकांच्या आणि त्यांनी जन्माला घातलेल्या, त्या बिघडलेल्या पोरांच्या थोबाडावर मुतायला किती बरं वाटतंय.”

जिमीला नेहमी वाटायचं की सँड्रा त्याच्या अवतीभवती घोटाळायची कारण तशी फॅशनच होती. एखाद्या गरीब, हेंगाड्या मुलाला पकडायचं आणि त्याला आपल्यासारखं करायचं हे श्रीमंत मुलींना एक आव्हानच वाटतं. तो जितका जास्त विरोध करेल तेवढं ते आव्हान तिच्यासाठी जास्त होतं. हा खेळ बुद्धिबळाच्या खेळासारखा होता पण जिमी त्या सापळ्यात कधीच अडकला नव्हता. आपण स्वत:च स्वत:चे मालक आहोत ह्याचा त्याला अभिमान होता आणि एखाद्या श्रीमंत पोरीचं खेळणं बनून मग तिने त्याला शह द्यायचा असा प्रकार इथं नव्हता.

‘या बिनडोक पोरीच्या डोक्यात किती हवा शिरली आहे!’ जिमीच्या मनात आलं आणि त्याने एमआरटी स्टेशनकडे जाण्यासाठी काहीशी उड्या मारतच भरभर पावलं उचलली. श्रीमंतांच्या लहान मुली चिंध्यांच्या बाहुल्या खेळण्यासाठी घेतात तसंच काहीसं ती त्याला वागवत होती. तिला हे माहीत नव्हतं की उद्याच त्याची योजना पूर्ण होणार होती. त्यामुळे तो श्रीमंत होणार होता आणि स्वप्नातही न

मिळणारी सत्ता त्याला मिळणार होती.

तो सँड्राला आणि काय नाव होतं बरं तिचं?... जी मुलगी त्याच्या तोंडावर हसली होती आणि त्याने भेट म्हणून दिलेला एक स्वस्तातला पुष्पगुच्छ जवळच्या कचऱ्याच्या डब्यात टाकला होता? हं जेसिका... होय, हेच तिचं नाव होतं. तिलाही धडा शिकवणार होता. एका दिवसात दहा लाख डॉलर्स मिळवण्यासाठी त्याला श्रीमंत आईबाप, खानदानी रक्त, सिंगापूरच्या चांगल्या शाळांमधून आधुनिक शिक्षण आणि परदेशांतील पदव्या ह्या सगळ्याची अजिबात गरज नव्हती.

जेव्हा शेजारून जाणाऱ्या लोकांनी जिमीकडे टक लावून पाहिलं तेव्हा आपण आपले विचार मोठ्याने बोलल्याचं जिमीच्या लक्षात आलं. त्याला आपल्या भावनांवर नियंत्रण ठेवायला हवं होतं. कारण त्याला स्वत:कडेच लक्ष द्यायचं होतं.

तो एमआरटी स्टेशनवर आला. दुसऱ्या दिवशीच्या भेटीसाठी ती जागा ठरली होती. 'सैतानाला भेटण्याची जागा' त्याने त्या जागेला नाव दिलं. तिथं सुरक्षिततेच्या दृष्टीने लावलेले कॅमेरे आणि नियंत्रणात काही बदल झालाय की काय ह्याची खात्री करण्यासाठी, तो त्या जागेची अंतिम तपासणी करण्यासाठी आला होता. जर त्याच्या योजनेप्रमाणे गोष्टी घडल्या नाहीत आणि जर त्याला पळून जावं लागलं, तर पळून जाण्याचा मार्गही त्याने नियोजित करून ठेवला होता. त्याने आपल्या बापाकडून हे ऐकलं होतं की सिंगापूरमध्ये गोष्टी अचानक बदलतात आणि दुहेरी मार्ग असलेले रस्ते अचानक एका रात्रीत एकमार्गी रहदारीचे होतात.

स्टेशनच्या आवारात दुपारच्या जेवणाच्या वेळचे घोळके जमायला सुरुवात झाली होती. तिथं जिमीसारखा निस्तेज तरुण एका छोट्या वहीत बघत असताना त्याच्याकडे कुणी ढुंकूनही पाहिलं नाही.

''आता दुसरी योजना.'' जिमी पाठीवरच्या बॅगेत हात घालीत म्हणाला.

त्या रात्री जेव्हा त्याने एमआरटी स्टेशनच्या आकृत्यांकडे पाहिलं, तेव्हा त्याचे विचार बदलले. तिथं अनेक लपविलेले कॅमेरे आणि सुरक्षिततेसाठी नोकर वर्ग ठेवलेला होता. त्यामुळे योजना फसण्याचाच संभव होता. ह्यापेक्षा ती जागा बदलून फुनान सेंटर ह्या इलेक्ट्रॉनिक्स मॉलची जागा घ्यावी. तिथं बरीच गर्दी असल्यामुळे त्याच्या बिझनेस पार्टनरला काही तमाशा करणं शक्य नव्हतं आणि त्याच्या योजना विफल करण्यास कारणीभूत ठरणारे सुरक्षा कर्मचारीही फारसे नव्हते.

२१

न्यूयॉर्क-सिंगापूर

विमानातील बिझनेस क्लासमधील सीट्स अत्यंत आरामदायी होत्या. त्या इतक्या मागे जात होत्या की त्याचा झोपण्याचा बिछानाच होत होता. जेव्हा विमानसुंदरीने विमान सिंगापूरला आल्याचं जाहीर केलं तेव्हा सगळ्यांची पट्टे बांधण्याची धांदल उडाली. खिडकीवरची आच्छादनं वर केली होती आणि विमानात भरपूर उजेड आलेला होता. तो मध्येच येत होता आणि पिवळ्या पट्ट्यात नाहीसाही होत होता. कारण आता विमान ढगांच्या दाटीतून बाहेर येत होतं.

अकिराने खिडकीजवळची तेत्सुयोच्या बाजूची सीट घेतली होती आणि जेव्हा विमान जरासा धक्का देत खाली उतरलं, तेव्हा तो शांतपणे खिडकीतून बाहेर पाहत होता. त्याने सर्व रात्र त्या सीटच्या बिछान्यावर झोपून काढली होती. फक्त एकदाचं जेवण सोडून त्याने सर्व खानपान सेवा नाकारली होती. पण दुसऱ्या बाजूला तेत्सुयो मात्र जराही झोपू शकला नव्हता. ह्या आकाशातील शांततापूर्ण आश्रयस्थानात कोणताही फोन त्याच्यापर्यंत पोहोचू शकत नव्हता आणि त्याला विचार करायला बराच वेळ मिळाला होता. त्याचं मन सारखं भूतकाळात वावरत होतं आणि त्याच्या बापाने त्याच्या जन्माबद्दल सांगितलं त्या दिवसाभोवती फिरत होतं. त्याच्या बापाने सांगितलेल्या काही गोष्टी बरोबर जुळून येत नव्हत्या आणि उड्डाणातील बराच वेळ तो ह्या कोड्याच्या गोंधळवून टाकणाऱ्या तुकड्यांबद्दल विचार करत होता.

ते सेंट्रल पार्कमध्ये फिरायला जायचे त्यातला आणखी एक दिवस त्याला

आठवला. ती हिवाळ्यातील सुंदर दुपार होती. सूर्याची किरणं झाडांमधून खाली येऊन त्यांचे ठिपके त्या तपकिरी गवतावर नाचत होते. पार्कमध्ये हिवाळ्यातील रंग अगदी भरात आले होते आणि जवळ जवळ प्रत्येक झाड तपकिरी, केशरी आणि पिवळ्या रंगाची उधळण करत होते.

न्यूयॉर्क भेटीचा काळ तेत्सुयोच्या बापाने मुलाकडे राहण्यासाठी वाढवून घेतला होता. तेत्सुयोच्या बापाला मूत्रपिंडाचा कॅन्सर झाल्याचे आणि तो अगदी शेवटच्या अवस्थेत असल्याचे निदान झाले होते. न्यूयॉर्कला आल्यापासून इतक्या वर्षांनंतर पहिल्यांदाच सेंट्रल पार्कमधील हिवाळी रंगांच्या उधळणीचा आनंद तो लुटू शकत नव्हता. त्याच्या मनात दु:ख आणि भावनांचा कल्लोळ उठला होता. हिवाळ्यातील रंगच्छटांनी सेंट्रल पार्क प्रकाशित झाला होता. त्या वेळी तेत्सुयोच्या मनातली गुंतागुंत त्याला छळत होती. तेत्सुयोला मनातून अपराधी वाटत होतं. कारण गेल्या दोन दशकांत त्याचं बापाकडे दुर्लक्षच झालं होतं. त्याने आपलं हृदय आणि आत्म्यासकटची सगळी शक्ती आपला धंदा, यु.एस.मधील आपलं आयुष्य आणि स्वत:चं कुटुंब ह्यावर एकाग्र केली होती आणि आता त्या दोघा बापलेकांच्या हातून काळ निसटत होता.

जमेची बाजू एवढीच होती की बापाच्या शेवटच्या आजाराचं निदान कळल्यावर जेवढा वेळ शक्य होता तेवढा वेळ तो बापाबरोबर घालवत होता. त्या वेळी त्याची कंपनी डीएनएचा अनुक्रम लावणाऱ्या मशिनचा पहिला नमुना तयार करण्याच्या बेतात होती. पुष्कळ वर्षांचा त्रास सोसून, शक्य तितके सर्व मार्ग, सर्व साधनं पणाला लावून आणि प्रचंड पैसा खर्च केल्यावर सरतेशेवटी हे मशिन तयार झालं होतं. त्याच्या बापाच्या आजाराने आणखी जास्त आणि चांगली मशिन्स तयार करण्यासाठी त्याला स्फूर्ती दिली होती. ह्या नव्या यंत्रामुळे लोकांचे प्राण वाचतील आणि जगभरातील अगणित आजारी माणसांचं आयुष्य सुधारेल. कधी कधी तेत्सुयो बापाला खाली प्रयोगशाळेत आपल्याबरोबर घेऊन जायचा आणि काही तासांसाठी त्याचा बाप आपल्या वेदना आणि जवळ येत चाललेली मरणाची वेळ विसरायचा. तो ते भुरळ पाडणारं अत्याधुनिक डी.एन.ए. संशोधनाचं जग पाहायचा. ते बघण्याचं भाग्य फार थोड्यांना मिळायचं. ते पाहताना त्याच्या डोळ्यांत चमक यायची.

त्या दिवशी तेत्सुयोच्या बापाला जंतुविरहित, शांत, एकाकी अशा प्रयोगशाळेच्या जागेत कोंडल्यासारखं, आजारल्यासारखं वाटत होतं आणि ताज्या हवेसाठी जवळच्या सेंट्रल पार्कमध्ये फेरफटका मारावा असं त्यानं सुचवलं होतं. बापाची काळजी वाटल्यामुळे तेत्सुयो तयार झाला आणि त्याने पूर्वी कधीही न केलेली गोष्ट केली. महत्त्वाचा प्रोग्रॅम चालू असताना एखादी स्वत:ची गरज भागविण्याच्या क्षुल्लक कामासाठी कंपनीची जागा आणि प्रयोगशाळा ह्यातून तो बाहेर निघाला होता.

तो सुंदर दिवस होता. त्यांनी रहदारी मागे टाकली आणि ते पार्कच्या शांत वातावरणात आले. निसर्गाने वर्षानुवर्षं निर्माण केलेले असे कित्येक सुंदर दिवस त्याने आकाशात उंचावर असलेल्या त्याच्या ऑफिसमध्ये आणि प्रयोगशाळेत स्वत:ला बंद करून फुकट घालवले होते ह्याचा तो मनाशी विचार करत होता. त्याच्या मरणोन्मुख बापाच्या बरोबर त्याच्या चालीने हळू चालताना तेत्सुयोला हिवाळ्यातील सेंट्रल पार्कची सुंदर दृश्यं प्रत्यक्षात पाहण्याची संधी मिळाली होती. त्याच्या लग्नानंतरच्या सुरुवातीच्या काळानंतर ती त्याने पाहिलेलीच नव्हती.

त्यांनी तळ्याभोवती जाणारा लांबलचक रस्ता पकडला. त्या लाल झालेल्या झाडांच्या गळून पडलेल्या केशरी आणि तपकिरी पानावर त्यांच्या बुटांमुळे होणाऱ्या चुर्रचुर्र आवाजाचा आनंद लुटत ते चालले होते. त्या पानांचा गालिचा त्या रस्त्यावर आणि जमिनीवर पसरला होता. जणू काही एखाद्या चित्रकाराने सर्वत्र रंगाचे पट्टे ओढले होते. सकाळी रिमझिमता पाऊस पडला होता आणि ती दमट हवा त्या पानांत मिसळल्यामुळे मातीचा ताजा गंध येत होता. निसर्गाची कृपा त्यांच्या फुप्फुसांत भरली होती.

'हा अगदी खास हिवाळ्याचा गंध आहे.' खोल श्वास घेत असताना तेत्सुयोच्या मनात आलं. 'अरे देवा! आपण इतक्या साध्या आणि तरीही जीवनाचं सार असलेल्या गोष्टींचा आस्वाद घ्यायचं थांबवल्याला किती दिवस झाले बरं!'

एत्सुरो आकिनिचोने आपल्या मुलाच्या चेहऱ्यावरचा तो भाव पाहिला आणि तो म्हणाला, "किती सुंदर आहे ना!"

"ते बघ, मोमीजी!" ठळक निळ्या आकाशाच्या पार्श्वभूमीवर आगीसारख्या लाल रंगाच्या झाडांच्या आकृती रेखाटल्यासारख्या समूहाकडे त्याच्या बापाने बोट दाखवलं. "तू लहान असताना आपण मोमीजी बघण्यासाठी ओकुटामा पर्वतराजींना भेट द्यायचो. त्या सहली तुला आठवतात का?"

तेत्सुयोने मान डोलावली. जपानमधील त्या बालपणीच्या आठवणी आल्यावर त्याचे डोळे पाणावले. परंतु त्या दूरच्या वाटत होत्या. जणू काही कुणीतरी दुसऱ्या कुणाच्यातरी आयुष्यातील चित्रफिती त्याला दाखवत होतं! ते आयुष्य आपण किती मागे सोडलंय ह्याची त्याला जाणीव झाली.

त्याचा बाप अगदी संथ गतीने चालत होता. त्याला काही भरभर चालता येत नव्हतं असं नव्हे, परंतु बहुधा त्याला प्रत्येक पावलाचा ते शेवटचं असल्यागत आनंद लुटायचा होता.

ह्या घडीला तेत्सुयोला बापाबद्दल जेवढा आदर आणि प्रेम वाटलं, तेवढं पूर्वी कधीही वाटलं नव्हतं. तेत्सुयोच्या बापाला त्याची कॉलेज आणि लॅब फीही परवडत नसल्यामुळे त्याने आपल्या मुलाला टोकियो युनिव्हर्सिटीत पाठवण्यासाठी केलेला

त्याग तेत्सुयोला आठवला. बापाला दिलेल्या वचनाप्रमाणे नोकरी करण्याऐवजी, ग्रॅज्युएट झाल्यावर तेत्सुयोला युनायटेड स्टेट्समध्ये जाण्यासाठी एत्सुरोने आशीर्वाद तर दिलाच, पण मुलाचं ग्रॅज्युएशन पूर्ण करण्यासाठी त्याने त्या वयात दुसरी एक नोकरीही पत्करली होती. कारण तेत्सुयोला मिळालेली शिष्यवृत्ती अपुरी होती. तेत्सुयो सर्व बाबतीत बापाचा ऋणी होता आणि तरीही त्याने एत्सुरोची हेळसांड केली होती. कारण तो त्याच्या कामात, नव्या आयुष्यात आणि आपल्या यु.एस. मधील कुटुंबात पार अडकला होता. आजपर्यंत झालेली बापाची हेळसांड भरून काढण्यासाठी आणि भरपाई करण्यासाठी फारच उशीर झाला होता का?

हे सर्व विचार तेत्सुयोच्या मनात येत होते. त्याने आपली चालण्याची गती बापाच्या बरोबरीने चालण्यासाठी कमी केली आणि तीस मिनिटांनंतर त्या दोघांना तळ्याजवळ एक जागा सापडली. ते तिथे बसले आणि तिथेच पुन्हा एकदा एत्सुरो आकिनिचो आपल्या आयुष्याबद्दल सांगू लागला.

''पुष्कळ वर्षांपूर्वी, जेव्हा तू एकविशीचा होतास, तेव्हा मी दुसऱ्या महायुद्धात जपानी सैन्यात नोकरी केली आणि मला सिंगापूरला पाठवण्यात आलं होतं, हे मी तुला सांगितल्याचं आठवतं का?''

''हो, मला सगळं आठवतंय.'' तेत्सुयोने सांगितलं, ''तुम्ही तेव्हा तिथल्या आयुष्याबद्दल आणि मी कुठून आलो ते सांगायला सुरुवात केली होतीत. पण जेव्हा मला जास्त माहिती हवी होती तेव्हा तुम्ही एकदम गप्प झालात आणि पुढे बोलायचं नाकारलंत. माझे अनेक प्रश्न होते. त्यांची कधीही उत्तरं मिळाली नाहीत.''

''त्या वेळी जास्त काही बोलू नये असं मला वाटलं आणि खरं सांगायचं तर इतिहासातील त्या काळाबद्दल कोणत्याही जपानी माणसाला अभिमान वाटत नाही. परंतु युद्धकाळात आपण श्रेष्ठ आहोत असंच आम्हाला वाटत होतं आणि त्याप्रमाणे आम्ही वागत होतो. मला सिंगापूरला तिथल्या जागेचा ताबा घेणाऱ्या जपानी सैनिकांच्या आणि सरकारच्या सामानाच्या प्राथमिक व्यवस्थापनासाठी पाठवलं गेलं होतं. मी वयाने अगदी लहान होतो आणि परदेशात पाठवण्याआधी मला फक्त तीन महिन्यांचं ट्रेनिंग दिलं गेलं होतं. मला काहीच माहीत नव्हतं. तेथील उष्मा आणि डास ह्याची सवय होईपर्यंत मी पार हैराण झालो.''

तेत्सुयो शांतपणे ऐकत होता. त्याला आश्चर्य वाटलं. त्याच्या बापाला युद्धाबद्दल बोलायला कधीही आवडत नसे. तो आता सरतेशेवटी मन मोकळं करत होता आणि ते सुद्धा असंभवनीय अशा जागी, न्यूयॉर्कमधील सेंट्रल पार्क इथं! पण काही वर्षांपूर्वी जी गोष्ट त्याने सांगायला सुरुवात केली होती ती पुरी करायला कोणतीही जागा चांगलीच होती.

''आम्हाला बंदराच्या शेजारच्या इमारतीत राहायला जागा दिलेली होती. जवळ जवळ तीस तरुण शिपायांकडे सर्व पेपर्स, नियमितपणे जहाजावरून उतरवले जाणारे अन्न, इतर रसद आणि अर्थातच माणसांचा बोजा तपासण्याचं काम दिलं गेलं होतं.

''अन्न आणि औषधांच्या रसदीवर नियंत्रण असल्यामुळे आणि येणारं सर्व अन्न आम्हाला मिळण्याजोगं असल्यामुळे आमच्याकडे सत्ता होती. प्रत्येकजण आमच्याशी मैत्री करण्यासाठी धडपडत असायचा. त्यामुळे आम्हाला जे काही हवं असायचं, ते मिळवण्याची समस्या कधीच येत नसे. कारण आम्ही केलेल्या मेहेरबानीच्या बदल्यात कुणाला ना कुणाला तरी औषधं आणि अन्न हवं असायचं.''

तो हसला, ''तोहोकूमधील एका छोट्या खेडेगावातून आलेल्या माझ्यासारख्याला मी खूप महत्त्वाचा आहे असं वाटायचं.''

एत्सुरो पुढे सांगण्याआधी काही मिनिटं गप्प होता, ''तुला माहीत असेल की, युद्धामध्ये असं काहीतरी असतं, जे माणसात बदल करतं आणि त्याचा असा समज करून देतं की, एरवी आवाक्याबाहेर असणारी क्रूर कृत्यंही तो करू शकेल.

''एक दिवस मी दुसऱ्या एका सैनिकाबरोबर काम करत होतो. दुसऱ्या दिवशी येणाऱ्या अवामारू जहाजावरच्या सामानाचे पेपर्स तयार करत होतो. चिक्कार दारू पिण्याबद्दल कुप्रसिद्ध असलेला एक ऑफिसर, दोन मुलींना आपल्या बरोबर घेऊन आला आणि मी त्याच्यासाठी आणि त्या दोन मुलींसाठी वाईन देऊ शकेन का असं त्याने विचारलं.

''मी पाहिलं की तो लडखडत होता. त्यावरून माझ्या लक्षात आलं की आजच्या दिवसाला पुरेशी दारू त्याने घेतलेली होती. त्यामुळे मी त्याला नकार दिला आणि सांगितलं की आमच्याकडे वाईन किंवा व्हिस्की वगैरे काहीच नाही. कारण दोन तासांपूर्वीच शेवटचा पेटारा ऑफिसरांच्या जेवणाच्या खोलीत पाठवलाय.

''तो इतका प्यालेला होता की त्याला आमच्याशी जास्त वादविवाद करणं शक्य नव्हतं. त्यामुळे सुरुवातीला काही तक्रारवजा बोलल्यावर तो खोलीतून निघून गेला. परंतु त्या दोन मुली तिथंच थांबल्या. त्यांच्यापैकी एक चिनी मुलगी माझ्या सहकाऱ्याकडे गेली आणि त्याच्याशी बोलू लागली. ती हसत होती आणि त्याच्या कानात कुजबुजत होती. मी तोहोकूवरून आल्यामुळे मला स्त्रियांच्या वागणुकीबद्दल अनुभव नव्हता. त्यामुळे दुसरी मुलगी माझ्याकडे बघतेय असं दिसल्यावर मी भलताच खूष झालो. ती तशी वयाने लहान होती आणि बुजरी होती. परंतु ह्या कोण मुली आहेत हे मला माहीत होतं. सिंगापूर पादाक्रांत होण्याआधी तिथं राहणाऱ्या त्या चिनी मुली होत्या. आमच्या सैन्यासाठी काहींना जबरदस्तीने वेश्याव्यवसाय करायला भाग पाडलं होतं, तर काही अन्न, पैसा आणि इतर गोष्टी मिळाव्या म्हणून

स्वत:हून हा व्यवसाय करत होत्या. त्यापैकी काहीजणी ऑफिसरांच्या मैत्रिणी होत्या.

''त्यांना 'जॅपनीज आर्किड' हे टोपणनाव पडलेलं होतं. कारण त्या नेहमीच चिनी बायका वापरतात तो सुरेख चौंगा घालायच्या आणि त्या तिथल्या सुंदर ऑर्किड फुलासारख्या आकर्षक दिसायच्या. त्या नावाला वाईट कारणही होतं. अशी बातमी होती की एका कॅप्टनने एका मुलीवर जबरदस्ती केली होती आणि तिला इतक्या पाशवी तऱ्हेने वापरले होते की तिची आतली इंद्रिये फाटल्यामुळे ती मृत पावली. त्यानंतर तो त्या मुलींना जॅपनीज ऑर्किड असे म्हणू लागला, कारण त्या ऑर्किड फुलासारख्या नाजूक होत्या.''

तेत्सुयोच्या जबड्यातील एक स्नायू हलत होता. त्याच्यासमोर उलगडत जाणाऱ्या त्या गोष्टीमुळे त्याचं कुतूहल जागृत झालं होतं. त्याचा बाप एक कुमारवयीन सैनिक होता. त्याला त्याच्या तोहोकू येथील खेड्यातून हजारो मैल दूर युद्धासाठी पाठवण्यात आलं होतं आणि तो एका वेश्येशी – जिला जॅपनीज ऑर्किड म्हणायचे – तिच्याशी संगत करायला निघाला होता. अनेक वर्षांपूर्वी त्याने विचारलेल्या प्रश्नांची उत्तरं त्याचा बाप त्याला देईल असं त्याला वाटत होतं. पण त्याने आपल्या उत्सुकतेला आवर घातला आणि एत्सुरोला आपल्या गतीने बोलू दिलं.

''माझा सहकारी आणि ती मुलगी बाजूच्या ऑफिसरांसाठी असलेल्या खोलीत गेली. ती रिकामी होती आणि दुसऱ्या मुलीने ऑफिसच्या दरवाज्याला कडी घातली. ती फार सुंदर होती आणि तेथील उष्णतेमुळे तिने अगदी तलम असा उडणारा कफ्तानासारखा पोशाख घातला होता. प्रतिकार करण्याची इच्छा झाली असती तरी मी तो करू शकलो नसतो...''

मॅनहटनमधील रस्त्यावरील पोलिसांच्या कर्णकर्कश भोंग्यामुळे त्या दीर्घ शांततेचा भंग झाला. त्याच्या बापाचे त्या मुलीशी काही संबंध आले की नाही हे विचारायची आता काही गरज नाही असं तेत्सुयोनं ठरवलं. कारण त्याचं शेवटचं वाक्य आणि ती शांतता पुरेशी बोलकी होती. त्याचं हृदय जोराजोरात धडधडत होतं. कारण त्या भेटीचे काही परिणाम झाले होते आणि त्यात तो गुंतलेला होता. परंतु तरीही तो काही बोलला नाही. बापाने पुढे सांगावं म्हणून वाट बघत बसला.

''त्यानंतर तिने मागितले तेवढे पैसे मी तिला दिले आणि ती पुन्हा दिसेल म्हणून मी दररोज वाट पाहत राहिलो. पण नंतर मी तिला कधीच पाहिलं नाही. काही महिन्यांनंतर ती पुन्हा ऑफिसमध्ये आली. पण आता तिच्या अंगावर तो सुंदर विदेशी पोशाख नव्हता. एक साधा कफ्तान होता आणि ती गरोदर आहे हे मला दिसत होतं.

''माझं हृदय जोरजोरात धडधडू लागलं. कारण त्या दिवशी मी इतका वाहवत गेलो होतो की कोणत्याही मुलीबरोबर लैंगिक संबंध ठेवताना संततिनियमनाचं

साधन वापरायचं ही सैनिक नियमावली मी डावललेली होती... हे खरंच शक्य होतं?... मी स्वत:ला विचारलं. तिने मान हलवली आणि शांतपणे भावनाविरहित चेहऱ्याने मला सांगितलं की येणारं बाळ माझं आहे. हे अशक्य आहे असं मी तिच्या अंगावर किंचाळलो. कारण आमचे संबंध फक्त एकदाच आले होते. परंतु तिने हे मूल माझंच असल्याचं शपथेवर सांगितलं. कारण तिचा दुसऱ्या कुणाशीच संबंध आलेला नव्हता. संरक्षक म्हणून असलेल्या त्या ऑफिसरचं काय, मी विचारलं. परंतु तिने दु:खाने मान हलविली आणि सांगितलं की तो ऑफिसर नपुंसक होता. तो मुलींच्या कोंडाळ्यात असायचा, ते आपण बलदंड पुरुष आहोत असं दिसावं आणि लोकांना सत्य परिस्थितीची कळू नये ह्यासाठी.

"मला एवढा धक्का बसला की काय बोलावं आणि काय करावं हे मला कळेना. मी तसा पुरुष नव्हतो, फक्त एकोणीस वर्षांचा मुलगा होतो आणि मी कंडोम वापरण्याचा कडक नियम मोडला हे सैन्याला कळेल म्हणून फार काळजीत होतो. त्यांनी पादाक्रांत केलेल्या प्रदेशात जपानी रक्ताच्या अनौरस पोरांची रांग लागावी अशी त्यांची इच्छा नव्हती आणि ते तत्त्व मी मोडलं होतं. मी माझ्या भत्त्यातून बरेच पैसे वाचवले होते. ह्याबद्दल कुणालाही सांगायचं नाही असं वचन तिच्याकडून घेऊन मी तो सर्व पैसा तिला दिला. तिने तो पैसा घेतला आणि मला खात्री दिली की ती हे कुणालाही सांगणार नाही. कारण तिच्या जमातीत ती जपानी अंश पोटात वाढवतेय हे कळलं तर तिला ते हाकलून देतील.

"ती निघून गेल्यावर बराच काळ मी माझ्या पलंगावर भावनांच्या कल्लोळात पडून राहिलो. त्या मुलीने आमच्या मुलाबद्दल कुणालाही सांगणार नसल्याचं वचन दिलं होतं, परंतु ह्या जगात कुठेतरी माझ्या रक्तामांसाचा गोळा मी सोडून दिला आहे हे माहीत असताना मी जपानला कसा काय परत जाणार होतो? बापाविना आणि शंकास्पद व्यवसाय करणारी आई असणाऱ्या त्या लहानग्याच्या वाट्याला कशा प्रकारचं आयुष्य येणार होतं? मी पांघरुणात गुरफटून त्या अरुंद पलंगावर पडून रडू लागलो. एक कुमारवयीन सैनिक आपल्या न जन्मलेल्या मुलासाठी रडत होता."

सूर्य थोडा खाली गेला होता, मंद वारा वाहत होता आणि झाडांची पानं हलवत खाली पाडत होता. त्यांची खिन्न मन:स्थिती त्या सौम्य वातावरणात प्रतिबिंबित झाली होती. तेत्सुयोला धडकी भरली आणि तो थरथरू लागला.

"तर मग तुम्ही सिंगापूरला असताना तुम्हाला त्या स्त्रीपासून मूल झालं तर?" तेत्सुयोने स्वत:ला सावरल्यावर विचारलं.

"हो, ते मूल तूच आहेस. तुझी आई जॅपनीज ऑर्किड हे टोपणनाव ठेवलेल्यांपैकी एक होती. ज्या दिवशी तुला पहिल्यांदा समजलं की मिदोरी ही तुझी रक्तमांसाची

आई नाही, तेव्हा तुझी आई कोण होती हे मी तुला सांगण्याचे का नाकारलं हे तुला आता समजतंय का?'' त्याच्या बापाने अगदी कुजबुजत्या आवाजात उत्तर दिलं.

जरी ह्या गोष्टीचा शेवट काय होणार हे तो जाणून होता, तरीही बापाकडून हे शब्द ऐकल्यावर त्याला आपल्या अंगावर कुणीतरी आसूड ओढल्यासारखं वाटलं आणि तेत्सुयो दुःखाने आक्रसला. नकळत तो उठला आणि दूर चालू लागला. आपल्या बापाचा धापा टाकण्याचा आवाज कानावर येईपर्यंत आपण काय करतोय ह्याची जाणीव त्याला नव्हती.

''तेत्सुयो, जर तुला गोष्टीचा उर्वरित भाग ऐकायचा असेल तर जरा हळू चाल. मला वाटतं की तो तू ऐकावास.'' त्याच्या बापाने कळवळून सांगितलं. जेव्हा त्याने आपल्या मुलाला गाठलं तेव्हा एत्सुरोने आपली गोष्ट पुढे चालू ठेवली. ''काही महिन्यांनंतर ती मुलगी ऑफिसमध्ये आपल्या लहान मुलाला घेऊन आली. ती म्हणाली की त्याची काळजी घेणं तिला शक्य नव्हतं. कारण त्यांच्या जमातीला कळलं होतं की हे मूल जपानी आहे आणि त्यांनी त्याला ठार मारायची धमकी दिली होती. मग तिने ते मूल टेबलावर ठेवलं आणि ती चालू लागली. रात्र पडेपर्यंत मी तुला माझ्या बिछान्यात लपविलं आणि चोरून मिलिटरी कम्पाउंड साफ करणाऱ्या स्त्रियांपैकी एकीकडे नेलं. अन्न, औषधं आणि पैशाच्या मोबदल्यात तिने तुझी काळजी घ्यायची कबूल केलं.

''ह्यातून काही मार्ग निघेल का आणि आम्ही काही मार्ग काढू शकू का, ह्या हेतूने मी कित्येक दिवस तुझ्या आईचा शोध घेतला. तिच्याशी लग्न करणं आणि तिला जपानला आणणं हे अशक्य आहे हे मला माहीत असलं, तरी माझा प्रयत्न चालू होता. परंतु ती नाहीशी झाली होती. मी फक्त तिचं नाव शोधू शकलो. आम्ही तो प्रदेश पादाक्रांत करण्याआधी तिचे लग्न झालेलं होतं. युद्धकाळात सुरुवातीला तिचा नवरा मरण पावला होता. तिला आणखी एक सहा वर्षांचा मुलगा होता हेही मी शोधून काढलं.

''पुढच्या वर्षी कुणाला तरी ह्या मुलाबद्दल कळलं आणि त्याने माझ्याबद्दल कमांडिंग ऑफिसरकडे तक्रार केली. मी सैन्याचे नियम मोडले होते म्हणून मला अवमानित अवस्थेत जपानला पाठवण्यात आलं. त्यांनी तुला माझ्याबरोबर नेऊ दिलं कारण तू जपानी रक्ताचा होतास आणि पादाक्रांत केलेल्या प्रदेशात तुला मागे ठेवणं शक्य नव्हतं.''

त्याच्या जन्माविषयी तेत्सुयोच्या बापाने बोलण्याची ही शेवटची वेळ होती आणि त्याच्या आयुष्यातील ही दुःखद घटना असल्यामुळे त्याचा मान ठेवून तेत्सुयोनेही कधी जास्त माहितीसाठी आग्रह धरला नाही. त्या संभाषणामुळे तेत्सुयोच्या काही प्रश्नांची म्हणजे त्याच्या जन्माच्या परिस्थितीविषयीची उत्तरं त्याला मिळाली

होती. परंतु अजूनही काही रेंगाळणारे संशय होतेच आणि त्याला वाटत होतं की अजूनही ह्या कथेचे काही भाग नीट जुळत नाहीयेत. खरं सांगायचं तर जसजसा काळ गेला तसतसे ते तुकडे अधिकच विखुरले. शेवटी ह्याबद्दल विचार करून तेत्सुयो इतका थकला आणि कंटाळला की त्याने त्याबद्दल अधिक विचार करणं सोडून दिलं.

त्यांनी हा विषय पुन्हा कधी काढला नाही. आठ महिन्यांनंतर तेत्सुयोला जपानहून फोन आला की त्याच्या बापाला शांतपणे मरण आलं होतं. त्यानंतर त्याच्या वस्तू पाहत असताना तेत्सुयोला एक पुसट झालेलं ऑर्किडचं चित्र बुद्धिस्ट ग्रंथात सापडलं. त्याच्या आईबद्दल त्याला एवढंच कळलं होतं. तिची प्रतिमा ह्या विदेशी उष्णप्रदेशीय फुलात, ऑर्किडमध्ये स्पष्ट झाली होती.

काही दिवसांनंतर त्याला दुसरं एक चित्र मिळालं. पांढऱ्याशुभ्र पार्श्वभूमीवर असलेले एक सुंदर लाल ऑर्किड. त्या चित्रांबद्दल त्याने कधी कुणाला सांगितलं नाही आणि ती दोन्ही चित्रं ठेवायची असं ठरवलं. त्याच्याकडे त्याच्या रक्ताच्या आईचं जे काही होतं ते हेच. आठवणी नव्हत्या, फोटो नव्हते, काहीही नव्हतं. फक्त फुलांची दोन चित्रं होती. ती कशी दिसायची, ती आनंदात असताना कशी हसायची किंवा दुःखी असताना कशी रडायची हे त्याला कधी कळणार नव्हतं आणि तरीही तिचं रक्त त्याच्या धमन्यांतून वाहत होतं आणि त्यामुळे तो अर्धा चिनी होता. हे सत्य सजातीय आणि वंशशुद्धतेबद्दल जागरूक असलेल्या जपानमध्ये लपवून ठेवायला हवं होतं. ज्या बाईने त्याला जन्म दिला होता तिचं मातृत्व नाकारणं हेच त्याला शक्य होतं.

"तेत्सुयो, तेत्सुयो!" कुणीतरी त्याला हाका मारत होतं आणि त्यामुळे तो भूतकाळातून जागा झाला.

तो अकिरा होता, विमान उतरलंय आणि सामान आवरून विमान सोडण्याची वेळ झालीय ह्याची आठवण करून देत होता. बिझनेस क्लासमधील बरेच प्रवासी निघून गेले होते. खजील होत तेत्सुयो उठला. अरे देवा! आपल्या विचारात गढून तो किती वेळ तिथं बसला होता? अकिराच्या सहनशीलतेची कमाल आहे!

ते सिंगापूरला पोहोचले होते. तेत्सुयोसाठी तो भावनिक आणि मन हेलावून सोडणारा क्षण होता. ज्या बेटावर तो गुप्तपणे जन्माला आला होता ती जागा बालपणी सोडल्यावर प्रथमच तो इथं परत येत होता.

काही न बोलता त्याने आपल्या वस्तू गोळा केल्या. अकिराबरोबर आणि विमानातील उरलेल्या प्रवाशांबरोबर उतरण्यासाठी तो उभा राहिला.

ज्या भूतकाळाने त्याला गाठलं होतं तो नाकारणं थांबवायची वेळ आता आली होती.

२२

सिंगापूर

पलंगाच्या बाजूला असलेल्या कर्कश गजराने मायुमी दुसऱ्या दिवशी सकाळी जागी झाली आणि दचकून उठून बसली. घड्याळाच्या चकाकत्या तबकडीने सकाळचे साडेसहा वाजल्याचं दाखविलं आणि अंधार करण्यासाठी लावलेल्या पडद्याच्या छोट्या फटीतून तिला आकाश उजळत असताना दिसलं. क्षणभर ती गोंधळून गेली होती. तिला धड काही समजत नव्हतं. ती कुठे आहे हेही तिला आठवत नव्हतं.

सकाळचे साडेसहा! ती किती वेळ झोपली होती! अवघे दोन तास झाल्यासारखं वाटत होतं आणि मग ती कुठे आहे हे तिला आठवलं. ती सिंगापूरला मध्यरात्री आली होती. एअरपोर्टवरून बाहेर पडणं आणि फिनिक्स हॉटेलमध्ये जागा मिळवणं, मग पॉलबरोबर रूम सर्व्हिस आणि अंघोळ वगैरेबद्दल चर्चा केल्यावर ती थकून अडीच वाजता पलंगावर पडली होती. आपल्या शेजारच्या पलंगावर एक परका, फारसा परिचित नसलेला माणूस झोपलेला आहे ह्याची तिला पर्वाच नव्हती. खरं सांगायचं तर एखादा हत्ती जरी तिच्या पलीकडे झोपलेला असता तरी तिने फारशी पर्वा केली नसती!

खोलीतली हवा फारच थंड होती. त्या खोलीत अगदी कमीत कमी फर्निचर होतं आणि मायुमी ब्लँकेटमध्ये परत घुसताना थंडीने कापत होती.

"हे लोक इथली एअरकंडिशन्ड व्यवस्था एवढी थंड का ठेवतात?" एअर कंडिशनर बंद करण्यासाठी रजईच्या आरामदायी उबेतून बाहेर पडण्याच्या विचाराने ती कुरकुरली.

बाथरूममधून आलेल्या आवाजाने मायुमीला ती खोलीत एकटी नसल्याची आठवण करून दिली. खोलीत तिचा सहनिवासी होता आणि बाथरूममधून येणाऱ्या आवाजांवरून तो अंघोळ करत असावा असं दिसलं. तिच्या बाजूच्या पलंगावरील चादरी चुरगळलेल्या होत्या आणि जमिनीवर लोळत होत्या. पॉल आपल्यासारखा अव्यवस्थित झोपणारा माणूस आहे ह्या विचारानं तिला हसू आलं.

बाथरूममधील पाण्याचा आवाज थांबला. आपला सहनिवासी कपडे न घालता कमरेभोवती नुसता टॉवेल गुंडाळून बाहेर आलेला पाहून ती थक्क झाली.

'देवा!' ती कुरकुरली, 'त्याचे ते स्नायू आणि घासूनपुसून स्वच्छ केलेल्या आणि टवटवीत चेहऱ्याभोवती त्याचे कुरळे, ओले झालेले केस पाहा. ह्या पाश्चिमात्य लोकांना एखाद्या सभ्य, फारशी ओळख नसलेल्या स्त्रीसमोर असं अर्धवट उघडं येणं ही जणू काही नेहमीची सहज गोष्ट वाटते का?'

बहुतेक नाही. तिला बार्सलोनीचे समुद्रकिनारे आणि तिथं बिकिनीखालचा भाग झाकून वरचं शरीर उघडं टाकून जणू काही ती गोष्ट सहज असल्यागत फिरणाऱ्या स्त्रियाही आठवल्या!

पुढे होऊन त्या तटतटलेल्या स्नायूंना स्पर्श करण्याची मनात आलेली ऊर्मी तिने दाबली. आपला घसा साफ केला आणि ती खणखणीत आवाजात म्हणाली, "गुड मॉर्निंग पॉलसाहेब! तुम्हाला काल रात्री शांत झोप आली का?"

"गुडमॉर्निंग. हो, आपण झोपायला गेलो ती वेळ पाहता मी तसा छान झोपलो." पॉलने उत्तर दिलं. त्याने दातात एक आतली चड्डी धरली होती आणि तो कपाटात कपडे शोधत होता. आपला टॉवेल खाली टाकून तिच्या समोरच कपडे घालण्याचा त्याचा विचार नसावा अशी तिने आशा केली.

परंतु त्याचा तसा काही बेत नव्हता. त्या दिवसासाठी वापरायचे कपडे निवडल्यावर तो बाथरूममध्ये कपडे घालण्यासाठी गेला.

मायुमीला हे माहीत नव्हतं की पॉल सकाळी लवकर जागा झाला होता आणि काही मिनिटं जागेपणी त्याच्या बाजूच्या बिछान्यात झोपलेल्या मुलीकडे पाहत राहिला होता. तिचे सुंदर केस उशीवर पसरले होते आणि ते पाहून त्याला नात्सुकोच्या, आठवणीने तेच जुनं दुःख परत जाणवलं. त्यांची ती चिनी मातीच्या भांड्यासारखी गुळगुळीत असलेली त्वचा आणि ते चमकते काळे केस! त्या किती सारख्या दिसत होत्या! देवा! केस न काढायला लागणारी पिवळसर, मुलायम त्वचा! त्याला ती किती आवडायची. त्याचे विचार आणखी वाहवत जाण्याआधी

त्याने स्वत:ला आठवण करून दिली की मायुमी त्याच्याबरोबर एका गुंतागुंतीच्या केसमध्ये काम करत होती आणि त्यासाठी अशा भरकटणाऱ्या विचारांपेक्षा एकाग्रतेची गरज होती. मग तो बाथरूममध्ये शॉवर घेण्यासाठी गेला होता.

बाथरूममधून बाहेर आल्यावर पॉलचं मन ठिकाणावर आलं होतं आणि त्याने स्वत:वर पूर्ण ताबा मिळवला होता. जेव्हा त्याने कपडे घालणं आटपलं तेव्हा त्याने नाटकीपणे मायुमीसाठी बाथरूमचा दरवाजा उघडा धरला आणि तो हसला, ''आता ही बाथरूम तुझीच आहे.''

एखाद्या स्त्रीबरोबर बाथरूमच्या वापरात सहभागी होणं किती वाईट आहे ह्या आठवणीने पॉलला त्रासच झाला आणि तो एका आरामखुर्चीत आपली फाईल घेऊन दीर्घकाळ वाट पाहावी लागणार ह्या तयारीत बसला. मायुमी अंघोळ करून सर्व आटपून, कपडे करून आणि चेहऱ्यावर थोडीशी रंगरंगोटी करून वीस मिनिटांत बाहेर आली तेव्हा त्याला आश्चर्यच वाटलं.

''अगदी पटकन आटपलंस की तू!'' तो म्हणाला, ''माझी पहिली पत्नी आणि माझ्या इतर मैत्रिणी बाथरूममध्ये तासन्‌तास काढायच्या. तुम्ही बायका तिथं आतमध्ये काय करता देव जाणे!''

मायुमीचं लक्ष त्याच्या चेहऱ्याकडे गेलं आणि ती हसली. ''मला माहीत आहे की मी तिथं तासभर काढीन अशी अपेक्षा करत होतास, पण हे तासन्‌तास बाथरूममध्ये आरशासमोर उभं राहून नटणं, मुरडणं माझ्यासाठी नाही. आपल्याला काम करायचं आहे!''

ते खाली हॉटेलच्या खाद्यपानगृहाकडे नाश्त्यासाठी एकत्र गेले. पॉलने एक प्लेटभर खारवून वाळवलेले डुकराचे मांस, अंडी, सहा टोस्ट, संत्र्याचा रस आणि दोन कॉफी घेतलेली तिने आश्चर्याने पाहिली. इतक्या सकाळी एवढं सगळं अन्न कोण कसं खाऊ शकतं! ती नेहमी हलका नाश्ता घ्यायची. ती फक्त चंद्रकोरीच्या आकाराचे दोन गोड ब्रेड, संत्र्याचा रस आणि कॉफी एवढंच घ्यायची.

पॉलने तिची अल्पशी भूक पाहून डोकं हलविलं आणि म्हणाला, ''तू फक्त एवढंच घेणार? तू एखाद्या पक्ष्याएवढंच अन्न खातेस! तुझ्यावर होणारा खर्च फुकट आहे!''

मग गंभीर होत त्याने छोटी वही काढली. मायुमीला कळलं की त्याने नाश्ता संपायच्या आतच काम करायला सुरुवात केली होती.

''हा आजचा कार्यक्रम आहे. नाश्ता झाल्यावर तू सरकारी पुरातन ऑफिसात सुरुवातीची शोधाशोध करायला जा. ज्यांना जॅपनीज ऑर्किड म्हणायचे त्या स्त्रियांविषयी तू माहिती काढ. त्या कुठे राहायच्या, काम करायच्या आणि युद्ध संपल्यावर त्यांचं

पुढे काय झाले वगैरे. हे करावं लागेल असं मला वाटलं नव्हतं. आपल्या कामाचा ताण वाढणार आहे. आपला बॉस मि. आकिनिचो आणि त्यांचा वकील मि. तानाका हे आज दुपारी येत आहेत. मला भेटून आणि आपण काय करणार आहोत त्याबद्दल त्यांना कल्पना द्यावी लागणार आहे. आज रात्री आपण सर्वजण हायट हॉटेलमध्ये साधारण सात वाजता भेटणार आहोत. ते तिथं उतरले आहेत.''

''ते उद्या आले असते तर मला बरं वाटलं असतं आणि आपल्यालाही दोन दिवसांचा वेळ मिळाला असता. परंतु ठीक आहे. तो बॉस आहे. त्यामुळे त्याचं मत महत्त्वाचं.''

पॉलने आपल्या बॅगेत हात घालून एक करड्या रंगाचा मोबाइल फोन काढून मायुमीला दिला. ''हा मोबाइल फोन तू सिंगापूरमध्ये वापरू शकतेस आणि हो, प्रथम कामाच्या खर्चासाठी हे ५०० सिंगापूर डॉलर्स घे.''

मायुमीने तो फोन आणि सिंगापूर डॉलर्स घेतले आणि ते पर्समध्ये ठेवले. आपल्या हॉटेलमधील इतर लोकांच्या टक लावून पाहण्याने तिला गंमत वाटली. त्यांच्या दृष्टीने तिला रात्रीचा मोबदला सकाळी दिला गेला होता.

''आपला महत्त्वाच्या उद्योगाची सुरुवात होण्याआधी ही जरा गमतीची बाजू... नाश्ता घेताना तू नोटांची चळत मला देतोयस, हे कसं दिसतंय?'' ती म्हणाली, ''नक्कीच आपल्याकडे काही प्रेक्षकवर्ग आकर्षित झालाय!''

''तर मग आपण जरा उदार होऊन त्यांना त्यांचा सकाळचा खेळ नीट दाखवू या. नाहीतर ते निराश होतील.''

ते दोघं हसले आणि तिला टॅक्सी स्टँडकडे घेऊन जाताना पॉलने तिच्या कमरेभोवती हात टाकला.

तो क्षण थोडा खेळीमेळीचा होता. समोर असलेल्या एरवी कठीण आणि गुंतागुंतीच्या कामाला त्यामुळे जरा हलकेपणा आला. ते काम खूप ताण देणारं होतं. त्या दोघांचा बॉस तेत्सुयो आकिनिचो त्या दुपारी येत होता. ह्यामुळे ताण विशेषच वाढला होता. त्याला काहीतरी काम झाल्याचं अपेक्षित असणार होतं. परंतु मायुमीला दिवसाच्या शेवटी तसं काही दाखवता येईल असं वाटत नव्हतं.

तिला जी माहिती हवी होती त्यांच्या नोंदी असतील, अशा दोन संस्था मायुमीने आधीच ठरवून ठेवल्या होत्या. त्या होत्या पुरातत्त्व सरकारी ऑफिस, वॉर म्युझियम आणि लायब्ररी. बहुधा जन्ममृत्यूची नोंद ठेवणारं ऑफिसही. हॉटेलमधील नोकरांनी शहराच्या नकाशावर ती कुठे आहेत ते दाखवलं होतं आणि ती एकमेकांच्या जवळ असल्याचं सांगितलं होतं.

''सिंगापूर हे अगदी छोटं आहे. त्यामुळे एक जागा दुसरीपासून तशी दूर नाही.'' त्यांनी तिला सांगितलं, ''टॅक्सीने तिथे जाणं सोपं आहे आणि सिंगापूरमध्ये

टॅक्सी तशा स्वस्त आहेत, सुरक्षित आहेत आणि त्यांना मीटरही आहेत.''

पॉल तिच्याबरोबर टॅक्सीच्या रांगेत, ती टॅक्सीत बसून ड्रायव्हरला पुरातत्त्व सरकारी ऑफिसचा पत्ता सांगेपर्यंत उभा राहिला. आत्ता सकाळचे नऊच वाजले होते आणि पॉलच्या चेहऱ्यावर घामाचा थेंब आकारत असल्याचं मायुमीला दिसत होतं. तिचा स्वत:चा टी-शर्ट घामाने भिजला होता आणि त्यामुळे इकडे तिकडे घामाचे पट्टे तयार झालेले होते.

हवेतील गर्मी अगदी असह्य होती आणि थकावट आणणारीही होती. परंतु आपण सिंगापूरमध्ये, उष्ण कटिबंधात असल्याची आणि एका उद्दीपित करणाऱ्या कामाच्या मागावर असल्याची आठवण करून देत होती. त्यांनी त्या जॅपनीज ऑर्किडचा तिच्या घरापर्यंत पाठलाग केला होता. तिथंच या सर्व भानगडी आणि दुष्ट रहस्यांचं मूळ होतं, जे युद्धाबरोबर खोल गाडलं गेलं होतं आणि आता बाहेर येण्याची वाट पाहत होतं. इतिहासकाराला हे काम आनंदित करणारं होतं आणि ह्यात आणखी फायदा असा होता की तिला दुसऱ्यांच्या खर्चाने एक नवीन देश पाहायला मिळाला होता. मायुमी जेव्हा त्या स्वच्छ चकचकीत टॅक्सीत शिरली, तेव्हा तिला गावंसं वाटत होतं आणि तिने आनंदित होऊन पॉलला अंगठा वर करून आपला आनंद व्यक्त केला.

'खेळाडू जपान, न्यूयॉर्क आणि सिंगापूरवरून ह्या खेळाच्या निर्णायक लढाईसाठी एकत्रित येत आहेत.' जेव्हा मायुमी तिच्या गाईड बुकमध्ये सांगितलेली युद्धपूर्व चायना टाऊन, तेथील पुढे दुकानं आणि मागे घरं असलेल्या इमारती पाहत होती तेव्हा तिच्या मनात आलं. 'त्या नोंदी पाहायला मी अगदी उतावीळ झालेली आहे.' ती मनातल्या मनात म्हणाली.

मायुमी उत्तेजित व्हायला आणि तिला सिंगापूरमध्ये स्वारस्य वाटायला दुसरं एक कारण होतं. तिच्या कल्पनेतील तिथले लोक, रस्ते आणि इमारती प्रत्यक्षात पाहत असताना तिला पंचवीस वर्षांपूर्वीची आठवण झाली. त्या वेळी तिच्या आईने तिच्या आयुष्यातील एक प्रकरण एकदाचं बंद करायचं म्हणून अचानक ह्या बेटाला भेट देण्याचा निर्णय घेतला होता. मायुमीला ते बंद प्रकरण काय होतं ते कधीच कळलं नव्हतं आणि आपल्या प्रियकराचं भूत कायमचं गाडण्यासाठी इथं आलेल्या आपल्या आईची रसिक प्रतिमा डोळ्यांसमोर उभी करून तिला समाधान मानावं लागलं होतं.

''हीच ती जागा मिस,'' तो टॅक्सी ड्रायव्हर म्हणाला. मायुमीच्या लक्षात आलं की ते एका उंच इमारतीपुढे थांबले आहेत. त्यावर एक वरच्या बाजूला निशाणी होती– सिंगटेल.

ती अद्ययावत तीस मजली इमारत ही ऐतिहासिक नोंदी ठेवण्याची जागा

असेल अशी वाटत नव्हती. ती घुटमळतेय, तिची चलबिचल होतेय हे बघून ड्रायव्हरने त्या बाजूने जाणारी एक छोटी वाट दाखवली.

"तुम्ही जी इमारत शोधताय ती ह्या इमारतीच्या मागे आहे. ती पायवाट पकडून पुढे जा. ती तुम्हाला सापडेल. चालायला अवघी तीन मिनिटं लागतील." तो म्हणाला, "जर तुम्हाला मी त्या इमारतीच्या दारातच न्यायला हवा असेन तर मी तुम्हाला तिथं घेऊन जाईन. पण ह्यासाठी मला बराच मोठा वळसा घालावा लागेल. म्हणून तुम्ही इथून चालत गेलात तर बरं."

"आभारी आहे," मायुमी म्हणाली. सिंगापूरच्या टॅक्सी ड्रायव्हरच्या सचोटीने ती अगदी सुखावली होती.

टॅक्सीतून बाहेर पडताच हवेचा गरम, दमट झोत तिच्या अंगावर आला. हा झोत टोकियोतील भर उन्हाळ्याच्या दिवसांपेक्षाही जास्त भयानक आणि गरम होता. सकाळी हॉटेलमधील नोकराने तिला सिंगापूरमध्ये सध्या उष्णतेची लाट चालू आहे आणि ती आठवडाभर टिकेल असे सांगितल्याचे आठवले.

"नशीब माझं!" त्या टॅक्सी ड्रायव्हरने जो रस्ता दाखवला होता त्या रस्त्यावरून जाताना तिच्या मनात विचार आला. घामाच्या धारा तिच्या पाठीवरून ह्या आधीच वाहत होत्या. अरे देवा! ह्या अशा दमट, बोचऱ्या उष्णतेचा तिला अगदी तिटकारा होता. अशा तळपत्या उन्हात ऑफिसमधे जाणारे इथले लोक सूट आणि लांब हाताचे ठरावीक कपडे घालून कसे काय फिरू शकतात याचं तिला आश्चर्यच वाटलं!

त्या इमारतीच्या उजव्या बाजूला एक छोटी पाटी होती आणि त्यावर राष्ट्रीय सरकारी कार्यालय आणि युद्ध इतिहासाची लायब्ररी असं लिहिलेलं होतं आणि एका बाणाने बोळाकडे दिशा दाखवलेली होती. मायुमी त्या बाणाच्या दिशेने गेली आणि त्या सुंदर पुन:स्थापित केलेल्या पांढऱ्या, वसाहत काळातील इमारतीकडे पाहतच राहिली. कारण अचानकच ती त्या बोळाच्या टोकाला उभी ठाकली होती.

"आता ही जागा इतिहास आणि युद्धनोंदणीच्या जागेसारखी वाटतेय खरी." जेव्हा तिने ते ओकचे जड दरवाजे उघडले तेव्हा तिच्या मनात आलं. दरवाज्यावर मुद्दाम तयार केलेल्या लोखंडी कड्या होत्या आणि जेव्हा ती अंधूक प्रकाश असलेल्या पुढच्या एअरकंडिशन्ड खोलीत शिरली, तेव्हा ती अद्वितीय इमारत पाहून आपण सिंगापूरमध्ये नसून युरोपच्या भव्य म्युझियमसारख्या इमारतीत आहोत असं तिला वाटलं. मग मायुमीच्या लक्षात आलं की सिंगापूर ही ब्रिटिशांची वसाहत होती आणि ही इमारत युरोपियन पद्धतीने त्या काळच्या सरकारने बांधलेल्या इमारतींपैकी एक होती. ह्या बेटात किती विरोधाभास होता आणि आश्चर्यही!

अजूनपर्यंत सिंगापूरमधील ज्या ज्या इमारतींत ती गेली होती, तिथं प्रत्येक ठिकाणी एअरकंडिशनर हे खूप थंडावा देणारे होते. अचानक आलेल्या त्या थंड

झोताने तिचं घामेजलेलं शरीर गारठलं आणि ती थंडीने कापू लागली. तरीही बाहेरच्या उष्णतेमुळे हा बदल हवाहवासा होता. त्यामुळे मायुमीची काही तक्रार नव्हती. राष्ट्रीय ऐतिहासिक कार्यालय आणि युद्ध इतिहासाचं म्युझियम असं खोलीच्या टोकाशी असलेल्या एका भक्कम काचेच्या दरवाज्यावर लिहिलेलं होतं. तिकडे चालत जात असताना मायुमीच्या मनात आलं की या घडीला थंडीने गारठणं उन्हाच्या तीव्र झळांपेक्षा चांगलं होतं.

उत्कृष्ट कलाकुसर केलेल्या लाकडी काउंटरजवळ काही चिनी मुली होत्या. त्यांच्यापैकी एकीने मायुमीकडे पाहून विचारलं, "गुडमॉर्निंग. आम्ही तुम्हाला काय मदत करू शकतो?"

त्या गोऱ्या मुलीचे डोळे तिरके होते आणि ती जपानीच वाटत होती. परंतु तिच्या नावाच्या बिल्ल्यावर टी. टॅन लिहिलेलं होतं त्यामुळे ती जपानी वळणाची चिनी असावी.

'मी कुठून सुरुवात करू?' मायुमीने स्वत:लाच विचारलं. मग तिने एक दीर्घ श्वास घेतला आणि ती म्हणाली.

"माझी स्वत:ची ओळख सांगून मी सुरुवात करते. मी जपानमधील एक इतिहासकार आहे आणि माझ्या अशिलाच्या पूर्वजांच्या साखळीबद्दल काही माहिती शोधत आहे. ती साखळी एका स्त्रीसंबंधी आहे. ती इथं दुसऱ्या महायुद्धात रहात होती."

"ह्या शोधामागचा हेतू काय आहे?" त्या काउंटरवरच्या मुलीने विचारलं. "क्षमा करा, पण आमच्याकडची कागदपत्रं किंवा माहिती दाखवण्यापूर्वी आम्हाला हे आधी माहीत करून घ्यायला हवं. ही सरकारी कार्यालयातील प्रमाणित नियमावली आहे हे तुम्ही समजून घेऊ शकाल."

"मला एका जपानी कुटुंबानं एका स्त्रीबद्दल माहिती काढायला सांगितली आहे. युद्धकाळात इथं काम करत होती आणि राहत होती. ती त्यांची नातेवाईक असावी असं त्यांना वाटतंय. तिचा ठावठिकाणा काढण्यासाठी त्यांनी माझी नेमणूक केलीय."

त्या मुलीने मान डोलावली; आपल्या कॉम्प्युटरवरून एक फॉर्म काढला आणि तो भरण्याची सूचना देऊन मायुमीकडे दिला.

"आमच्या ह्या साधनांचा तुम्हाला उपयोग करू द्यायचा की नाही ह्याबद्दल तुमच्या अर्जाची आम्ही छाननी करू आणि जर तुम्ही उद्या आलात तर आमच्याकडे तुमच्यासाठी काही असेल असं मला वाटतं." ती म्हणाली.

मायुमी निराश झाली. कामाची सुरुवात करण्यासाठी ती उद्यापर्यंत वाट पाहू शकत नव्हती. बॉस आज येत होता आणि त्याला दाखविण्यासाठी तिच्याकडे

काहीतरी नक्कीच असायला हवं होतं. तिच्यासारखी एक व्यावसायिक इतिहासकार एक सबंध दिवस संशोधन करण्यात घालवून काहीही माहिती न मिळवता राहणं शक्य नव्हतं. विशेषत: तिचा दररोजचा दिला जाणारा भत्ता आणि फी ह्याला न्याय द्यायला हवा होता.

"नाही, क्षमस्व... मी उद्या नाही येऊ शकणार. कारण मी उद्यापर्यंतच सिंगापूरमध्ये आहे. तुम्ही मला आज कागदपत्रं पाहायला नाही का देऊ शकणार? ते फार जरुरीचं आहे आणि त्यासाठी मी जपानहून इतक्या दूर विमानाने आलेय." तिने विनंती केली.

"हं... सर्वसाधारणपणे असं केलं जात नाही. पण हे बघा, मी तुम्हाला मदत करायचा प्रयत्न करीन. तुम्ही ज्या व्यक्तीचा शोध घेताय तिचं नाव कागदावर लिहून द्याल?"

मायुमीने ते नाव एका कागदाच्या तुकड्यावर लिहिलं. जेव्हा ती मुलगी आपल्या कॉम्प्युटरकडे वळली आणि शोधू लागली, तेव्हा मायुमीने तिच्याकडे काहीशा काळजीने पाहिलं. त्या मुलीच्या चेहऱ्यावरचा बदललेला भाव पाहून तिला जास्तच काळजी वाटू लागली. त्या मुलीने कॉम्प्युटरवरची माहिती कागदावर लिहिली. शोध घेत असताना ती काहीशी सावध आणि बेचैन वाटत होती.

'अग,' मायुमी पुटपुटली, 'तुला जे काही सापडलंय ते सांगायला तू मला किती वाट पाहायला लावणार आहेस? मला अगदी राहवत नाहीये.'

शेवटी पाच मिनिटांनंतर ती मुलगी कागद दुमडून घेऊन आली. जणू काही त्यावर काय लिहिलंय ते दुसऱ्या कुणी पाहू नये असं तिला वाटत होतं.

"तुला ही व्यक्ती किंवा तिचे वंशज माहीत आहेत का?" तो कागद तसाच हातात ठेवून मायुमीकडे विचित्र नजरेने टक लावून पाहत तिने विचारलं.

"नाही, मला ती माहीत नाही." मायुमी म्हणाली. तो कागदाचा तुकडा जो अजूनही तिला झुलवत तिच्यापासून दूर होता, तो मिळावा म्हणून घायकुतीला आलेली मायुमी दात चावत म्हणाली, "मी जपानमधल्या एका महत्त्वाच्या व्यक्तीसाठी काम करतेय. त्याला त्याच्या घराण्याचा शोध घ्यायची गरज भासलीय आणि त्या साखळीतील एक हरवलेला दुवा म्हणजे सिंगापूरमधली ही स्त्री आहे."

ते शब्द तिच्या तोंडातून बाहेर पडले मात्र, आपण आपलं अशील ही फार महत्त्वाची व्यक्ती आहे असा उल्लेख करण्यात मोठी चूक केल्याचं मायुमीच्या लक्षात आलं. कारण महत्त्वाची व्यक्ती कोण हे प्रत्येकाला माहीत करून घ्यावंसं वाटत असतं. ह्या कागदावर असलेल्या महत्त्वाच्या माहितीच्या बदल्यात त्या स्त्रीने मायुमीला अशिलाचं नाव विचारू नये अशी मायुमीने प्रार्थना केली. कारण तिला

तेत्सुयो अकिनिचोला सुरक्षित ठेवायचं होतं आणि सर्व जगाला हे कळू द्यायचं नव्हतं की तो एका वेश्येचा मुलगा आहे. पॉलने हे स्पष्टच सांगितलं होतं की त्याच्या अशिलाची ओळख जेवढी शक्य असेल तेवढी गुप्त ठेवायला हवी होती. त्यांना केवळ त्याच्या लौकिकालाच जपायचं नव्हतं, तर बाहेर कुठेतरी मोकाट असलेल्या, ज्याची काही माहिती नव्हती अशा त्या धमकी देणाऱ्या व्यक्तीलाही बेसावध ठेवायचं होतं.

"तुम्हाला हे माहीत आहेच की आमच्या इतिहासात हे युद्ध हे एक वाईट प्रकरण आहे. जपान्यांनी इथं बरेच जुलूम केले आणि त्याच्या आठवणी अजूनही लोकांच्या मनात आहेत." ती मुलगी सांगू लागली आणि मायुमी पुन्हा निराश झाली. ती तिला नीतिमत्तेचे धडे देणार होती का? आणि मग जपान्यांनी हे बेट ताब्यात घेतलं होतं ह्यावर कुत्सित टीका करून ती मायुमीला मदत करायला नाकारेल का?

मग ती मुलगी आणखी पुढे वाकली आणि ती कुजबुजल्यागत म्हणाली, "हे बघ, मी तुला ह्या स्त्रीच्या कुटुंबाचा पत्ता देतेय. मला हे करण्याची परवानगी नाही, परंतु मी अर्धी जपानी आहे आणि मला वाटतं की आपण जपान्यांनी परस्परांना मदत केली पाहिजे. विशेषतः युद्धाच्या वेळचे मुद्दे उपस्थित असतील तेव्हा. हे बघ, माझं नाव टोमोको टॅन आहे."

जरी तिला त्या मुलीच्या जपानी वारशाबद्दल आश्चर्य वाटलं होतं, तरी मायुमीचं सर्व लक्ष त्या टोमोको नावाच्या मुलीचं मन बदलण्याआधी त्या कागदाच्या तुकड्यावर असलेली शक्य तितकी माहिती मिळवण्यासाठी एकवटलं होतं. तिचं हृदय जोरात धडधडत होतं. त्या कागदाच्या तुकड्यावर त्या जॅपनीज ऑर्किडच्या कुटुंबाचा पत्ता होता असं टोमोको म्हणाली होती का?

"अरिगातो! अरिगातो!" मायुमी टोमोकोच्या मनातली बंधुत्वाची भावना घट्ट व्हावी म्हणून मुद्दाम जॅपनीज भाषेत म्हणाली. कारण या बंधुत्वाच्या भावनेमुळेच तिला मायुमीला मदत करण्याची इच्छा झाली होती.

टोमोकोने मान हलवली. ती खूष झाली आणि तिने तो कागदाचा तुकडा तिच्याकडे दिला.

"हे पाहा, हे तू दुसऱ्या कुठेतरी जाऊन वाच. कारण जर कुणाला कळलं की ही माहिती मी तुला दिली, तर मला नोकरीतून कमीही केलं जाईल!" ती अजूनच हळू आवाजात बोलत म्हणाली.

मायुमीने तिचे पुन्हा एकदा आभार मानले. कोणालाही तिचा संशय येऊ न देता ती इमारत जितक्या लवकर सोडता येईल तेवढ्या लवकर सोडण्याबद्दल तिला पुन्हा सांगण्याची गरज पडली नाही. तो मौल्यवान कागदाचा तुकडा तिच्या

जीन्सच्या खिशात अगदी आत ठेवलेला होता. जर तिच्या हातून तो हरवला असता तर तिला त्याची जबर किंमत मोजावी लागली असती. कारण मानवी भावना ह्या फार बदलत्या असतात. जर ती चिठ्ठी हरवली तर टोमोको टॅन पुन्हा एकदा तिच्यावर मेहेरबानी करील ह्याची मायुमीला खात्री नव्हती.

त्या सरकारी दप्तराच्या एअरकंडिशन्ड आश्रयस्थानाबाहेर दुपारच्या घोळक्यावर सूर्य दयामाया न दाखविता तळपत होता आणि एखादी टॅक्सी बोलावण्याचा निष्फळ प्रयत्न केल्यावर मायुमीने शंभर मीटर अंतरावर असलेल्या भुयारी स्टेशनकडे खुणेच्या मदतीने जायचं ठरविलं.

तिथं त्या उष्णतेकडे आणि आजुबाजूच्या गोष्टींकडे तिचं फारसं लक्ष नव्हतं. त्या तिच्या खिशात ठेवलेल्या कागदाच्या तुकड्याने तिची उत्सुकता पणाला लागली होती. तिला कुठेतरी शांत जागी जाऊन तो वाचून, त्यातील मजकूर पचनी पाडून घ्यायचा होता. भुयारी स्टेशनच्या समोर बर्गरकिंग होता. मायुमीने तिथे जाऊन ड्रिंक घ्यायचं आणि जे काही शोधलं होतं त्याचा अभ्यास करायचं ठरवलं.

फुटपाथवर निरनिराळ्या छोट्या दुकानांभोवती गर्दी होती. नेहमीच्या परिस्थितीत मायुमीला त्या रंगीत छोट्या दागिन्यांची, भिन्न देशातील कपड्यांची आणि इतर सामानाची भुरळ पडली असती. परंतु आज सकाळी ह्या असल्या फालतू गोष्टी आणि गर्दी हे तिच्या मनातही नव्हतं. त्या ऐवजी ती एका फास्टफूड रेस्टॉरंटच्या शांत कोपऱ्याकडे वळली. तिने एक डाएट कोक घेतला आणि तो कागदाचा तुकडा बाहेर काढला.

त्यावर नाव आणि पत्ता लिहिलेला होता आणि त्या खाली एक खूण होती. त्या खुणेकडे तिचं लक्ष ताबडतोब वेधलं गेलं. टोकियोत काही दिवसांपूर्वी त्या विषयावर संशोधन करताना आढळली होती तीच ही खूण होती.

तिच्या कपाळावर आठ्या पडल्या. टोमोको म्हणाली होती की तिने त्या स्त्रीचा पत्ता त्या कागदावर लिहिला होता, पण तिथं काहीच नव्हतं. तिथं फक्त दफनभूमीचं नाव आणि पत्ता होता. *दी जॅपनीज सिमेंटरी ऑफ सिंगापूर, चुऑन हो अॅव्हेन्यू, यीआ च्यू कुंग रोडच्या पलीकडे.* मग तिच्या लक्षात आलं की त्या कागदाच्या दुसऱ्या बाजूला एक पत्ता लिहिलेला होता. ती वुडलँड्स नावाची एक जागा होती.

सिंगापूरमध्ये जपानी दफनभूमी असल्याचं मायुमीला माहीत होतं. परंतु गेल्या काही दशकांत, १९४७ पासून तिथं कुणीही पुरलं गेलं नव्हतं. त्यामुळे एक स्त्री, जिचा पत्ता निव्वळ त्या दफनभूमीचा होता, ती बहुधा बऱ्याच काळापूर्वी मयत झालेली असावी. असं जरी असलं तरी मायुमी हसली. टोमोको टॅनकडे अगम्य का होईना पण विनोदबुद्धी होती. दफनभूमीला चक्क पत्ता म्हणण्याचा विचार कधी कुणी केला असता!

तिच्या लक्षात आलं की तिने ड्रिंकला हात लावलेला नव्हता. त्या उष्म्यात बर्फ वितळला होता आणि खाली सांडत होता. मायुमीने एक घोट घेतला आणि तोंड वेडंवाकडं केलं. आता ह्या घडीला काहीशा गरम झालेल्या कोकची तिला गरज नव्हती. त्या सरकारी ऑफिसमधून बाहेर पडल्यापासून पहिल्यांदाच मायुमीने आजुबाजूला पाहिलं. गर्दीने गजबजलेली व्यवस्थित आकाराची दुकानं आणि बेकरीज, अवघ्या पन्नास फुटांवर असलेला एक मोठा मॉल आणि उत्तम पोषाख केलेले फॅशनेबल लोक. तिच्या मनात विचार आला तो पंचवीस वर्षांपूर्वी तिच्या आईने केलेल्या सिंगापूर ट्रीपचा. तेव्हा बहुधा तिनेही एखाद्या कॉफीच्या दुकानात बसून गर्दी पाहिली असेल. त्या वेळी भुयारी रस्ते किंवा बऱ्याच लेन्स असलेले आणि आधुनिक युरोपियन किंवा जपानी कार्सनी भरलेले रस्ते नक्कीच नव्हते.

मायुमीने तिचं घड्याळ पाहिलं. अवघे साडेअकरा वाजलेले पाहून तिला आश्चर्य वाटलं. काही म्हणा, बऱ्याच गोष्टी घडल्या होत्या, त्यामुळे तिला वाटलं होतं की दुपार टळून गेली असावी. पॉलने मोबाइलवर तिच्याशी संपर्क साधला नव्हता. त्यामुळे तिने आपला शोध दफनभूमीकडे न्यायचा ठरवलं. बहुधा तिथं त्या जपानी ऑर्किडला पुरलेलं असावं. हे काम करण्यासाठी अजूनही बराच वेळ होता.

मायुमीला नेहमीच दफनभूमीबद्दल विचित्र आकर्षण होतं. निव्वळ ती इतिहासकार होती म्हणून नव्हे, परंतु तिथं माणसाच्या जीवनात मृत्यू अटळ आहे ह्याच्या दु:खकारक आठवणी असायच्या म्हणून. अगदी सर्वांत उच्च सत्ताधीश, श्रीमंतही मृत्यू चुकवू शकत नाही. त्यामुळे दफनभूमीत हिंडताना मनात एक दबदबा निर्माण व्हायचा आणि प्रसिद्ध ऐतिहासिक व्यक्तींच्या नावाने तिथं लावलेले दगड पाहायला मिळायचे. त्या कायमच्या गप्प आणि पराजित झालेल्या व्यक्ती असायच्या.

ती दफनभूमी कुठे होती ह्याची मायुमीला कल्पना नव्हती. तिने तो पत्ता जेव्हा एका टॅक्सी ड्रायव्हरला दाखविला, तेव्हा त्याने मान हलवली आणि म्हणाला, ''होय, ही जागा कुठे आहे ते मला माहीत आहे. ह्या पूर्वीही मी अनेक जपानी पर्यटकांना तिथं नेलंय.''

तिला वाटलं होतं त्याप्रमाणे ती दफनभूमी शहराच्या मध्यभागापासून काही अंतरावर होती. मुख्य बाजाराचा भाग, तिथली गर्दी आणि तो व्यापारी उद्योगाचा टापू मागे टाकल्यावर जवळजवळ वीस मिनिटं गेली होती. मग ती स्थानिक उपनगरीय भागात आली. उंच झगझगत्या इमारतींऐवजी आता झाडांची राई असलेले रस्ते होते. बाहेर दुकानं असलेल्या स्वस्त घरांच्या रांगा होत्या. राहत्या मालकीच्या जागा आणि काही ठिकाणी महागड्या दिसणाऱ्या फ्लॅटच्या उंच इमारती होत्या. ते सरकारने अनुदान दिलेले फ्लॅट होते. सिंगापूरमधील बहुतेक लोकांची घरं अशीच होती. निदान तिच्या गाईड बुकमध्ये तरी हेच सांगितलं होतं.

मायुमीची अपेक्षा होती की ही दफनभूमी कुठेतरी बेटाच्या दूरवरच्या कोपऱ्यात लपलेली असेल. पण तिच्यावर आश्चर्य करण्याची वेळ आली होती. कारण तिची टॅक्सी बंगले आणि धाब्याची घरे असलेल्या शांत अशा निवासी भागाकडे वळली. रस्त्यावरची पाटी तो 'च्यूऑन हो अव्हेन्यू' असल्याचं दाखवत होती.

लांब ओळीने झाडं असलेल्या त्या रस्त्याच्या मध्यावर सुंदर घरांच्या रांगा आणि लहान मुलांच्या खेळण्याची जागा असलेल्या एका प्रचंड नक्षीदार लोखंडी दरवाज्यासमोर टॅक्सी थांबली. दरवाज्यावर एक काळी संगमरवरी पाटी होती, ती सांगत होती जॅपनीज सिमेंटरी ऑफ सिंगापूर.

टॅक्सी सोडून गेल्यावर काही मिनिटं मायुमी त्या दरवाज्यासमोर उभी राहिली. त्या जागेच्या शांततेने आणि स्तब्धतेने ती भारावून गेली होती. तिथं हिंसा आणि दुःख होतं. गुन्हे केलेले आणि युद्धात मारले गेलेले दहा हजार जपानी सैनिक पुरलेले होते. खूप प्रसिद्ध जनरल्स आणि दुसऱ्या महायुद्धातील गुन्हेगारांनाही ह्या जागेत पुरलेलं होतं.

शिंटो पंथाचं एक देऊळ प्रवेशद्वाराजवळ होतं. जणू काही ते मृतांच्या आत्म्यांचं रक्षण करत होतं. व्यवस्थित राखलेली ती जागा आणि त्या जागेवर असलेले उभे आडवे फरसबंदीचे रस्ते, ह्यामुळे ती जागा भयानक इतिहास असलेल्या दफनभूमीपेक्षा एखादी बागच वाटत होती.

एक म्हातारा माणूस एका थडग्याजवळ बसून तण काढत होता. मायुमी तेथून चालत जात असताना त्याने मान वर करून पाहिलं आणि तो हसला. तो तेथील रखवालदारांपैकी एक होता हे तिच्या लक्षात आलं. तिने तो खूण असलेला कागद आणि त्यावर असलेलं जपानी ऑर्किडचं नाव त्याला दाखविलं.

"ह्या स्त्रीचं थडगं मला कुठे सापडेल?" तिने विचारलं.

त्याने तो कागद घेतला आणि क्षणभर बारीक डोळे करून त्याकडे पाहिलं. मग त्या सुरकुतलेल्या शुष्क चेहऱ्यावर ओळखल्याचं हास्य पसरलं आणि त्याने दफनभूमीच्या बऱ्याच आत डाव्या बाजूच्या जागेकडे बोट दाखविलं.

"करायुकी सान," तो म्हणाला. "त्या तिथं अगदी आतमध्ये."

मायुमीने त्याचे आभार मानले आणि त्याने दाखवलेल्या दिशेने ती चालू लागली. तिथं काय सापडेल ह्या उत्सुकतेपोटी तिचा श्वास जोरात चालू लागला. व्यवस्थित काळजी घेतलेल्या आणि सर्व तऱ्हेचे आकार आणि मोजमाप असलेल्या थडग्यांवरील दगडांच्या रांगांवरून ती पुढे गेली. काहींवर अजूनही वाचता येण्यासारखी नावं होती आणि काही मात्र नुसतेच करड्या दगडाचे जमिनीवर पसरलेले खुंट होते. त्यापैकी काही मोठे आणि सुरेख होते. त्याखाली पुरलेल्या लोकांचं महत्त्व आणि हुद्दा ते दाखवत होते.

एका मोठ्या थडग्याच्याभोवती लोखंडी पट्ट्यांचं कुंपण केलेलं होतं. त्याला लोखंडी दरवाजे होते. त्याच्या मागे एक मोठा एकाकी कोपरा होता. तिथं असलेल्या बऱ्याच थडग्यांवरचे दगड इतके साधे होते की ते खुणेचे दगड असल्यासारखे वाटत होते. मायुमीच्या मनाने तिला सांगितलं की ती आता जपानी आणि चिनी वेश्यांच्या दफनभूमीकडे आली आहे. ह्यांपैकी काहींना जबरदस्तीने वेश्या बनवलं होतं तर काहींनी आपणहून जपानी सैन्याची युद्धकाळात सेवा केली होती.

काही दगडांवर खुणा किंवा नावं नव्हती आणि काहींवरची नावं एवढी पुसट झाली होती की ती वाचणं अशक्य होतं. अशा दगडांमधूनच तिला आकिनिचोच्या आईचे थडगं शोधायचं होतं. हे काम कठीण होतं. जे थडगं ती शोधत होती ते कदाचित खूण नसलेलं किंवा अक्षरं पुसट झालेलं असेल. नशिबाने तिने भिंग आणलं होतं आणि त्याच्या मदतीने ती पुसट झालेली अक्षरं वाचू शकणार होती.

वाऱ्याच्या हलक्या झुळकेने झाडांची पानं सळसळली. त्या दफनभूमीवर झाडांची सावली होती. तिला वाटलं की त्या असंख्य थडग्यांतील अनामिक स्त्रिया तिला आपल्या कथा हळू आवाजात सांगत होत्या. तिला त्या कथांमधून त्यांचं गुपित उघड करायला सांगत होत्या.

"माझ्यासारखी इतिहासकार सोडली तर भूतकाळ आणि मृत व्यक्तींबरोबर काम करण्याची सवय नसलेला एखादा ह्या जागेवरून पळत सुटेल." मायुमी स्वत:शी म्हणाली. ती खाली बसली आणि तिच्या समोर असलेल्या मुख्य दगडावरची अक्षरे भिंगाच्या साहाय्याने तपासू लागली. तिला तीव्र जाणीव होती की तो म्हातारा रखवालदार सोडला तर त्या विशिष्ट घडीला ती एकच जिवंत व्यक्ती त्या दफनभूमीत होती.

ती जे शोधत होती ते हे थडगं नव्हतं. मग तिने प्रत्येक दगड एका मागोमाग एक पाहिला. मायुमीने ज्याच्यावर नाव नव्हते ते दगड गाळले आणि ज्यांच्यावरची नावं पुसट झाली होती ती नावं भिंगाने वाचण्याचा प्रयत्न करत होती. त्यापैकी कोणत्याही दगडावर ती ज्या स्त्रीला शोधत होती तिचं नाव नव्हतं.

मि. आकिनिचोच्या आईचं थडगं सापडणार नाही अशा निष्कर्षाप्रत आल्यावर त्या दगडांच्या राशीमागे असलेल्या एका मुख्य दगडाकडे तिचं लक्ष गेलं. तो दगड कसा बघायचा राहून गेला कोण जाणे! तिथे कोणीतरी ह्या आधी आलं होतं कारण तिथं कोमेजलेल्या फुलांचा एक गुच्छ थडग्याच्या बाजूला ठेवलेला होता. ती चटकन पुढे झाली आणि त्यावरची अक्षरं वाचण्यासाठी आपल्या गुडघ्यांवर वाकून बसली. ती अक्षरं तशी अस्पष्ट होती. परंतु भिंगाने त्या थडग्यात पुरलेल्या व्यक्तीचं नाव स्पष्टपणे दाखवलं होतं. मायुमीने जोरात नि:श्वास सोडला. तिला तिची स्त्री मिळाली होती!

२३

सिंगापूर

आंतरराष्ट्रीय विमानतळावरून जायला टॅक्सीला तीस मिनिटं लागली. ती टॅक्सी एका सुंदर हमरस्त्याने जात होती. तो रस्ता निरनिराळ्या घरकुलांवरून चालला होता. तिथं चकाकणारे निळे पोहण्याचे तलाव होते. सुंदर देखावे असलेली भराव घालून मिळवलेली आणि आरामगृहांशी असते तशी आखीवरेखीव दिसणारी जमीन होती आणि तिथे सिंगापूर बंदराचा रम्य देखावा दिसत होता. पॉलने ह्या प्रवासातील प्रत्येक मिनिटाचा आनंद लुटला. सिंगापूरची अनेक दृश्यं टॅक्सीतून जाताना त्याला दिसत होती. तिथं मशीद होती, चर्चेस होती, तशीच रंगीबेरंगी देवळंही होती आणि हे सर्व फक्त तीस मिनिटांच्या टॅक्सी प्रवासात दिसलं होतं!

ते विमान दुपारी साडेतीन वाजता विमानतळावर येणार होतं आणि तो जेव्हा एअरपोर्टला आला तेव्हा फक्त तीन वाजले होते. पॉलला अर्धा तास काढायचा होता. त्यामुळे त्याने मॅकडोनल्डमध्ये ड्रिंक घ्यायचं ठरविलं. मायुमी काय करत असेल आणि तिने एखादी नाट्यमय गोष्ट शोधून काढली असेल का, ह्याचा विचार पॉल मनाशी विचार करत होता. परंतु तिला मोबाइलवर फोन करायचा नाही असं त्याने ठरविलं. कारण त्याला आपण जास्त काळजीत आहोत हे तिला दाखवायचं नव्हतं आणि उगाचच एका उच्च पदवीधर इतिहासकारावर दडपणही आणायचं नव्हतं. तिला तिचं काम नीट माहीत होतं.

देवा, जर आकिनिचो आणि त्यांच्या वकिलाने सिंगापूरला त्यांच्या डोक्यावर बसण्यासाठी यायचं ठरविलं नसतं, तर त्यांचे काम गुंतागुंतीचं झालं नसतं. पॉलला माहीत होतं की सर्व दुपार एअरपोर्टवर खुर्चीत घालवण्याऐवजी काही माहिती मिळावी किंवा एखादा सुगावा लागावा म्हणून त्याने ते सर्व बेट पिंजून काढलं असतं. पण जणू काही त्याचं नुसतं भेटायचं आणि स्वागत करण्याचंच काम होतं! पॉलने दीर्घ सुस्कारा सोडला. त्याला त्या ऐवजी त्याच्या क्षेत्रात मायुमीबरोबर काम करत गुप्त गोष्टीचा शोध घेत, माहिती काढीत, नजर ठेवत आणि प्रत्येक माहिती पडताळून पाहत वेळ घालवायचा होता. कारण काही झालं तरी तो खाजगी डिटेक्टिव्ह होता आणि त्याचं हेच काम असायचं.

पँटच्या खिशातील वाजणाऱ्या आणि थरथरणाऱ्या मोबाइल फोनने पॉलला त्याच्या मनात गर्दी करून राहिलेल्या सैरभैर झालेल्या विचारांतून मागे ओढलं.

"तू एअरपोर्टवर आहेस का पॉल? कारण आम्ही पोहोचलोय आणि तू आम्हाला कुठे दिसत नाहीस." तो अकिरा वकील होता.

पॉल उडी मारून उभा राहिला. त्याने वेळेचं भान न ठेवल्याबद्दल स्वत:ला शिव्या घातल्या. देवा, तो किती वेळ इथं बसला होता? विमान आल्याचंही त्याच्या लक्षात आलं नव्हतं.

"ओ, काळजी करू नका तानाका महाशय. मी तीन वाजल्यापासून एअरपोर्टवर आहे. मी जरा बाथरूमला गेलो होतो. जिथं आहात तिथं थांबा, मी दोन मिनिटांत पोहोचतो." तो फोनवर खोटं बोलला आणि गेट ३७ च्या भेटण्याच्या जागेकडे घाईने निघाला.

तेत्सुयो आणि अकिरा तिथं वाट पाहत थांबले होते. ते आताच घरातून बाहेर पडल्यासारखे नीटनेटके आणि व्यवस्थित होते. त्यांचे केस बिलकूल विसकटले नव्हते आणि त्यांच्या इस्त्री केलेल्या पँटवर जराही सुरकुती नव्हती. ते जणू काही अठरा तासांच्या विमान प्रवासाऐवजी आताच त्यांच्या लिमोझीन मोटारीतून बाहेर आले आहेत असं वाटत होतं!

'महागडा बिझनेस किंवा फर्स्टचा आरामदायी प्रवास. त्यामुळेच...' पॉलच्या मनात आलं. त्याने छानसं स्मित चेहऱ्यावर आणलं आणि आपला हात पुढे केला. ते हस्तांदोलन एका कामासाठी एकत्र आलेल्या लोकांचं होतं, त्यात नम्रता होती आणि खंबीरपणाही होता.

"सिंगापूरमध्ये तुमचं स्वागत असो. विमानप्रवास फारच लांबलचक होता ना?" पॉल मोठ्याने म्हणाला. त्याने औपचारिक बोलणं सुरू केलं. त्याला या औपचारिक बोलण्याचा खूपच तिटकारा होता. कधी कधी त्याला हे कळत नसे की लोकांना ही अशी विचित्र अडचणीची शांतता असा काहीबाही विषय काढून का

भरावी लागायची? ज्या प्रश्नांची उत्तरं त्याला माहीत होती ते विचारायचे किंवा असे काही प्रश्न विचारायचे ज्यांची उत्तरं मिळणं शक्य नसतं. परंतु नेहमी असं काहीतरी केलं जात होतं आणि तोही आता हेच करत होता!

परंतु ह्या प्रश्नाला उत्तराची खरंच गरज नव्हती. तेत्सुयोने नुसती मान डोलावली आणि जवळून पाहिल्यावर तो किती ओढलेला, थकलेला होता हे पॉलला दिसलं. अर्थात हा त्याने आता केलेल्या दीर्घ प्रवासाचा परिणाम नव्हता. त्याच्या मनातल्या ताणामुळे हे झालं होतं. त्याला तेत्सुयोबद्दल वाईट वाटलं. त्याच्यासारख्या प्रसिद्ध आणि कार्यमग्न माणसाने त्याचं साम्राज्य मागे युएसएमध्ये सोडून अशा तऱ्हेच्या विमानाने सिंगापूरला यायचं आणि टॅक्सीच्या रांगेत उभं राहायचं; आणि ते कशासाठी, तर न दिसणाऱ्या त्या शत्रूचा बंदोबस्त करण्यासाठी. त्याच्यासाठी हे काम तसं सोपं नव्हतं. उद्यम जगतातील बातम्यांतून मिळालेल्या माहितीनुसार तेत्सुयो आकिनिचोला आपल्या कामापासून दूर राहणं आणि त्याच्या आवडत्या संशोधन विषयाशी संबंधित नसलेल्या कोणत्याही गोष्टीवर आणि त्यातून निर्माण झालेल्या उद्योगाशिवाय इतर कशावरही वेळ वाया घालवण्याचा तिटकाराच होता. पुढे ठाकलेल्या ह्या समस्येमुळे त्याचं काम आणि उद्योग धोक्यात आले नसते तर तेत्सुयो इथं सिंगापूरला आलाच नसता, ह्यावर पॉलने वाट्टेल त्याची पैज मारली असती.

त्याने जेव्हा ती सामानाची ट्रॉली टॅक्सींच्या रांगेकडे ढकलत नेली तेव्हा तो मायुमीने आणि त्याने सिंगापूरमध्ये मिळालेल्या थोड्या अवधीत काय केलं ते सांगू लागला.

"माझी सहकारी मिस मायुमी ही तुमच्या आईचा पत्ता आणि तिचे सापडण्यासारखे कोणी कुटुंबीय असले तर त्यासाठी निरनिराळ्या ऐतिहासिक नोंद ठेवणाऱ्या ऑफिसेसना भेट देत आहे. मी तिला दोन तासांनंतर हॉटेलमध्ये भेटणार आहे. ती अगदी हिकमती आहे आणि ह्या वेळेपर्यंत तिला आपल्यासाठी नक्कीच काही माहिती मिळालेली असेल."

तेत्सुयोने जरा मान हलविली. "ठीक आहे. हे ऐकून मला बरं वाटलं. बरं, तुम्ही दोघं कोणत्या हॉटेलमध्ये राहताय?"

"आम्ही फिनिक्समध्ये राहतोय." पॉल म्हणाला.

तेत्सुयो अकिराकडे वळला आणि त्याने विचारले, "आपलं काय? आपल्यासाठी ट्रिशियाने कोणत्या हॉटेलमध्ये आरक्षण केलंय?"

"मुख्य रस्त्यावर दि ग्रँड हियात, मला वाटतं त्याचं नाव ऑर्चर्ड रोड आहे." अकिरा म्हणाला. पॉलने पाहिलं की त्याने खांद्यावरची एक थैली घट्ट पकडून ठेवली

होती. जणू काही त्याचं जीवन त्यावर अवलंबून होतं. तो नेहमीसारखा शांत आणि स्वत:वर नियंत्रण असलेला वाटत नव्हता. तर प्रचंड तणावाखाली आणि विभ्रमावस्थेत होता.

'हा प्रवास तसा जरा खासच आहे असं वाटतंय खरं.' ते गंभीर चेहऱ्याचे दोन प्रवासी काही न बोलता टॅक्सीत बसले तेव्हा पॉलच्या मनात आलं. टॅक्सी ड्रायव्हर चांगली टीप मिळेल ह्या आशेने त्यांच्या सामानाच्या दोन बॅगा टॅक्सीत ठेवायला घाईने पुढे झाला आणि त्याने पॉलला पुढच्या सीटवर बसण्याची खूण केली.

ती टॅक्सी जरा हलली. तेत्सुयोने मागच्या बाजूने त्याच्या खांद्यावर हळूच थाप मारली आणि म्हणाला, ''मला वाटतं की जर तुमचं हॉटेल सोडून तुम्ही दोघं ह्या ग्रँड हियात हॉटेलमध्ये राहायला आलात, तर आपापल्या हॉटेलमधून, म्हणजे जिथं तुम्ही राहत आहात तिथून सारखं यायचं-जायचं, ह्यात जाणारा वेळ वाचेल. हे काम तुम्ही आज रात्रीपर्यंत करू शकाल का? तुम्हाला आरक्षण रद्द केलंत म्हणून त्या रात्रीचं भाडं भरावं लागले तर ते खर्चात टाका. जर आपण एकाच हॉटेलमध्ये राहिलो तर आपल्याला अचानक गरज वाटणाऱ्या मीटिंग्ज आणि चर्चा ह्यासाठी ते सोयीचं पडेल.''

पॉलने ताबडतोब त्यांचे सामान गोळा करून रात्रीपर्यंत ग्रँड हियातमध्ये त्यांच्या सामानासह येण्याचं कबूल केलं. त्याला आता तेत्सुयोच्या त्या स्पष्ट हुकूम करण्याच्या पद्धतीची सवय होऊ लागली होती. तेत्सुयोला आपला कर्मचारी वर्ग जवळ हवा असतो आणि गरज पडेल तेव्हा ताबडतोब हजर असावा असं वाटतं. एका प्रकल्पाचं काम करताना अकिराने त्याला हे सांगितलेलं आठवलं.

त्या एअरपोर्टपासून हॉटेलपर्यंतच्या सबंध प्रवासात कुणी फारसं बोललं नाही. तेत्सुयोला तो टॅक्सी ड्रायव्हर ऐकत असला तर, म्हणून त्या केससंबंधीचा एकही शब्द बोलावासा वाटत नव्हता, अशी पॉलची भावना झाली. त्याच्या रिसर्च आणि डेव्हलपमेंटच्या प्रकल्पात ते बाहेर फुटू नये म्हणून अत्यंत गुप्तता आणि संरक्षणाची गरज पडायची. कोण केव्हा चोरून ऐकत असेल आणि कुणीही उद्योग जगतातील गुप्तहेर असू शकेल याची खात्री नसायची.

पॉलने तेत्सुयो आणि अकिराला ग्रँड हियात हॉटेलमध्ये सोडायला सांगितलं आणि टॅक्सी फिनिक्स हॉटेलमध्ये घेऊन जायची सूचना केली. फिनिक्स हॉटेलमध्ये जाऊन त्याला सामान आवरायचं होतं आणि हॉटेल बदलायचं होतं. ते हॉटेल टॅक्सीने तसं काही फार दूर नव्हतं. टॅक्सी ड्रायव्हरला पैसे दिल्यावर पॉल आपल्या खोलीत सामान आवरायला गेला.

हॉटेलच्या खोल्या साफ करणारे खोलीत येऊन गेले होते आणि प्रत्येक गोष्ट

आवरलेली आणि जागेवर होती. त्या खोल्या आवरणाऱ्या मुलीने एक कंडोमचं पाकीट सुटकेसवर ठेवलं होतं. ते बहुधा त्याच्या त्या टुथपेस्ट, ब्रश वगैरे ठेवलेल्या बॅगेतून पडलं असावं. ते आपल्या खिशात टाकताना पॉलला आपल्या माजी गर्लफ्रेंडला सांगितल्याचं आठवत होते, की पुरुषांना कंडोम्स नेहमी बरोबर ठेवावे लागतात. कारण ते अॅस्प्रोसारखे आहेत. त्यांची गरज तुम्हाला केव्हा पडेल हे सांगता येत नाही!

दहा मिनिटांत त्याने स्वतःचं सामान आवरलं. जेव्हा त्याचं लक्ष खोलीतून बाथरूममध्ये आणि इकडे तिकडे पडलेल्या मायुमीच्या वस्तूंकडे गेलं, तेव्हा आपल्याबरोबरच तिचंही सामान आवरावं का, ह्या विचारात तो होता. त्यामुळे ती परत आल्यावर ते सरळ त्या ग्रँड हियातमध्ये जाऊ शकले असते.

पॉलला आठवलं की त्याने नात्सुकोच्या वस्तूंची नीटपणे मांडणी केली म्हणून त्यांच्या लग्नाच्या शेवटच्या वर्षात नात्सुको त्याच्यावर किंचाळली होती. जगाला आकर्षक वाटणारा त्यांचा विनयशीलपणा स्वतःच पुसून जपानी स्त्रिया कशा किंचाळू शकतात हे तिने स्वतःच त्याला सिद्ध करून दिलं होतं.

त्याने मायुमीला फोन करून तिचं सामान आवरलं तर चालेल का, हे विचारायचं ठरवलं. कारण त्यामुळे ती परतल्यावर ते तिथून निघू शकले असते. पहिल्यांदा फोन केल्यावर त्याला प्रतिसादच मिळाला नाही. जर मायुमीही त्याला परिचित असलेल्या इतर स्त्रियांसारखी मोबाइल फोन शोधण्यासाठी पर्स धुंडाळत असेल, तर तो कॉल तिचा मोबाइल सापडेपर्यंत चुकलाच असणार. पॉलचा अंदाज बरोबर होता. जेव्हा त्याने तिला पुन्हा फोन केला आणि तिसरी घंटी वाजली, तोच धापा टाकत तिने सांगून टाकलं, ''अच्छा, ते तुम्ही होतात तर! सॉरी, मी माझ्या पर्समध्ये फोन शोधत होते!''

''मला माहीत आहे!'' पॉलने हसू दाबत उत्तर दिलं. त्या सर्वजणी सारख्याच होत्या. मग त्या इतिहासकार असोत, वकील असोत, शिक्षिका असोत की विद्यार्थिनी असोत. बायकांना आपला मोबाइल पर्समध्ये चाचपडायची सवयच असते!

आणि मग तो गंभीरपणे सांगू लागला, ''मायुमी साहेबा, आपली बॉस मंडळी आली आहेत आणि मि. आकिनिचोचा आग्रह आहे की आपण ते उतरलेत तिथं, ग्रँड हियातमध्ये राहायला जावं. माझा अंदाज आहे की त्यांच्या मते बरोबर काम करायला ते सोपं जाईल. काही असो, माझी काही तक्रार नाही. ग्रँड हियात हॉटेल हे फिनिक्स हॉटेलपेक्षा काही स्टार्स वरचंच आहे! परंतु हे बघ, मी फोन अशासाठी केला की मी माझं सामान आवरलंय आणि त्याचबरोबर मी तुझंही सामान आवरून ठेवलेलं चालेल का? त्यामुळे तू परत येताच आपण येथून निघून ग्रँड हियातमध्ये

ताबडतोब जाऊ शकू. तुला माहीत नसेल तर सांगतो, की मि. आकिनिचो हे त्यांनी केलेले हुकूम ताबडतोब पाळावेत ह्याबाबत अगदी आग्रही आहेत.

"अर्थात, तुला माहीत आहे की तुला जे काही सापडलं असेल त्याबद्दल मलाही उत्सुकता आहे. विशेषकरून आपल्या बॉसेसना जेव्हा आपण नंतर भेटू, तेव्हा काही प्रश्नांची उत्तरं सापडतायत का किंवा कोणत्याही तऱ्हेचे धागे आहेत का, हे ते पाहत असतील." तो म्हणाला.

"होय, कृपया तुम्ही पॅकिंग करा. माझ्या वैयक्तिक गोष्टींचा तपास करणार नाही ही एक अट." मायुमी काहीशी चेष्टेत म्हणाली आणि मग गंभीर होत ती सांगू लागली, "मला खरंच काही स्वारस्यपूर्ण आणि महत्त्वाच्या अशा एक दोन गोष्टी सापडल्या आहेत. त्या अगदी विचित्र आणि अनपेक्षित अशा आहेत. परंतु जेव्हा आपण भेटू तेव्हाच त्यावर चर्चा करावी हे चांगलं, असं मला वाटतं. एखाद्या फोनवरच्या संभाषणात, विशेषत: मोबाइल फोनवर ह्या सर्व गोष्टींचा खुलासा करणं हे तसं कठीण काम आहे. इथं गोंगाट खूप आहे आणि मला धड ऐकूही येत नाहीये. काही असो, मी एका टॅक्सीला खूण केलीय आणि लवकरच मी हॉटेलवर पोहोचेन."

ती काहीशी धापा टाकत आणि घाईत असल्यासारखी वाटत होती. जणू काही ती भरभर चालत होती. पार्श्वभूमीला रहदारीचे आवाज होते. त्यामुळे कोणत्याही प्रकारच्या, विशेषत: त्यांच्या त्या गुंतागुतीच्या बाबीबद्दल बोलणे हे नक्कीच योग्य ठरणार नव्हते.

"तू जिथं आहेस तिथं खूप गोंगाट आहे हे मलाही ऐकू येतंय. तेव्हा काळजी करू नको. तू इथं आल्यावर त्याबद्दल चर्चा करू या." पॉल तसा शांत वाटत होता, पण आज या कामगिरीवर पहिल्यांदाच त्याला त्याचं रक्त उसळल्यासारखं वाटलं. कारण सरतेशेवटी काहीतरी कृती सुरू झाली होती. त्यांच्या अशिलाच्या येण्याची व्यवस्था बघणं आणि त्याशिवाय दुसरं काहीच करता न येणं ह्यामुळे त्याचा तो दिवस तसा विचित्र गेला होता. निदान मायुमीला तरी काही उत्तेजित करणारे धागे सापडले होते आणि त्यांना त्यावर पुढे काम करता येणार होतं.

त्यानं तिचं सामान आवरायला सुरुवात केली. सर्व गोष्टी तिच्या सुटकेसमध्ये टाकल्या, परंतु तिच्या अंतर्वस्त्रावर असलेलं ते मोठं 'विनी द पू'चं कार्टून पाहून तो गालातल्या गालात हसला. एखाद्या नुकत्याच वाढलेल्या मुलासारखं आपल्या आतल्या कपड्यांवर एखादं डिस्नेचं पात्र असणारी ती विक्षिप्त मुलगी होती! परंतु त्याला ते आवडलं आणि जेव्हा पॉलने ती अंतर्वस्त्रं घडी करून बॅगेत ठेवली तेव्हा तो हसला.

सर्व सामान आवरल्यावर पॉलने त्या सुटकेसेस खाली लॉबीत आणल्या आणि

हॉटेलमधून बाहेर पडण्यासाठी तो मायुमीची वाट पाहत थांबला. त्याने ह्या आधीच स्वागतकक्षाकडे त्यांचं आरक्षण रद्द करत असल्याचं सांगण्यासाठी फोन केला होता आणि त्यांनी त्याला एका रात्रीचे भाडं मोजावं लागेल असं सांगितल्यावर त्याने खांदे उडवले होते. तेत्सुयोने ते त्याला त्याच्या खर्चात घालायला सांगितले होते आणि त्यामुळे त्याला पैसे देणं परवडण्यासारखं होतं. शिवाय ती खोली त्या हॉटेलच्या चेक आऊटच्या वेळेनंतरही वापरली गेली होती. त्यामुळे हे ठीकच होतं.

बहुतेक जपानी लोकांप्रमाणे मायुमी वेळ सांभाळण्याच्या बाबतीत पक्की होती आणि ती कुणालाही कारण नसताना ताटकळत ठेवत नसे. पॉलने लॉबीत असलेल्या वर्तमानपत्राचं पहिलं पान संपविलं होतं-नव्हतं, तेवढ्यातच ती तिथं असलेल्या पर्यटकांच्या मोठ्या जमावात त्याला धुंडाळत आली.

जेव्हा तिने त्याला पाहिलं, ती पटकन तिथं आली आणि त्या आनंदी, उत्तेजित झालेल्या पर्यटकांच्या बडबडीत त्याला ऐकू जावं म्हणून मोठ्याने म्हणाली, ''अहो पॉलसाहेब,''

त्याने बॅगेकडे बोट दाखवत हात हलवला आणि तो म्हणाला, ''मी ह्या आधीच हॉटेल सोडल्याचं सांगितलंय. तेव्हा आपण टॅक्सी घेऊ या आणि लगेच ग्रँड हियातमध्ये जाऊ या.''

मायुमीने त्याच्या बाजूच्या कोचावर स्वत:ला झोकून दिलं. सबंध दिवस उन्हात काम केल्यामुळे ती थकलेली दिसत होती, परंतु उत्तेजनेमुळे तिचा चेहरा लाल झालेला होता.

''आज मी विस्मयकारक घटनांचा शोध लावलाय पॉलसाहेब.'' ती म्हणाली, ''ऐतिहासिक नोंदी ठेवणाऱ्या त्या ऑफिसमध्ये एक अर्धी जपानी असलेली मुलगी मला भेटली आणि तिला माझ्याबद्दल काहीसा आपलेपणा वाटला. बहुधा तिच्या जपानी रक्तामुळे असेल. त्यामुळे चाकोरीच्या बाहेर जाऊन तिने मला मि. आकिनिचोच्या आईच्या कुटुंबाचा पत्ता दिला. त्याचप्रमाणे... तिला जिथं पुरलंय त्या दफनभूमीचाही!

''पॉलसाहेब, मी टॅक्सी घेऊन तिथं गेले. ती एक विस्मयजनक जागा होती. युद्धापूर्वीच्या अनेक जपानी लोकांचं, तसंच युद्धात मेलेल्यांचं आणि जपानी सैनिकांची सेवा केलेल्या आपल्या जपानी ऑर्किडसारख्या वेश्यांचंही ते शेवटचं स्थान होतं. मी माझ्या युद्धावरच्या ऐतिहासिक संशोधनामुळे तिथं पुरलेल्यांची नावं ओळखली!''

मायुमीने आपल्या जीन्सच्या खिशातून एक चुरगळलेला कागदाचा कपटा बाहेर काढला आणि त्यांच्या समोरच्या टेबलावर तो व्यवस्थित केला. तिथं वुडलँड्स ह्या जागेतील एक पत्ता होता आणि दुसऱ्या बाजूला जपानी दफनभूमीचं नाव आणि पत्ता होता.

“हा अगदी विलक्षण शोध आहे मायुमी.” पॉल म्हणाला, “तू काही तासांत जे काही शोधलंस त्यामुळे मि. आकिनिचो खूष होतील. शेवटी पत्ता मिळणं हीच आपल्या शोधातील महत्त्वाची सुरुवात आहे. फारच छान काम केलंस मायुमी! ”

“आभार!” मायुमी म्हणाली, “मी तिचे थडगं पाहिलं पॉल. ते अतिशय भेसूर होतं. त्या सर्व जॅपनीज ऑर्किड्सना तिथं पुरलेलं आहे. मला म्हणायचंय की खूण म्हणून तिथं दगड ठेवलेले आहेत आणि काहींवर नावंही नाहीत. मी माझं भिंग बरोबर आणलं होतं हे सुदैवच. त्यामुळे मी तिचे थडग्यावरचं नाव वाचू शकले. मी माझ्या डिजिटल कॅमेऱ्याने त्या सर्व जागेचे फोटो घेतले आहेत. नंतर ते आपण आपल्या लॅपटॉपवर पाहू या. आज मनाचं समाधान करणारा दिवस होता खरा!

“आणि आणखी एक सांगायचं राहिलं. दुसऱ्या कोणाला तरी तिच्या थडग्यात स्वारस्य आहे, कारण तिथं मला कोमेजलेल्या फुलांचा गुच्छ सापडला.”

२४

सिंगापूर, १९४४

तिथं नेहमीचे ऑफिसमधल्या मशिन्सचे, टाईपरायटर्सचे आणि रेडिओचे आवाज होते. परंतु ती सर्व विचित्र जुनी आणि कालबाह्य मशिन्स होती. त्या खोलीबाहेरच्या ऑफिसच्या छोट्याशा जागेत दोन तपकिरी लाकडी टेबलांवर ती मशिन्स गर्दी करून ठेवलेली होती. तिथला रेडिओ म्हणजे लाकडाचा मोठा कर्कश आवाज करणारा खोका होता. मधूनच त्यातून कधी प्रसारणाचे आणि त्रासदायक खरखरण्याचे आवाज यायचे आणि ते कडेला असलेले खाकी रंगाचे, धातूचे टाईपरायटर्स गंजलेले होते. तेत्सुयो कुरकुरला, कुणीतरी तो बेकार रेडिओ बंद का करत नाही आणि ते ज्याला टाईपरायटर्स म्हणतात, ते गंजलेले सांगाडे भंगारात का टाकत नाही?

त्या खोलीमध्ये एक सामान्य, तपकिरी रंगाचं लाकडाचं टेबल होतं. त्यावर सगळा गोंधळच होता. तिथं वह्या होत्या, चुरगळलेले कागद होते आणि त्याच्या खांद्याला खांदा लावून पेन्सिली होत्या. त्यापैकी काहींना अगदी छान टोकं काढलेली होती आणि काही जड दिसणाऱ्या किल्ल्या वर्तमानपत्राच्या कात्रणांवर वाटेल तशा फेकलेल्या होत्या. तो एक सैनिक तळ होता. काही मिलिटरी युनिफॉर्म्स त्या गंजलेल्या खुंट्यावर लोंबत होते आणि त्या खोलीच्या कोपऱ्यात असलेल्या बुटांच्या स्टँडवर दोन चकचकीत पॉलिश केलेल्या बुटांच्या जोड्या होत्या.

त्या टेबलाच्या दुसऱ्या बाजूला ऑफिसच्या फिरत्या खुर्चीत बसलेल्या सुंदर, तरुण स्त्रीकडे तेत्सुयोचं लक्ष वेधलं गेलं. तिने लांब, कुरळे केस एका बाजूला सारून क्लिपने मागे बांधलेले होते. त्या क्लिपवर एक जांभळं ऑर्किड होतं आणि तिच्या घट्ट रेशमी ब्लाऊजचा गळा जरा खोल होता. त्यामुळे मानेचा पांढरा भाग दिसत होताच. शिवाय मन वेधणाऱ्या तिच्या वक्षस्थळांच्या मधल्या फटीपर्यंत तो खाली पोहोचला होता.

ती एक पत्र वाचत होती आणि तिच्या हातात काही जपानी नोटांची चवड घट्ट धरलेली होती.

मन वेधणाऱ्या स्मितामुळे तिच्या जिवणीचं टोक वर उचललं गेलं होतं. तिची नखं पॉलिश केलेली होती आणि त्यावर लालभडक रंगाचं नेलपॉलिश होतं. ती अतिशय सुंदर होती हे तेत्सुयोच्या लक्षात आलं.

त्या खोलीचा दरवाजा उघडला गेला आणि एक सैनिक लांब ढांगा टाकत आत आला. ती स्त्री ताडकन उठून उभी राहिली. तिचे डोळे चमकत होते. ती त्याच्या मिठीत शिरली. त्याने तो दरवाजा लाथेने बंद केला आणि ते कोपऱ्यात असलेल्या कॅनव्हासच्या कोचाकडे गेले. त्यांना स्वत:शिवाय दुसऱ्या कुणाची जाणीव नव्हती.

"तेत्सुयो, तेत्सुयो," त्याच्या डोक्यावरून कुठूनतरी आवाज झाले आणि ती दोन प्रेमिकांची खोली दूर अंतरावर गेली आणि दिसेनाशी झाली.

तेत्सुयोने दचकून आपले डोळे उघडले आणि त्याच्या लक्षात आलं की तो स्वप्न पाहत होता. ते ऑफिस, त्या सैनिकी तळावरील ती खोली आणि ते प्रेमी जोडपं हे त्या स्पष्ट स्वप्नाचेच भाग होते. ते इतके खरे वाटत होते की, त्याच्या अंगावर काटा उभा राहिला. मग आपण कुठे आहोत हे त्याला आठवलं. आरामदायी स्नान केल्यावर त्या मऊ बिछान्यावर कसे पडलो आणि न्यूयॉर्कपासूनच्या दीर्घ, थकवा आणणाऱ्या प्रवासानंतर कसे झोपी गेलो हेही त्याला आठवलं.

त्याच्या आईच्या त्या विचित्र स्वप्नाने त्याला पुन्हा भेट दिली होती. स्वप्नात ती तरुण, सुंदर, आनंदी आणि जिवंत होती. देवा, जणू काही तिने लावलेल्या त्या अत्तराचा सुगंधही तो घेऊ शकत होता. पण तिला मृत होऊन बराच काळ उलटला होता. तो आत्मा त्याला पुन्हा पुन्हा पछाडलेल्या त्या स्वप्नातून भेटत होता आणि आकिनिचो सौंदर्य, सत्ता आणि अवनतीच्या त्या दृश्यापासून स्वत:ला मोकळं करू शकत नव्हता. ते जग त्याच्या दत्तक आईच्या – मिदोरीच्या – प्रेमळ, हितकारक माधुर्यापेक्षा वेगळं होतं. त्याला पुन्हा एकदा हरवलेल्या लहान मुलासारखं पोरकं वाटत होतं. न्यूयॉर्क आणि जपानमध्ये वावरत असलेल्या त्रेसष्ठ वर्षांच्या प्रसिद्ध

आणि स्वच्छ चारित्र्य असलेल्या माणसाचा अंशही त्यात नव्हता.

बराच वेळ तेत्सुयो त्या एका दिमाखदार, स्वतःचं काहीच व्यक्तिमत्त्व नसलेल्या हॉटेलच्या खोलीत आरामदायी पलंगावर पडून होता. त्याला हे जाणवलं की त्याच्या वाढत्या वयात मिदोरीने तिची मुलं आणि तिच्या नवऱ्याच्या ह्या अनौरस मुलात कधीही फरक करण्याचा प्रयत्न केला नव्हता. त्यामुळे त्याची स्वतःची खरी आई कोण, ह्याची त्याला कधीच शंका आली नव्हती.

'विचित्रच आहे,' त्याच्या मनात आलं, 'दहा लाख युएस डॉलर्ससाठी मला धमक्या दिल्या जात आहेत आणि माझ्या मनात सारखा विचार येतोय तो त्या सुंदर, त्या प्रेमविरही सैनिकाकडे पाहून आनंदाने हसणाऱ्या स्त्रीचा!' ते स्वप्न संपलं आणि ती सुंदर, तरुण स्त्री पुन्हा एकदा त्या शाश्वत झोपेकडे वळली म्हणून त्याला वाईट वाटत होतं.

त्याला त्या दहा लाख युएस डॉलर्सचं महत्त्व वाटत नव्हतं. तेत्सुयोकडे पैशाचा ओघ येत होता. त्याच्या शरीरातील प्रत्येक बिंदू तणावाखाली होता, कारण तो 'त्याची आई' ह्या कल्पनेच्या अगदी जवळ येऊन ठेपला होता. परमेश्वराची इच्छा असली तर ती त्याला त्याच्या त्या रहस्याला बाहेर पडू न देता त्यावर घट्ट झाकण टाकायला मदत करील आणि ह्या अफवेपासून त्याला वाचवेल; जी अफवा त्याची प्रतिमा आणि इतक्या काळजीपूर्वक, इतक्या दशकांत उभारलेल्या साम्राज्याला तडा देऊ शकेल. आई आपल्या मुलाचं संरक्षण करते त्याप्रमाणे तेत्सुयो आपली आई त्या थडग्यातून त्याला मदत करण्यासाठी पोहोचेल अशी आशा करत होता. कारण फक्त देवालाच माहीत होतं की त्याला इतर कशापेक्षाही मदतीची गरज आहे.

हल्ली हल्ली त्याला दुसरं एक स्वप्न पडायचं. त्यात तीच सुंदर, तरुण स्त्री असायची. पण ह्या वेळी ती आपल्या मागे लाथेने दरवाजा बंद करणाऱ्या त्या सैनिकाकडे बघून प्रेमळपणे हसत नसायची. त्याऐवजी ती त्या टेबलामागे दबकून उभी असायची. तिचे डोळे भीतीने मोठे झालेले असायचे. तिचं तोंड उघडं असायचं पण ती काय बोलत असायची ते तेत्सुयोला ऐकू यायचं नाही. ते स्वप्न मनाला त्रास देणारं होतं आणि आईचं काय झालं, ह्याबद्दलची खरी गोष्ट कोणतं स्वप्न सांगत होतं ह्या विचारात तो पडला होता.

मधल्या दरवाज्यावर कोणीतरी टकटक केली. हळूहळू तो आवाज वाढला. तेत्सुयो म्हणाला.

"दरवाजा उघडाच आहे, अकिरा. सरळ आत ये."

तो जड दरवाजा उघडून लांब पावलं टाकीत अकिरा आत आला. पैशाची थैली अजूनही त्याच्या खांद्यावर अडकवलेली होती. निस्तेज, गोंधळलेला आणि जणू

काही आताच एखाद्या तंद्रीतून बाहेर पडल्यागत वाटणाऱ्या तेत्सुयोला पाहून अकिरा काळजीतच पडला.

"तू ठीक आहेस ना?" अकिराने विचारलं, "तू एकदम थकलेला वाटतो आहेस. जर तुला बरं वाटत नसेल तर आपण आपल्या खाजगी डिटेक्टिव्ह आणि त्याच्या सहकारी स्त्रीबरोबरची आजची मीटिंग रात्री उशिरा ठेवू या किंवा उद्याही ठेवता येईल."

"नाही... नाही..." तेत्सुयो खंबीरपणे म्हणाला, "आपण उद्यासाठी तयारच असलं पाहिजे. ते काही नाही. एक वाईट स्वप्न पडलं. त्यामुळे जरा गोंधळलेला होतो इतकंच. मी जरा कॉफी मागवतो आणि एकदा का कॅफेन माझ्या पोटात गेलं की मी ठीक होईन."

"ठीक आहे. जर तुला खात्री असेल तर मग मी ह्या मीटिंगसाठी एक छोट्या कॉन्फरन्स रूमचं आरक्षण करतो आणि एका तासाभरात मीटिंगचं ठरवतो." अकिरा म्हणाला. क्षणार्धात त्या बिझनेस सेंटरचा फोननंबर त्याने लावलासुद्धा.

तेत्सुयोने मीटिंग रद्द केली नाही म्हणून अकिराला बरं वाटत होतं. कारण न्यूयॉर्कमधील आयुष्य आणि काम ह्याची उणीव त्याला इथं भासत होती. त्याच्या बायकोने त्याला नुकताच फोन केला होता आणि त्याला सांगितलं होतं की त्यांच्या मोठ्या मुलीला युमीला, कॉर्नेल युनिव्हर्सिटीत प्रवेश मिळाला होता आणि तिला त्यांच्या आनंदात सामील व्हायला तो तिथं हवा होता. होय, अकिरालाही ही केस लवकरात लवकर सुटावी असं वाटत होतं. त्यामुळे ते सर्व पुन्हा न्यूयॉर्कला परत जातील आणि आयुष्याची आणि कामाची सुरुवात करतील. आशाळभूतपणे त्यांच्या आवडत्या रिब्ज रेस्टॉरंटमध्ये जेवणाचा विचार त्याच्या मनात आलाच. अर्थात, जर तो न्यूयॉर्कला वेळेवर परत गेला तर कॉर्नेलमध्ये युमीला मिळालेला प्रवेश साजरा केला जाणार होता. तिथं मिळणाऱ्या मांसाच्या कबाबमध्ये पुष्कळ कॅलरीज आणि कोलेस्ट्रॉल असायचं आणि त्यामुळे आहारातील पथ्य पार कोलमडून जायचं. म्हणून रिब्ज रेस्टॉरंट हे खास प्रसंगासाठी ठेवलेलं होतं. त्याची बायको सुमी आरोग्याबाबत फारच दक्ष होती, कारण ती 'योग' शिकवायची. त्यामुळे गोमांस तिला पसंतच नव्हतं आणि ती अनपेक्षितपणे गरोदर राहिल्यापासून तर ती सात्त्विक अन्नाबद्दल सारखा पाठपुरावा करत राहायची.

पण कित्येक महिने वर्ज्य केलेलं गोमांस आणि अहितकारक, कुपथ्याचं अन्न ह्यावरची बंदी सुमी काही खास प्रसंगांसाठी आणि ख्रिसमसच्या सणाला उठवायची. थँक्स गिव्हिंगचा दिवस आणि जपानी नवीन वर्षाचा दिवस ह्याही वेळी बंदी उठायची. एका अर्थी ती अन्नासारख्या मूलभूत गोष्टींवर बंदी घालत होती हे

बरोबरच होतं. त्यामुळे भाजलेलं गोमांस आणि रिब्ज हे पदार्थ तानाका कुटुंबात काहीतरी खास प्रसंगीच खाल्ले जायचे.

जेव्हा सुमीने हंडीत भाजलेल्या मांसाचं जेवण त्या रात्री असल्याचं आणि कोणत्याही कारणाने ते ती चुकवू शकणार नाही असं जाहीर केलं, तेव्हा तिच्या मैत्रिणींचे चेहरे बघण्यासारखे झाले होते; ह्या आठवणीने अकिराला हसू आलं. त्यांच्या मित्रपरिवारातील बरीचशी अमेरिकन कुटुंबं होती. ती कुटुंबं गृहीत धरून चालायची ती गोष्ट किती वैशिष्ट्यपूर्ण आहे हे दाखवून देणं सुमीला छान जमायचं. त्यांची मुलं अमेरिकन बनतील आणि आपला जपानी वारसा विसरतील अशी तिला नेहमीच भीती वाटायची. त्यामुळे एक दिवसाआड ते जपानी अन्न खातील ह्यावर तिचा कटाक्ष असायचा. घरात जिकडे तिकडे बगळ्यांची, करकोच्यांची, माउंट फुजी ह्यांची चित्रं असायची आणि फुलांची इकेबाना रचनाही असायची. त्यांच्या घरात एका खोलीत जपानी सजावटही होती. त्यात तातामी गवताची चटई, रेशमी पडदे आणि सरकते दरवाजे होते. शेजाऱ्यांची मुलं ती खोली पाहायला कधीमधी यायची आणि न्यूयॉर्कच्या उपनगरात त्यांना जपानला गेल्यासारखं वाटायचं.

त्यांना दिली गेलेली ही बिझनेस कॉन्फरन्स रूम ही हियात हॉटेलमधील सर्वांत लहान खोली होती. परंतु त्यात एक खूप चकचकीत पॉलिश केलेलं कॉन्फरन्स टेबल होतं आणि आठ फिरत्या खुर्च्या होत्या. लॉबीकडे तोंड करून असलेली एक मोठी खिडकी होती. जेव्हा अकिरा आणि तेत्सुयो आले तेव्हा पॉल आणि मायुमी तिथं आधीच वाट पाहात बसलेले होते.

"कोन्बान्वा," मायुमीने हळूच वाकत त्यांना अभिवादन केलं आणि मग आपला लॅपटॉप आणि डिजिटल कॅमेरा नीट लावण्यात ती गर्क झाली. त्या गुळगुळीत पॉलिश केलेल्या टेबलावर त्याच्या होणाऱ्या आवाजाने ती किंचित चरकलीच. हे असे कर्कश स्वर तिला आवडत नसत. ते तिला धारदार सुरीने कापत गेल्यासारखे वाटायचे.

तेत्सुयो तिच्याकडे बघून हसला. ह्या परक्या देशात आणि त्याहूनही विचित्र कारणासाठी आलेल्या त्या सर्वांना घरच्यासारखं वाटावं म्हणून तिची धडपड चालली आहे हे पाहून तो खूश झाला होता. त्याची राहणी उच्च दर्जाची असली आणि त्यानी यु.एस.मध्ये यश मिळवलेलं असलं तरी मनातून, ज्याने जपान काही वर्षांपूर्वी सोडलं होतं, असा तो एक साधा माणूस होता. त्याच्या दृष्टीने जपान हे नेहमीच त्याचं घर होतं आणि जेव्हा कुणी अगदी छोटंसं जपानी अभिवादन करून त्याला मान द्यायचं, तेव्हा त्याला ते आवडायचं. त्याने एक सुस्कारा सोडला. तिच्यासारखी एक तरुण मुलगी, वयस्क माणसांना मान देतेय हे बघून त्याला बरं वाटलं. म्हणूनच आपली मुलं इतकी अमेरिकन बनली नसती आणि घरातही

आपल्या हक्कांबद्दल लढत राहिली नसती तर बरं झालं असतं असं त्याला कधीमधी वाटायचं. पण त्याच्या बायकोने त्याला सांगितलं होतं की ते आपली मुलं जपानी पद्धतीने वाढवूच शकत नव्हते. कारण ह्या भयानक चढाओढीच्या अमेरिकन जगात त्यांचा टिकाव लागला नसता.

"तर मग काय परिस्थिती आहे?" अकिराने जरा जोरातच विचारलं. त्यांची विचारचक्रं सुरू झाली आणि प्रत्येकजण टेबलाभोवती एकमेकांकडे तोंड करून चर्चेसाठी तयारीत बसला.

"आम्ही मियोको नावाच्या स्त्रीचे वंशज असण्याची संभावना असलेल्यांचे काही पत्ते मिळवू शकलो आणि आम्हाला मिळालेल्या संक्षिप्त माहितीवरून ती तुमची आई आहे असा माझा समज आहे, होय ना मि. आकिनिचो?" पॉलने सुरुवात केली. "ही मीटिंग संपली की आम्ही त्या पत्त्यावर जायचा, तिथं राहणाऱ्या लोकांची तपासणी करण्याचा आणि त्यांच्याकडून काही माहिती मिळवण्याचा प्रयत्न करू."

"आभारी आहोत, पण मला मुद्दाम उल्लेख करावासा वाटतो की, तुमच्या वेगाने काम करण्याच्या वृत्तीचं मला कौतुक वाटतं." तेत्सुयो म्हणाला. जरी त्याचा आवाज शांत होता तरी त्याच्या हृदयाचे ठोके अनियमित झाले होते. त्यांनी त्याच्या आईशी जोडणारा दुवा शोधला होता आणि त्याबद्दल काय विचार करावा हेच त्याला समजत नव्हतं. त्याचा एक भाग उत्तेजित झाला होता आणि दुसऱ्या भागाला ते सर्वजण उठवत असलेल्या धुरळ्याची भीती वाटत होती. ज्या वेळी तो धुरळा खाली बसेल आणि तिथं फक्त एकच विजयी शिल्लक राहील, त्या वेळी काय घडेल?

तेत्सुयोला थोडा वेळ काढायचा होता. त्याला आताच धुरळा उडवायचा नव्हता. त्यामुळे तो म्हणाला, "नाही, तुम्ही सरळ एखाद्याला गाठू नये असं मला वाटतं. सोमवारच्या आधी आपल्याला कुणाला सावध करायचं नाही, तेव्हा आपण जास्त घाई करण्यात अर्थ नाही."

"ठीक आहे, मला तुमचा मुद्दा समजला." पॉल म्हणाला, "आम्ही नुसते जातो आणि त्या जागेच्या आजूबाजूला आज रात्री थोडा तपास करतो. आमच्या जे काही हाती लागेल ते तुम्हाला कळवितो."

"दुसरी आणखी एक गोष्ट आहे आकिनिचोसाहेब," मायुमी म्हणाली, "त्या ऐतिहासिक पुरातन नोंदणी कर्मचाऱ्याने मला तुमच्या आईला कुठे पुरलंय त्या दफनभूमीचा पत्ता दिला. ह्यात तुम्हाला नक्कीच स्वारस्य असेल. मी तिथं जाऊन दफनभूमीतील दगडांचे फोटो घेतले आहेत. ते बघावे असं तुम्हाला वाटतंय का?"

त्या खोलीत एकदम शांतता पसरली. मायुमीला तेत्सुयोच्या जोराचा श्वास आणि त्याच्या जबड्याच्या डाव्या बाजूला उडणाऱ्या स्नायूचा आवाज ऐकू येत होता. तेवढाच काय तो शांततेचा भंग होत होता. तेत्सुयोला बोलण्याची भीती वाटत होती. त्यामुळे त्याने मान डोलावली आणि जेव्हा मायुमीने लॅपटॉपचा स्क्रीन त्याच्याकडे करून तो चालू केला, तेव्हा तो भुरळ पडल्यागत टक लावून पाहू लागला.

त्या जपानी दफनभूमीचे – त्याच्या आईच्या अखेरच्या विश्रांतिस्थानावर लावलेल्या, त्या सामान्य दगडाचे, डिजिटल कॅमेऱ्याने काढलेले फोटो एकदम स्पष्ट होते. तो एकाकी, करडा दगड फारच एकटा आणि दुःखी वाटत होता. त्याच्या समोर ठेवलेली त्या कोमेजलेल्या फुलांची फुलदाणी त्या दगडाला ताजेपणा आणू शकत नव्हती. तो थडग्यावरील दगड, एका सुंदर स्त्रीचं घर होता, तिचं आयुष्य तारुण्यातच संपलं होतं आणि तिथं घडलेली शोकांतिका त्यांच्यापैकी कुणालाच माहीत नव्हती. त्यानी तिला मनातून मागे ढकलण्याचा प्रयत्न केला होता, परंतु त्याच्या आयुष्यातील जागेवर हक्क सांगण्यासाठी ती परत येत होती. मायुमीच्या कॉम्प्युटरवरच्या स्क्रीनवरील त्या थडग्याचं दुःख त्या टेबलाभोवती जमलेल्या सर्वांना जाणवत होतं, त्यांना एक शिरशिरी जाणवत होती आणि ती नक्कीच त्या वातानुकूलित हवेमुळे नव्हती.

तेत्सुयोच्या चेहऱ्यावर निस्तेज गूढ असा भाव पसरला होता आणि तो भावनांनी भरून गेलाय हे मायुमीला कळलं होतं. त्यामुळेच त्याला मुखवट्याच्या आड दडावं लागलं होतं. रडून स्वतःची बदनामी करावी लागणार होती. त्या हृदय पिळवटून टाकणाऱ्या भावनांबद्दल कुणीच त्याला दोष देऊ शकत नव्हतं. एखाद्या माणसाला घरापासून हजारो मैल दूर, एखाद्या लॅपटॉपच्या स्क्रीनवर, आपल्या स्वतःच्या आईच्या दफनभूमीतील अगदी सामान्य, निर्दय, करड्या दगडाला एकाएकी सामोरं जावं लागणं ही क्वचित घडणारी घटना होती. सत्ताधीश असलेल्या त्या श्रीमंत, डीएनएच्या बादशहाला त्याच्या आयुष्यातील ह्या दुःखाच्या क्षणी पाहून मायुमीला वाईटच वाटलं.

तेत्सुयो हे जाणून होता की पैशामुळे लोक त्याला ओळखत होते. तो यशाच्या पायऱ्या चढला होता कारण तो अविरत रिसर्च अँड डेव्हलपमेंटच्या कामात पैसा ओतू शकत होता. त्याला समाजातील उच्च स्तरात स्थान मिळालेलं होतं तरी त्याला आंतरिक समाधान मिळालं नव्हतं. आपल्या जीवनात असं काही आहे जे सोडवलं गेलेलं नाही आणि त्याचा हिशोब चुकता करण्याचा दिवस अगदी अनपेक्षितपणे त्याचा दरवाजा ठोकत येईल हे तो नेहमीच जाणून होता.

त्या लॅपटॉपच्या स्क्रीनवरील, एके काळी त्याची आई असलेल्या त्या मातीच्या ढिगाकडे तेत्सुयो टक लावून पाहत राहिला.

तेत्सुयोला त्या मातीच्या ढिगाऱ्याखाली झोपलेल्या त्या स्त्रीबद्दल आणि तिने मागे ठेवलेल्या तिच्या वंशजांबद्दल जास्त जाणून घ्यायची अनिर्बंध ओढ वाटू लागली. त्या वंशजांचा पत्ता मायुमीकडे असल्याचं ती म्हणाली होती. त्याला एवढंच करायचं होतं की टॅक्सी त्या पत्त्यावर घेऊन जायची आणि निष्ठुर, विसरल्या गेलेल्या, थडग्यात विसावलेल्या त्या स्त्रीचं रक्त ज्यांच्या धमन्यांतून वाहतंय त्यांच्यासमोर जाऊन उभं राहायचं. परंतु त्याने तो मोह आवरला. त्या ठिकाणी असलेल्या कुणाची तरी ह्या सापळ्यात त्याने अडकावं अशी इच्छा होती, ह्याची त्याने स्वत:ला आठवण करून दिली. त्याला त्यांच्या खेळात त्यांनाच हरवायचं होतं.

तिथं पसरलेला नीरव शांततेचा मायुमीने भंग केला. तिने आपला घसा खाकरला आणि काहीशा अस्थिर आवाजात ती म्हणाली, "आकिनिचोसाहेब, ह्या फोटोमुळे जर तुम्हाला दु:ख झालं असेल तर मला क्षमा करा. परंतु हे तुम्हाला कळायला हवं असं मला वाटलं. रात्री ते फोटो मी नंतर ई-मेलवरून तुम्हाला पाठवीन. अर्थात जर तुम्हाला चालणार असेल तरच!"

तेत्सुयोच्या मनात त्या फोटोमुळे उठलेल्या भावनांच्या कल्लोळामुळे ती काहीशी हवालदिल झाली होती आणि त्यामुळे त्यांना अति त्रास झाला नसावा अशी आशा करत होती.

परंतु तिला बरं वाटलं की तेत्सुयोने मान डोलावली आणि तो म्हणाला, "नाही, तू ते फोटो मला दाखवलेस म्हणून बरं वाटलं. ही काही चांगली गोष्ट नव्हती, पण टाळताही येण्यासारखी नव्हती. शक्य तितक्या लवकर ते फोटो तू मला पाठव. मला त्याच्या प्रती माझ्या नोंदवहीत लागतील."

अकिरा उठून उभा राहिला. त्याने आपली फाईल बंद केली आणि तो म्हणाला, "तर मग ही मीटिंग संपली असं मला वाटतं! हा सबंध दिवस तसा धावपळीचाच गेलाय आणि त्या पत्त्यावर तपास करण्याआधी तुम्हा दोघांना विश्रांतीची जरुरी आहे असं मला वाटतं. उद्या सकाळी नाश्त्यासाठी ह्या जागी भेटण्याबद्दल काय विचार आहे तुमचा? आणि जर तुम्हाला ताबडतोब चर्चा करावी असं काही सापडलं तर आम्हाला केव्हाही फोन करा."

"हो, मला हे योग्य वाटतंय." पॉल उठून उभा राहिला. त्याच्या तपासाच्या पुढच्या पायरीआधी त्यांना थोडा अवधी मिळणार होता म्हणून त्याला बरं वाटलं. त्याला जरा थकल्यासारखं वाटत होतं आणि अंघोळ करून ताजंतवानं होण्याची गरज होती. इथली गर्मी खूपच त्रासदायक होती!

तेत्सुयो उठून उभा राहिला आणि किंचित मान हलवून तो खोलीतून बाहेर

पडला. त्याच्या चेहऱ्यावर अजूनही त्या आक्रसलेल्या रेषा होत्या आणि मायुमी बेचैन होऊन त्याच्या ताठ पण अस्वस्थ चालीकडे पाहत राहिली. ज्याच्याकडे काही न सांगता येण्यासारखं गंभीर काम आहे अशा माणसासारखा तो दिसत होता. तो काय करणार ह्याचा मायुमी विचार करीत होती. कदाचित तिने त्याच्या आईच्या थडग्याचे ते हृदय पिळवटून टाकणारे फोटो असे अचानक त्याच्यापुढे सादर करायला नको होते. कोणत्याही पूर्वसूचनेशिवाय त्याला त्याची आई ही एक निव्वळ मातीची रास म्हणून उरली होती हे पाहावं लागलं होतं. त्या थडग्यावर जवळजवळ काहीच निशाणी नव्हती आणि ते थडगं सिंगापूरमधील दफनभूमीमध्ये वेश्यांसाठी ठेवलेल्या एका कोपऱ्यात होतं. ही कडवट गोष्ट पचविणं हे त्याच्यासारख्या ताकदीच्या माणसाच्याही पलीकडची गोष्ट होती. ह्या अशा दृश्याने कोणीही गारद झालं असतं. तेत्सुयो आकिनिचोसारख्या उच्च स्थानावर असलेल्या माणसाला तर हे जास्तच कठीण होतं.

"कदाचित हे फोटो मी असे अचानक घाईने त्याला दाखवायला नको होते आणि जपानी पद्धतीप्रमाणे त्याच्या भावनांचा विचार करायला हवा होता. परंतु तो जपानी आहे, अमेरिकन नाही हेच मी विसरते. मी बरोबर केलं असं वाटतं का तुम्हाला, पॉल साहेब?" ती मोठ्याने म्हणाली.

"अर्थात तू योग्यच केलंस," पॉल म्हणाला, "अमेरिकन किंवा जपानी असण्याचा इथं काही संबंध नाही. सत्य हे सत्य असतं आणि ही समस्या सोडवण्यासाठी आपण इतक्या दूर आलो आहोत, की मग त्यामुळे कुणी आणि कितीही दुखावलं गेलं तरी, जर त्यांना स्वत:बद्दलच काही ठाऊकच नसेल, तर त्यांना धमकी देणाऱ्या माणसाचं मन आणि त्या गोष्टी कशा घडत आहेत हे मि. आकिनिचोना कसं कळणार? काही झाले तरी आपल्याला इथे तपासासाठी पाठवण्यात आलं होतं आणि ह्या तपासातील किती भाग आपल्या अशिलाला उघड करायचा हे आपण ठरवायचं नाही. एक लक्षात घे, ते ह्या तपासासाठी आपल्याला पैसे देतायत, त्यामुळे त्यांना सर्व माहिती जाणून घेण्याचा हक्कच आहे!"

"हो, तू म्हणतोस ते बरोबरच आहे." मायुमी म्हणाली, "परंतु जपानी लोकांबद्दल तुला सांगायचं तर, आम्हाला दुसऱ्या माणसांच्या भावनांची काळजी घ्यावीच लागते आणि ते दुखावतील असं काही बोलणं किंवा करणं टाळावं लागतं. परंतु मी हे मान्य करते की ह्या परिस्थितीत आपल्याला वेगळेच नियम लावावे लागत आहेत आणि जपानी पद्धतीने गोष्टी करण्यावर भर देऊन आपले डावपेच हे दुर्बल करायचे नाहीयेत."

ह्या केसला आलेल्या गतीनं पॉलला घेरून टाकलं होतं आणि आपण थकलोय, आपल्याला अंघोळीची गरज आहे हे तो विसरलाच. त्याची नजर

आपल्या घड्याळाकडे गेली. संध्याकाळचे अवघे सहाच वाजले होते आणि विषुववृत्तावर सात वाजून गेल्यावरही उजेड टिकून असायचा. ह्याचा अर्थ त्यांना टॅक्सी पकडून मायुमीने सकाळी दिलेल्या पत्त्यावर जायला वेळ होता.

''मला माहीत आहे तुझा सबंध दिवस तसा कामात गेलाय. परंतु तू जी जागा आज शोधून काढलीस, तिथं आपण जावं असं मला वाटतं. कारण ही फेरी निव्वळ निरीक्षणाची आहे, तोंड देण्यासाठी नाही. त्यामुळे फार वेळ मोडणार नाही.'' पॉल म्हणाला, ''तुला हे करायला जमेल की मी एकटाच जाऊ? तुझ्या कामाचा आजचा भाग तू पुरा केलायस आणि जर तुला विश्रांती हवी असेल तर त्याबाबत मी आक्षेप घेणार नाही! मी हे स्वत: करीन आणि काही झालं तरी हा माझा भलामोठा पार्श्वभाग रस्त्यावर नेणं गरजेचं आहे! ''

मायुमी खुर्चीवरून ताडकन उठली. तिने ह्या आधीच लॅपटॉप बंद केला होता आणि तक्रारवजा स्वरात म्हणाली, ''तुम्ही एकटं जाणं हे काही चालणार नाही पॉल साहेब. मी तुमच्या बरोबर आहे आणि नेहमी बरोबरच राहणार! ''

''ठीक! ठीक!'' शांतीसाठी निर्देश म्हणून पॉलने हात वर केला. ''मला एवढीच काळजी वाटत होती की खूप थकली असशील आणि कुणी माझ्यावर मी माझ्या सहकाऱ्यांकडून जास्त काम करून घेतो असा आरोपही करायला नको! अर्थात तुझ्याबरोबर काम करणं मला नक्कीच आवडतं.''

''मग हे ठरलं तर. मला खोलीवर जाऊन हा लॅपटॉप ठेवण्यापुरता दोन मिनिटांचा अवधी दे. मी पटकन लॉबीमध्ये तुला भेटते.'' मायुमी म्हणाली आणि पॉलने काही उत्तर देण्याआधी ती लॉबीमध्ये असलेल्या लिफ्टकडे लांब ढांगा टाकत गेलीसुद्धा.

पॉल त्या क्रोम, लाकूड आणि काचेनं मढवलेल्या चकचकीत लॉबीत गेला आणि मोठ्या सोफ्यावरच्या मऊ उशांच्या ढिगात जाऊन बसला. मनाला शांत करणाऱ्या तिथल्या संगीतात तो बुडून गेला. लॉबीत जमलेल्या गर्दीकडे तो केवळ सवयीने पाहत असताना त्याने तेत्सुयोला घाईने हॉटेलबाहेर पडून सफेद लिमोझीनमध्ये बसताना पाहिले. तो एकटाच अशा घाईत कुठे जात असावा ह्याचा पॉलला विचार पडला.

मायुमीनं सांगितलं होतं त्यापेक्षा आणखी काही मिनिटं घेतली आणि जेव्हा ती लिफ्टमधून बाहेर आली, तेव्हा तिला का उशीर झाला ते त्याला कळलं. तिने कपडे बदलून जीन्स आणि एक विटलेला टी-शर्ट घातला होता आणि ती थोडी ताजीतवानीही झाली होती.

''जेव्हा मी घाणेरडं डिटेक्टिव्हचं काम करते तेव्हाचा हा माझा गणवेष आहे.'' तिला पॉलच्या भुवया उंचावलेल्या दिसल्या तेव्हा ती म्हणाली, ''त्यामुळे मी

कोणाच्या लक्षात येणार नाही. परंतु आज मात्र हा वेळेचा अपव्ययच होणार आहे ना? कारण पॉल, इथं तुला कोणीही, कुठेही ओळखेल. ''

पॉलने तिच्या पाठीवर खेळकरपणे गुद्दा मारला आणि तो म्हणाला, "चल जाऊ या. अनोळखी जागा शोधण्याचं काम अंधार पडायच्या आत उरकू या."

सिंगापूरच्या त्या फॅशनेबल ऑर्चर्ड रोडवर ऑफिसमधील कर्मचारी, जेवायला जाणारे लोक आणि खरेदीला निघालेल्या लोकांची संध्याकाळची गर्दीची वेळ होती. टॅक्सीसाठी जवळजवळ दहा मिनिटं थांबल्यावर तिथल्या हॉटेलमधील नोकराच्या सल्ल्यानुसार त्यांनी टॅक्सीसाठी फोन केला. फोन जाताच जादू घडावी तशी एक टॅक्सी तीन मिनिटांत आली. हॉटेलमधल्या त्या मुलाचं बरोबर होतं. रेडिओची सोय असलेल्या त्या टॅक्सीसाठी लागू असलेल्या डॉलर्सच्या जादा आकारणीमुळे काम चोख झालं होतं.

पॉलने त्या नोकराला बक्षिसी दिली आणि ते एकदाचे टॅक्सीत बसले. मायुमीने त्या ड्रायव्हरला तो पत्ता दाखविला आणि त्याच्या चेहऱ्यावर पसरलेल्या खुशीच्या हास्याने त्यांना सांगितलं की ते ठिकाण बरंच दूरचं होतं. ऑर्चर्ड रोडवरच्या त्या रुंद, सुंदर रस्त्याच्या दुतर्फा आता घोळके जमू लागले होते आणि तेथील फॅशनेबल पोशाख केलेल्या स्त्रिया आणि पर्यटक ह्यामुळे वातावरणाला आलेल्या विश्वबंधुत्वाच्या भावनेमुळे मायुमीचे मन मोहून गेले होते.

सूर्याची भयंकर उष्णता काहीशी कमी झालेली होती आणि आता लांब आळसावलेल्या सावल्या रस्त्यावर पडल्या होत्या. सिंगापूरच्या बाजाराच्या उच्च स्तरात ही दिवसातली एक उत्कृष्ट वेळ होती. ह्या वेळी रस्त्यावरच्या उघड्या कॅफेमध्ये आणि रेस्टॉरंटमध्ये लोक आरामात बसत आणि अशा वेळी सर्व गोष्टी आरामदायी असत. मायुमीच्या मनात आलं की त्या बेटावर, त्या वातावरणात गुरफटून जाण्यासाठी आपल्याला वेळ मिळाला असता तर किती बरं झालं असतं! परंतु ज्या गतीने ही केस वेग घेत होती त्यावरून तरी ते शक्य वाटत नव्हतं.

पॉल आणि मायुमी बाहेरच्या रस्त्यावरच्या दृश्यात इतकी गुंगून गेली होती की टॅक्सी हमरस्त्यावर शिरलेली त्यांच्या लक्षातच आलं नाही. परंतु रस्त्यावरचे दिवे लागू लागले तेव्हा त्यांच्या लक्षात आले की ते चौपदरी हमरस्त्यावरून वेगाने जात आहेत. त्या शहराच्या मध्यवर्ती भागातून बाहेर वुडलँड्स नावाच्या ठिकाणाकडे जात होते.

ती टॅक्सी द्रुतगती मार्गावरून बाहेर पडल्यावर आकाशाच्या क्षितिजावर उंच इमारती दिसू लागल्या आणि प्रथमच पॉल थोडा चिंतातुर झाला. युनायटेड स्टेट्समध्ये तो कामावर असताना नेहमी आपलं रिव्हॉल्व्हर घेऊन फिरायचा. परंतु त्याला असं सांगण्यात आलं होतं की जपानमध्ये पिस्तूल बरोबर घेण्यासाठी

कडक निर्बंध होते आणि सिंगापूरमध्ये खास परवाना असल्याशिवाय तुमच्याकडे असं हत्यार सापडलं तर त्याला मृत्युदंडाची शिक्षा होती! पॉलला ह्याबाबतीत काही चूक करून मृत्यूला सामोरं जायचं नव्हतं. म्हणून त्याने आपलं रिव्हॉल्व्हर नाखुषीने मागे ठेवलं होतं.

त्याचा हात नकळत कमरेच्या पट्ट्याकडे गेला. तिथं तो आपलं छोटं रिव्हॉल्व्हर शर्टात दुमडून ठेवायचा. परंतु आज तिथं काही नव्हतं आणि ह्या हत्याराशिवाय, आपल्यावर बरोबरच्या स्त्रीचे संरक्षण करण्याची जबाबदारी असताना, आपण असहाय असल्याचं त्याला जाणवलं. त्याची वाइटातील वाईट कामं नेहमी शिव्या आणि धमक्या ह्यावरच संपायची. तरी काही वेळा अशा होत्या की त्याला हत्यार उगारून धमक्या दिल्या गेल्या होत्या आणि एकदोनदा तर बंदुकीच्या गोळ्यांनाही तोंड द्यावं लागलं होतं. त्यामुळेच त्याचं संरक्षक कॉलबी रिव्हॉल्व्हर नसताना पॉलला बेचैन वाटायचं. त्याने जेव्हा खाजगी डिटेक्टिव्ह व्हायचं जाहीर केलं होतं, त्या दिवशी त्याच्या वडिलांनी त्याला ते छोटंसं रिव्हॉल्व्हर दिलं होतं.

२५

सिंगापूर

संध्याकाळचे पाच वाजले होते आणि जिमी फुनान सेंटरमधील डेलीफ्रान्स ह्या कॅफेमध्ये बसला होता. हा कॅफे सिंगापूरमधील इलेक्ट्रॉनिक्सच्या मॉलमध्ये होता. त्याने स्वत:साठी एक ट्युना सँडविच आणि एक सेव्हन अप मागवलं होतं. परंतु आता त्याच्या लक्षात आलं, तो इतका घाबरलेला होता की त्याला खाण्यापिण्याची इच्छा होणं शक्य नव्हतं. वैताग नुसता! पण त्याला मनाविरुद्ध खावंच लागणार होतं. कारण सँडविच आणि सेव्हन अप या त्याच्यासारख्यासाठी महागडी गोष्ट होती. त्याने ट्युना मासा घातलेला सँडविचचा तुकडा दातांनी तोडला आणि तो तुकडा तो चघळू लागला, पण त्याला चवच लागत नव्हती. तो सँडविच खात असताना त्याची नजर त्या कॅफेच्या प्रवेशद्वाराकडे आणि हॉलकडे येणाऱ्या दोन जिन्यांकडे लागलेली होती. मिनिटं पळत असताना त्याला नेहमी येणारा राग वाढतच गेल्याचं त्याला जाणवलं. जे लोक ठरलेल्या वेळी येत नसत, त्यांचा त्याला रागच यायचा. कारण त्यामुळे दुसऱ्याबद्दलचा अनादर दिसायचा आणि त्याला तो स्वत:चा अपमान वाटायचा.

हेन्री आता कुठे गेला होता? का त्याचा विचार बदलला होता?

काळ्या बाजारातून बंदूक मिळवण्यासाठी जिमी कुणाशी संपर्क साधावा, ह्याच्या शोधात होता आणि ते फारच अवघड काम होतं. सिंगापूरमध्ये तुमच्याकडे

बंदूक असणे हा मृत्युदंडप्राप्त गुन्हा होता. त्यामुळे हत्यारं विकण्याच्या धंद्यावर कडक निर्बंध असायचे आणि जोपर्यंत दुसरं काही सिद्ध होत नाही तोपर्यंत प्रत्येकजण हा हत्यारांच्या चोरट्या व्यापारातील दलाल आहे असा संशय घेतला जायचा. तिथे संपर्कासाठी सुद्धा कडक सुरक्षाव्यवस्था होती. त्यानंतर मग एखाद्या विक्रेत्यापर्यंत पोहोचता यायचं आणि अगदी सुदैवानं जिमीला त्याच्या शाळासोबत्याचा नंबर मिळाला होता. त्याचा हा शाळासोबती नेहमीच कायद्याच्या कचाट्यात सापडायचा आणि त्याने आपली कुमारवयीन वर्षं बालकारागृहात आत-बाहेर करण्यातच घालवली होती. माध्यमिक शाळेत असताना त्याने त्याच्या बरोबर मादक द्रव्यांची नशा करण्यासाठी जिमीचं मन वळवलं होतं, पण सुदैवाने जिमीला आपल्या फेफरं येण्यावर त्याचा काय परिणाम होईल, ह्याची भीती वाटली. त्यामुळे तो त्याच्या आग्रहाला बळी पडला नाही.

फक्त हेन्रीच त्याला बंदूक मिळवायला मदत करू शकला असता. त्यामुळे जिमीने आपलं मन बदलण्याआधी आणि कच खाण्याआधी त्याचा नंबर फिरवला. हेन्री जेव्हा फोनवर आला आणि बोलला, तेव्हा जिमीचा आपल्या नशिबावर विश्वासच बसेना. कारण एका दशकाच्या कालावधीत जागा बदलणं आणि स्वत:चा फोन नंबर बदलणं ह्याची शक्यता जास्त होती. विशेषत: हेन्रीसारख्या धोकेबाज आणि संशयास्पद आयुष्य जगणाऱ्या माणसाच्या बाबतीत तर ती शक्यता जास्तच होती.

हेन्रीने शाळा सोडल्यापासून त्यांचे संबंध राहिले नव्हते. एका टोळीयुद्धात सापडल्यावर हेन्रीला बालसुधार संस्थेत दाखल केलं गेलं होतं. त्याच्याकडून जिमीला काहीतरी हवंय हे हेन्रीने ताबडतोब ओळखलं आणि त्यामुळे इकडचं तिकडचं बोलण्यात वेळ न घालवता त्यांनी सरळ मुद्द्याला हात घातला.

"मला एक रिव्हॉल्व्हर हवंय." जिमी म्हणाला, "मला वाटतं की तुझे अशा लोकांशी संबंध असल्यामुळे ते तुला मिळू शकेल आणि मी पैसे द्यायला तयार आहे."

दुसऱ्या बाजूने कुत्सित हसणं कानावर आलं. हेन्री म्हणाला, "जिमी टॅन, तुला नक्की बंदूक हवीय?"

जिमीचा जबडा आक्रसला आणि त्याने दात आवळले. आता पुन्हा सुरुवात झाली होती. अगदी हेन्रीसारखा बिघडलेला मुलगाही त्याची टर उडवत होता. जिमीला हातातील फोन खाली फेकावा अशी तीव्र इच्छा झाली पण त्याने स्वत:ला सावरलं. बंदूक मिळवण्यासाठी त्याचा हेन्री हाच एकमेव मार्ग होता. त्यामुळे त्याची जरी त्या गुंडाकडून चेष्टा झाली तरी ती त्याला सहन करायला हवी होती.

त्यामुळे जिमीने राग गिळला आणि तो शांतपणे म्हणाला, "मला ती काही विशिष्ट कारणासाठी हवीय. परंतु हे लक्षात ठेव हेन्री, ज्या तऱ्हेने तुझा व्यवसाय

चालतो तिथं तू काही फी घेऊनच ते गिऱ्हाइकाला देतोस आणि कोणतेही प्रश्न न विचारता तू हा व्यवहार करतोस. अजूनही त्यात बदल झाला नसावा!''

''होय, अर्थात जिमी, आम्ही टोळीवाले असाच व्यवहार करतो. मी गंमत करत होतो.'' हेन्री म्हणाला, ''परंतु मी व्यवहार फोनवर करत नाही. जो व्यवहार आपण करतोय तो फार धोक्याचा आहे. त्यामुळे आपण समोरासमोर येऊन बोलावं असं मला वाटतं. आपलं संभाषण कुणी ऐकतंय हेही तुला कधी कळणार नाही आणि दुसरं म्हणजे तू खरंच जिमी टॅन आहेस का नाही हेही मला माहीत नाही!''

दुसऱ्या दिवशी ऑर्चर्ड एम.आर.टी. स्टेशनच्या गेटबाहेर त्यांनी भेटायचं ठरवलं, जिथं माणसांच्या गर्दीमुळे आणि आवाजामुळे त्यांचं बोलणं कुणाला ऐकू जाणार नव्हतं आणि प्रत्येकजण आपल्या कामात इतका व्यग्र होता की त्यांच्याकडे कुणाचं लक्षही जाणार नव्हतं. हेन्री दहा मिनिटं उशिरा आला. जिमीच्या लक्षात आलं की त्याचे कपडे व्यवस्थित होते आणि तो अंगाने चांगला भरलाही होता. हे उघड होतं की गुन्हेगारी त्याला पैशाच्या दृष्टीने मानवली होती.

हेन्री सौदा करण्यात पटाईत होता. त्याने ३००० हजार डॉलर्स ताबडतोब देण्याची मागणी केली आणि एक सेंटही कमी करण्याची त्याची तयारी नव्हती.

''आम्ही बंदुकीचा व्यवहार करण्यात आमच्या जिवाचा धोका पत्करतो आणि पैसे व्यवस्थित मिळाले नाहीत तर हा व्यवहार करणंच योग्य नाही. चालू भाव कमीतकमी ५००० आहे. परंतु तू माझा शाळासोबती आहेस म्हणून मी ते तुला ३००० डॉलर्सला देतोय.'' हेन्री म्हणाला आणि उपहासात्मक हसत त्याने पुढे सुरुवात केली. ''कल्पना कर, की बंदूक घेऊन तू एखादी बँकही लुटशील आणि शेकडो, हजारो डॉलर्स घेऊन पळून जाशील. त्यामुळे अशा फायद्यापुढे ३००० डॉलर्स ही तशी क्षुल्लक रक्कम आहे, नाही का?''

जिमीने आपली बँकेतील शिल्लक सकाळी मोजली होती आणि दोन नोकऱ्या करूनही त्याच्याकडे ३००० डॉलर्सपेक्षा फारशी जास्त रक्कम नव्हती. यात त्याच्या खिशातील पै न् पै जाणार होती. परंतु ह्यातून दुसरा मार्ग नव्हता कारण त्याला प्लॅन- बीसाठी बंदुकीची गरज होती. त्यामुळे जेव्हा त्याच्या लक्षात आलं की हेन्री एक सेंटही कमी करणार नाही, तेव्हा त्याने ती रक्कम मान्य केली आणि मग त्या दोघांनी परस्परांचे मोबाइल नंबर घेऊन निरोप घेतला.

''माझ्या एसएमएसची वाट पाहा,'' हेन्री म्हणाला. ''तुझ्यासाठी योग्य शस्त्र माझ्या माणसाला मिळालं की मी तुला एसएमएस करीन. ह्यासाठी दोन-चार दिवसांचाही अवधी लागतो.''

हे चार दिवसांपूर्वी घडलं होतं आणि जिमी आतुरतेने त्याच्या एसएमएसची दररोज वाट पाहत होता. शेवटी त्याने आशाच सोडली. आणि नेमका तो ज्या वेळी

आठ वाजता पहिल्या नोकरीवर जाण्याच्या तयारीत होता, त्या वेळी त्याचा मोबाइल वाजला.

तो हेन्री होता. एसएमएस करण्याऐवजी त्याने फोन करायचं ठरवलं आणि जणू काही दुसरं कोणी ऐकेल म्हणून तो कुजबुजत म्हणाला, ''जिमी, माझ्याकडे तुला हवं असलेलं सामान आहे. मला आज संध्याकाळी साडेचार वाजता फुनान सेंटरमधील डेलीफ्रान्समध्ये पैसे घेऊन भेट.''

त्याने फोन बंद केला तेव्हा जिमी एवढा थरथर कापत होता की आपल्याला फेफरं तर येणार नाही ना अशी भीती त्याला वाटत होती.

''नाही,'' तो कुजबुजला, ''नाही, आज फेफरं चालणार नाही. प्लीज... एक दीर्घ श्वास घे, कशावर तरी लक्ष केंद्रित कर, दीर्घ श्वास, दीर्घ श्वास...''

मग हळूहळू ते झटके आणि थरथर थांबली आणि एक अद्वितीय असा शांतपणा त्याच्या शरीरभर पसरला. जिमीच्या लक्षात आलं की फेफऱ्यांचा एक मोठा झटका येण्याआधी आपल्या इच्छाशक्तीच्या जोरावर त्याने तो परतवला होता. त्याच्या जीवनावर अनिष्ट परिणाम करणाऱ्या फेफऱ्यांवर त्याने विजय मिळवला होता हे पाहून त्याला बरं वाटलं, ताकाद आल्यासारखं वाटलं. लवकरच त्याच्याकडे येणाऱ्या पैशाचा विचार त्या शापावरही कसं नियंत्रण मिळवू शकतो ही आश्चर्यजनक गोष्ट होती. आज कामावरून लवकर निघून हेन्रीला ठरल्या वेळी भेटायला जायचं त्याने ठरवलं. त्याने आपल्या गादीखाली पैसे तयार ठेवले होते. ते तिथं सुरक्षित होते. कारण त्याला भेटायला कुणी येत नसे आणि एखाद्या चोराने त्याच्यात स्वारस्य घेण्याएवढा तो श्रीमंतही नव्हता.

'आता काहीही मला थांबवू शकणार नाही!' स्वत:वरच्या वाढलेल्या विश्वासाच्या भरात त्याने पुढचा दरवाजा बंद केला तेव्हा त्याच्या मनात आलं.

मग पोट भयंकर खराब झाल्याचं नाटक केल्यामुळे त्याच्या पितृतुल्य सुपरवायझरने त्याला ऑफिस सोडण्याची परवानगी दिली आणि बरोबर साडेचार वाजता तो डेलीफ्रान्स कॅफेमध्ये हेन्री कधी येईल म्हणून वाट पाहत बसला होता.

जिमीच्या घड्याळात पाच वाजले तेव्हा त्याने आपलं खाणं आणि सेव्हन अप जवळजवळ संपविलं होतं. त्याला त्या कॅफेत जास्त वेळ बसून आपल्याकडे लक्ष वेधून घ्यायचं नव्हतं. परंतु तो तेथून हलला नाही. नेमका तो गेल्यावर अपेक्षित माणूस उभा ठाकला तर? देवा, हेन्रीला हे माहीत नव्हतं का, की अशा चोरट्या व्यवहारात कुणाचं तुमच्याकडे लक्ष जाऊ नये ही महत्त्वाची गोष्ट होती? आणि कॅफेत बराच काळ बसणं हे तसं अडचणीत आणणारं होतं. त्याने आपला मोबाइल फोन लावण्यासाठी उचलला. तेवढ्यात हेन्री आला. त्याच्या खांद्यावर एक अगदी साधीशी बॅग होती.

"सॉरी, मला उशीर झाला." तो म्हणाला, "तुला माझ्याकडून जो कॉम्प्युटरचा भाग विकत घ्यायचा होता तो मी आणलाय. हा घे आणि तो मला पैसे देण्याआधी नीट तपासून घे."

त्याने एक छोटीशी प्लॅस्टिकची पिशवी जिमीला दिली. आत डोकावून पाहिल्यावर जिमीने मान डोलावली आणि ३००० डॉलर्स असलेला एक लिफाफा त्याला दिला.

"थँक्स, सर्व गोष्टी चालू स्थितीत असतील." हेन्रीने सांगितले आणि मग हळू आवाजात तो म्हणाला, "मी पुरुषांच्या प्रसाधनगृहात जाऊन पैसे मोजतो. तोवर आणखी पाच मिनिटं इथं थांब, ठीक आहे?"

जिमीने मान डोलावली. बाजूच्या टेबलाशी बसलेल्या एक कुटुंबाने त्यांच्याकडे अगदी सहज नजर टाकली. ते दोघं कॉम्प्युटरच्या भागाचा व्यापार करणारी दोन तरुण पोरं वाटत होती. ही इलेक्ट्रॉनिक्स मॉलमधील अगदी सामान्य गोष्ट होती आणि कुणीही हा अंदाज करू शकलं नसतं की त्यांच्यापैकी एक मुलगा जी प्लॅस्टिक बॅग आपल्या बॅगेत घालत होता, त्यात एक हत्यार होतं; जे बाळगण्याबद्दल मृत्युदंडाची शिक्षा होती.

बाहेरून अगदी शांत असला तरी जिमी आतून अतिशय घाबरलेला होता. त्याच्या घशाला कोरड पडली होती आणि त्याची छाती इतकी दडपली होती की त्याला श्वास घेणं कठीण जात होतं. बंदुकीच्या धातूचा भाग त्या पातळ प्लॅस्टिकच्या पिशवीतून बाहेर आला होता आणि जेव्हा ती पिशवी तो आपल्या बॅगेत ठेवत होता तेव्हा त्याच्या हाताला तो थंड भाग लागला होता. क्षणभर तो घाबरला आणि त्याने ती बंदूक दूर सारली. मग डोळ्यांच्या कोपऱ्यातून त्याने हेन्रीला पुरुषांच्या प्रसाधनगृहातून बाहेर पडून मॉलमधून बाहेर जायच्या दरवाज्याकडे जाताना पाहिलं. तो तिथून अनोळख्यागत निघून गेला आणि जिमीच्या लक्षात आलं की आता परत फिरण्याचे दरवाजे बंद झाले आहेत. तो उठला. त्याने एका खांद्यावर आपली बॅग टाकली. ते अनधिकृत शस्त्र त्याच्या गोंधळलेल्या मनाला जाळत गेलं. तो सिटी हॉलच्या एमआरटी स्टेशनवर चालत जात असताना एक पोलिसांची गाडी त्याच्या बाजून गेली तेव्हा तो जवळजवळ पळालाच.

त्या गाडीतील एक पोलीस ऑफिसर त्याच्याकडे उत्सुकतेने पाहत असल्याचं जिमीच्या लक्षात अल्यावर त्याने दीर्घ श्वास घेतला. 'शांत राहा, स्तब्ध राहा. त्या पोलीस ऑफिसरने बाहेर येऊन तुझ्या बॅगेची तपासणी करायला आणि त्यात ती बंदूक सापडायला नकोय.' त्याने स्वतःला बजावलं. 'हे लक्षात घे की असं बंदुकीसारखं शस्त्र जवळ बाळगणं म्हणजे नुसता कारावासच नाही, तर मृत्युदंडाची शिक्षा आहे. तेव्हा सावकाश चल. नेहमीसारखा चालत एमआरटी स्टेशनला जा.

तू आणि तुझ्या त्या दहा लक्ष युएस डॉलर्समध्ये आता फक्त काही दिवसच आहेत. जिमी, तुझा शेवट नुसता पराजित म्हणूनच नव्हे, तर मृत व्यक्ती म्हणून होता कामा नये हे लक्षात ठेव.'

रहदारीचे दिवे हिरव्या रंगाचे झाले आणि ती पोलिसांची गाडी दुसऱ्या एका गुन्ह्याचा शोध घेण्याच्या मागावर निघून गेली. जिमीने सुटकेचा नि:श्वास सोडला. तो अगदी थोडक्यात बचावला होता आणि पुन्हा त्याला त्यातून जायचं नव्हतं. त्यामुळे त्यानं पटकन घरी जाऊन ती गुन्ह्यात गुंतवणारी बंदूक रस्त्यापासून दूर न्यायचं ठरवलं.

त्या नेहमीच्या सिटी हॉलपासून वुडलँड्सपर्यंतच्या भुयारी रस्त्यावरच्या पंचेचाळीस मिनिटांच्या प्रवासाला आज बराच वेळ लागल्यासारखं जिमीला वाटलं. त्या चालणाऱ्यांच्या गर्दीत, साध्या वेषातील डिटेक्टिव्ह आहेत ह्या कल्पनेने तो बावरला होता. कोणत्याही सेकंदाला आपल्या खांद्यावर भक्कम हात पडेल आणि 'तुझ्या पाठीवरची बॅग उघड!' ही भयानक आज्ञा होईल, हे मनात येऊन जिमी घाबरत होता.

ती ट्रेन जेव्हा त्याच्या नेहमीच्या ठिकाणी पोहोचली, तेव्हा जिमीच्या पाठीवरून घामाचे थंड ओघळ वाहत होते. त्याने स्टेशनवरचं प्रसाधनगृह गाठलं आणि त्याला भडभडून उलटी झाली. त्याला बरं वाटलं आणि मग प्रसाधनगृहाच्या दरवाज्याला टेकून डोळे मिटून तो पुटपुटला, 'आता ठीक आहे जिमी, तू घरी आलायस.'

मग धावतच तो घरी परतला आणि लिफ्ट न वापरता तो जिन्याने सातव्या मजल्यावरील त्याच्या फ्लॅटवर आला. त्याच्या घराच्या पुढच्या दरवाज्याशी येईपर्यंत आणि कुलपाला चावी लावेपर्यंत काही शेजारी त्याला सामोरे आले होते. परंतु कुणीही त्याच्याकडे लक्ष दिलं नव्हतं. कारण सातव्या मजल्यावरील त्या तरुण मुलाच्या चमत्कारिक वागण्याची त्यांना सवय झाली होती. हा तरुण मुलगा बापाच्या मृत्यूनंतर आणखीनच चमत्कारिक झालेला होता. जर त्यांना त्याच्याबद्दल काही वाटतच असेल तर केवळ वाईटच वाटायचं आणि त्यांच्यापैकी काही मायाळू बायकांनी त्याला घरचं जेवण देण्याचा प्रयत्नही केला होता. पण त्याने त्यांच्याकडे दुर्लक्षच केलं होतं आणि दरवाजा उघडायलाच नकार दिला होता.

पुढचा दरवाजा त्याच्यामागे फटकन बंद झाल्यावर जिमी बाहेरच्या खोलीच्या थंड फरशीवर कोसळला आणि हातपाय पसरून जवळ जवळ दहा मिनिटं, त्याच्या भयानक धडधडणाऱ्या हृदयाचे ठोके कमी होईपर्यंत पडून राहिला. तो त्या दिवसाच्या धोकेबाज हालचालींमुळे पार थकला होता, पण त्याने स्वत:ला कसंबसं आवरलं. हातात सिलीकॉनचे हातमोजे घातले आणि ती बंदूक बाहेर काढली. हेन्रीने हे मोजे घालण्याबद्दल त्याला ताकीद दिली होती. त्यामुळे जर काही अडचण आली

तर बोटांचे ठसे त्यावर राहणार नव्हते. त्याने ती छोटी बंदूक तपासली. ती काही त्याच्याकडे असलेल्या इलेक्ट्रिक ड्रीलरपेक्षा मोठी नव्हती. जिमीला मग जाणवलं की ती कशी वापरायची हेच त्याला माहीत नव्हतं. एका वैद्यकीय तपासणीत तज्ज्ञांनी त्याच्या बौद्धिक स्थितीबद्दल काही शंका उपस्थित केल्या होत्या आणि सिंगापूरमध्ये असलेल्या सक्तीच्या राष्ट्रीय सेवेमधून त्याला वगळण्यात आलं होतं. त्यामुळे बंदूक कशी वापरायची हे तो शिकलाच नव्हता.

परंतु त्याची तशी खास गरजच नव्हती. त्याला प्लॅन बी साठी बंदुकीची गरज होती आणि ती सुद्धा घाबरवण्यासाठी. काही गरज पडली तर माहिती असावी म्हणून बंदूक कशी वापरायची हे तो वाचणार होता. ती प्लॅस्टिकची पिशवी कचऱ्याच्या डब्यात फेकण्याआधी त्याच्या लक्षात आलं की ती रिकामी नाही. आत हात घालून त्याने काही बंदुकीच्या गोळ्या काढल्या. त्या प्लॅस्टिकच्या आवरणावर एक गमतीदार चिठ्ठी होती. 'हे तुमच्या बंदुकीसाठी खाद्य! आणि तेही फुकट! तुमचा बंदुकीचा वापर सुखाचा ठरो.'

जेव्हा त्याच्या मोबाइलवर एसएमएस आल्याचा जोरदार आवाज आला तेव्हा तो दचकलाच आणि त्याने हळूच शिव्या हासडल्या. त्या एसएमएसच्या घंटीचा तो कर्कश आणि त्रासदायक आवाज जरा हळू करायला हवा हे त्याच्या लक्षात आलं, कारण हल्ली कोणत्याही कारणाने तो दचकायचा.

ती वैतागवाणी सँड्रा होती. ती रात्री उशिरा त्याला भेटायला येणार असल्याचं सांगत होती. तिचे आईवडील शहराबाहेर गेलेले होते आणि ती कंटाळली होती. जिमी कुरकुरला. देवा, ती मुलगी त्याला एकटं सोडून दुसऱ्या मुलाच्या गळ्यात का पडत नव्हती? सगळ्यांत वाईट गोष्ट म्हणजे तो तिला टाळू शकत नव्हता, कारण त्याला घरात शेवटचा ई-मेल करण्यासाठी थांबायला हवं होतं आणि तो ज्यांना बिझनेस पार्टनर म्हणायचा त्यांच्या भेटीची तयारीही करायची होती.

जिमीने ती बंदूक आणि बंदुकीच्या गोळ्या असलेली प्लॅस्टिकची डबी आपल्या बॅगच्या चोरकप्प्यात ठेवली आणि ती बॅग त्याच्या खोलीत असलेल्या त्या स्वस्तातल्या, अगदी कशाबशा बनवलेल्या लाकडाच्या कपाटात टाकली. ते कपाट त्याला आवडत नसे, कारण त्याने कितीही दरवाजा रेटला तरी ते नीट बंद होत नसे.

'उद्या मी माझ्या कल्पनेच्याही पलीकडे श्रीमंत होईन.' त्याने विचार केला. तो त्या वैतागवाण्या कपाटाला टेकून उभा होता आणि आपल्या मनाला बेलगाम संचार करू देत होता. दहा लाख युएस डॉलर्स त्याच्यासाठी काय करू शकतील ह्या शक्यतांचा विचार करताना, नक्कीच तो जिथं कपाटाची दारं व्यवस्थित बंद होतात अशा चांगल्या फ्लॅटमध्ये राहू शकणार होता!

हो, दहा लाख डॉलर्समधून तो चांगला फ्लॅट घेऊ शकणार होता, कार्स, मैत्रिणी, मित्र इतकेच नव्हे, मानसन्मान, समाजात इभ्रत आणि मान्यताही मिळवणार होता. श्रीमंत होण्याच्या आदल्या संध्याकाळी जिमी टॅनच्या लक्षात आलं की सगळं काही असलेले श्रीमंत आणि काहीच नसलेले गरीब, ह्या दोघांमधील बाजू आणि निष्ठा बदलणं हे समाजात अगदी सोपं होतं. अचानक त्याला जो उन्माद चढला होता तो तितकाच पटकन खाली आला आणि त्याला हवा गेल्यागत विचित्र वाटू लागलं.

२६

सिंगापूर

उष्णप्रदेशात सूर्य पटकन अस्ताला जातो. तिन्हीसांजा झाल्या होत्या. त्या वेळी ती टॅक्सी एका एकासारख्या एक उंच इमारती असलेल्या गृहप्रकल्पाशी पोहोचली. त्या वेळी संध्याकाळ आधीच झाली होती. जणू काही त्या इमारतींच्या वास्तुशिल्पकाराकडे इमारतींचे नमुने उरलेले नव्हते आणि त्यामुळे त्याने रागावून ह्या मोठ्या गृहप्रकल्पावर एकसारखेपणाचा छाप मारला होता. मायुमीने पाहिलं, अगदी आश्चर्यचकित होऊन पाहिलं, अगदी तिथले दिवेही एका फ्लॅटपाठोपाठ दुसऱ्या फ्लॅटमध्ये एकाच वेळी लागले! तिने अंदाज बांधला की ते सरकारी फ्लॅट्स होते आणि सिंगापूरसारख्या जागा कमी असलेल्या प्रदेशातील बरेचसे लोक तिथं राहत होते. तिच्या गाईडबुकमध्ये ह्याचा उल्लेख होता आणि त्यांना हार्टलँड्स असंच म्हटलं होतं.

त्या टॅक्सी ड्रायव्हरने पॉलने दिलेला तो कागदाचा चिटोरा पुन्हा नीट तपासला आणि ज्यांना अ‍ॅव्हेन्यू म्हटलं होतं अशा मोठ्या चक्रव्यूहातून तो कुठे जात होता हे त्याला माहीत होतं असं दिसलं. सरतेशेवटी तो एका इमारतीजवळ थांबला आणि अपुऱ्या उजेडात त्याने त्या इमारतीच्या बाजूवर लिहिलेले ते मोठे आकडे डोळे बारीक करून पाहिले, नं. २३७.

सिंगापूरचे अनेक झेंडे त्या सर्वांच्या सामायिक बाल्कन्यांमधे वाऱ्यावर फडफडत

अजूनही इमारती सुशोभित करत होते. दोन आठवड्यांपूर्वी झालेल्या राष्ट्रीय खेळाच्या समारंभाचे ते अवशेष होते. त्या टॅक्सी ड्रायव्हरने चिल्लर मोजून देताना ही माहिती त्यांना दिली. एक म्हाताऱ्या चिनी लोकांचा घोळका त्या तळमजल्यावरील सार्वजनिक जागेतल्या एका दगडी टेबलाभोवती आणि स्टुलांभोवती जमला होता. ते बहुधा चायनीज बुद्धिबळांचा खेळ खेळत असावेत असं दिसत होतं आणि जेव्हा एकाने आपला घसा मोठ्याने खाकरला आणि तो जमिनीवर थुंकला तेव्हा मायुमी दचकली.

शेजारच्या ब्लॉकमध्ये अगदी अशाच तळमजल्यावरच्या सामुदायिक जागेत एक मोठा तंबू उभारलेला होता आणि त्याच्याभोवती ठेवलेल्या फुलांच्या माळांमुळे ती पेटी जवळजवळ दिसतच नव्हती. एक बुद्ध भिक्षू त्या दफनपेटीभोवती प्रदक्षिणा घालत होता आणि बुद्धधर्मीय मंत्र वाऱ्यावर वाहत त्यांच्याकडे आले. त्या कर्कश घंटानादामुळेच त्यात खंड पडत होता. जिथं लहान मुलं खिदळत होती आणि घसरगुंडी, झोपाळ्यावर आनंदाने किंचाळत होती, तिथल्या मैदानालगतच हा प्रेतयात्रेचा विधी सुरू होता. मुलांचं खेळणं आणि भिक्षूंचं ते शोकाकुल मंत्रपठण यांची एकमेकांशी स्पर्धा चालू होती.

सिंगापूरमधील आश्चर्यजनक सर्वसामान्य जीवनाचे पैलू पाहण्यात दंगलेले पॉल आणि मायुमी क्षणभर त्यांचं खरं काम विसरलेच. ही दृश्यं सुरेखपणा आणि रुबाब असलेल्या त्या ऑर्चर्ड रोड आणि हियात हॉटेल ह्यापासून खूपच वेगळी होती. आपण सिंगापूरमधील लोकांच्या हृदयांत आणि आत्म्यांत डोकावत आहोत आणि आपल्याला हवी असलेली व्यक्ती अगदी तिथं, ह्या लोकांत आहे हे त्यांच्या लक्षात आलं.

मायुमीने त्या झगझगत्या प्रकाशमान दिव्याखाली आपल्या गाईडबुकमध्ये पाहिलं. तो दिवा आताच चालू झाला होता. ती पॉलला म्हणाली, ''ह्या अशा भागांना सिंगापूरचे हार्टलँड्स म्हटलं जातं आणि ते का, ते आपण जाणतोच आहोत.''

ह्याआधी टॅक्सीत पॉलने मायुमीला ह्या केससंबंधी सर्व सांगितलं होतं. तेत्सुयोकडे दहा लाख डॉलर्सची मागणी करणारी धमकी आली होती. त्या बदल्यात त्याने काही दशकं लपवून ठेवलेलं त्या घराण्याचं एक गंभीर गुपित उघड न करण्याचं वचन दिलं जाणार होतं. दुसऱ्या महायुद्धातील एका आग्नेय आशियाई वेश्येचा तो अनौरस मुलगा होता हेच ते गुपित होतं. तो ही बातमी पसरू नये म्हणून अगदी घायकुतीला आलेला होता. नाहीतर त्याला समाजातील आपल्या स्थानाशी, आपल्या स्वतःच्या अभिमानाशी आणि त्याच्या व्यावसायिक आणि वैयक्तिक अशा निष्कलंक इभ्रतीशी तडजोड करावी लागली असती. ती इभ्रत मिळवण्यासाठी त्याने काही दशकं घालवली होती.

पॉलने जे सांगितलं त्यामुळे मायुमीला तसं आश्चर्य वाटलं नाही. कारण ह्या आधीच दोन अधिक दोन करून तिने हे ताडलं होतं. एका गोष्टीने मात्र ती गारद झाली होती. कारण दहा लाख युएस डॉलर्स देण्याबाबतच्या धमकीमुळे ह्या केसचा सारा नूरच बदलला होता आणि त्याला एक वेगळंच दुष्ट वळण लागलं होतं. त्यात एक भयानक धमकी देणारा गुन्हेगार गुंतलेला होता. त्यामुळे हे काम धोकादायक ठरण्याची शक्यता होती. पॉल ग्रिफिन हा तिचा सहकारी थोराड, सुदृढ होता आणि त्याने तिला सांगितले होते की तो कराटेत आणि ॲकिडोमध्येही ब्लॅक बेल्ट होता.

जर नाओकोला, तिच्या चुलतबहिणीला हे कळलं असतं, की ती फारशी ओळख नसलेल्या अमेरिकन माणसाबरोबर हॉटेलमधल्या खोलीत राहिली होती. एवढंच नव्हे, तर धमक्या देणाऱ्यांचा सहभाग आहे अशा एका केसमध्ये त्याला ती तपासात मदत करत होती, तर ती काय म्हणेल ह्या विचाराने मायुमी हादरली. पण ते काम तिने अंगावर घेतलं होतं. मायुमी मागे हटणारी नव्हती. ती ही क्षणैक भीती विसरली हे पाहून तिच्या सहकाऱ्याला बरं वाटलं.

ते २५७ नंबरच्या ब्लॉकपाशी पोहोचले. सुरुवातीला पॉल ह्या टेहळणीसाठी मायुमीला बरोबर आणावं की नाही या विचारात होता. एक युरोपियन माणूस त्यांच्यात आहे हे असामान्य दृश्य पाहून लोक वळून वळून त्यांच्याकडे पाहत होते. हे पाहिल्यावर आपण मायुमीला बरोबर आणलं म्हणून त्याला बरं वाटलं. जरी ती जपानी असली तरी तीही आशियाई होती आणि म्हणून पॉलपेक्षा ती त्यांच्यात चांगली सामावून जात होती.

''सर्वांत आधी आपण पत्रांच्या पेट्या बघायच्या.'' पॉल म्हणाला आणि त्याने मायुमीला इमारतीच्या कोपऱ्यात असलेल्या करड्या रंगाच्या लोखंडी पेट्यांकडे नेलं. त्यांच्याकडे टकमका पाहणाऱ्या लोकांमुळे त्याला अस्वस्थ वाटत होतं. ते त्या प्रदेशातील नव्हते हे अगदी उघड होतं. ते निरीक्षण करून माहिती काढत आहेत याकडे कुणाचं लक्ष जाणार नाही हे शक्य नव्हतं, हे ही पॉलच्या लक्षात आलं.

त्यांना ७०५ क्रमांकाची पत्राची पेटी शोधण्यास थोडा वेळ लागला. पण त्यांना ती पत्रपेटी सापडली. त्यावर नाव लिहिलेलं होते टी.एम. टॅन. जॅपनीज ऑर्किडने जपानी मियाको हे नाव घेण्याआधीचं तिचं नाव. त्या कुटुंबाचं तेच नाव होतं. असं सांगितलं गेलं की तिने मियाको हे नाव आपल्या प्रियकराला खूश करण्यासाठी घेतलं होतं. त्यामुळे तिला जपानी दफनभूमीत पुरता येऊ शकणार होतं.

म्हाताऱ्या माणसांचा तो घोळका आता नाहीसा झाला होता आणि दुसरं कोणी

येण्याआधी पॉलने त्या पत्राच्या पेटीचा फोटो घेतला. मायुमीने त्याला कोपराने ढोसलं आणि ती कुजबुजली, "होय, पुरातन लायब्ररीत नोंद झाल्याप्रमाणे टॅन हे तिच्या कुटुंबाचं नाव होतं आणि तिचं लग्न झालेलं नसल्यामुळे तिच्या मुलानी हेच आडनाव घेतलं हे निःसंशय. पॉल साहेब, तुमच्या लक्षात आलं का, की आपण जपानी ऑर्किडचे एक किंवा अनेक वंशज शोधून काढले आहेत! "

तिचे लाल झालेले गाल आणि चमकणाऱ्या डोळ्यांमुळे जे काही सापडलंय त्यामुळे ती उत्तेजित झालीय हे पॉलला दिसू शकत होतं आणि तोही उत्तेजित झाला होता. सिंगापूरला आल्यावर आजचा दुसरा दिवस होता आणि त्यांच्या तपासाने त्यांना इथपर्यंत पोहोचवलं होतं. त्यांची जी अपेक्षा होती त्यापेक्षाही जास्त चांगलं घडलं होतं!

दोन कुटुंबं त्या इमारतीत शिरली आणि त्यांची नजर उत्सुकतेने या जोडीकडे गेली. विरोधाभास असा की ते दोघं त्या काचेच्या पेटीजवळ उभे होते त्यात, 'एखाद्या व्यक्तीची विचित्र वागणूक किंवा तुमच्या जागेच्या आजुबाजूला संशयास्पद वाटणारे लोक दिसले किंवा एखादी संशयास्पद वस्तू पडली असली तर कळवा– वुडलँड्स परिसर पोलीस ठाण्याची सूचना.' अशी नोटिस होती.

"अरे देवा!" तिने पॉलला कोपराने ढोसलं आणि येणारं हसू आवरलं. "आपण कशाच्या बाजूला उभे आहोत ते तुला दिसतंय का? तो तिथं उभा असलेला भांडखोर दिसणारा माणूस ९११ नंबर फिरवून पोलिसांना बोलावण्याआधी आपण इथून बाहेर पडू या. तू वेगळा आहेस हे अगदी उठून दिसतंय आणि दुसऱ्यांच्या पत्रांबद्दल ज्याला भयानक आकर्षण आहे अशा एखाद्या संशयास्पद माणसासारखा वाटतोयस."

"ह्या बद्दल एखाद्या दिवशी तुझा वचपा काढण्याची मला आठवण कर." पॉलने उत्तर दिले आणि मायुमीला पाठीवर एक स्पष्ट पण खेळकर थाप पडल्याचं जाणवलं. "परंतु सध्या त्या रस्त्याच्या पलीकडच्या ७११ कडे जाऊ या. तुला त्या फ्लॅटवर तपास करायला पाठवण्याच्या आधी प्रथम संशयाच्या धगधगत्या ज्वाळा विझू दे. तुला तिथं एकटीला पाठवणं मला तेवढंसं पसंत नाही. परंतु तरीही मला वाटतं की तू एकटीनंच जावं, कारण तू माझ्याइतकी वेगळी उठून दिसत नाहीस आणि आपण खरंच लोकांच्या नजरेत जास्त येऊ नये असं वाटतं. परंतु तरीही त्या ब्लॉकच्या सार्वजनिक जागेपर्यंत मी तुझ्याबरोबर येतो आणि तिथे तुझी वाट पाहतो."

त्यांनी एका सोयिस्कर अशा स्टोअरमध्ये मासिकं चाळण्यात पंधरा मिनिटं घालवली. २५७ ब्लॉकच्या जागेत परत जाण्याचं ठरवण्याआधी त्यांनी तिथं असलेल्या एका ड्रिंक देणाऱ्या मशिनमधून ड्रिंक घेतलं. ते रस्ता क्रॉस करणार

इतक्यात मायुमी थांबली आणि म्हणाली, ''हे बघ पॉल, मला वाटतं की इथून मी एकटी गेलेली बरी. तू त्या इमारतीच्या आजुबाजूला घोटाळू नकोस. कारण तू स्वत: म्हणालास त्याप्रमाणे मी त्यांच्यात तुझ्यापेक्षा जास्त चांगल्या रीतीने मिसळू शकते. तू तिथे असलेल्या मॅकडोनाल्डमध्ये जाऊन माझी वाट पाहत का नाही थांबत? जर काही अचानक घडलंच तर मी तुझ्या सेलफोनवर तुला फोन करीन.''

''ठीक आहे, मला वाटतं की तुझं बरोबर आहे.'' पॉलने काहीशा नाखुषीने कबुली दिली. ''परंतु तुझा सेलफोन चालू ठेव. तू काही अडचणीत सापडलीस आणि माझ्याकडून मदत मिळू शकत नाही असं व्हायला नकोय. तेव्हा लक्षात ठेव की तू सर्व वेळ संपर्कात असायला हवीस.''

''काळजी करू नको. मोबाइल कायम चालूच असेल.'' मायुमी म्हणाली. ''मलाही मी संपर्कात नाही असं व्हायला नकोय.''

त्यांनी एकमेकांचा निरोप घेतला. पॉल मॅकडोनल्डकडे गेला आणि मायुमीने २३७ ब्लॉककडे जाण्यासाठी रस्ता ओलांडला. तिचे साधेसुधे कपडे आणि केसांच्या बांधलेल्या पोनीटेलमुळे तिच्याकडे कुणी पुन्हा वळून पाहिलं नाही. त्या दगडी टेबलापाशी आता वेगळेच तीन पुरुष आणि एक स्त्री उभी होती. तिकडे तिने आपला मोर्चा वळविला.

तिथले रस्ते आणि त्या इमारतीच्या तळमजल्यावरील फ्लॅट चकचकीत दिव्यांनी अगदी उजळून गेले होते. रस्त्याच्या पलीकडे असलेल्या काचेच्या खिडकीजवळच्या जागेवरून पॉलने मायुमीला तिच्या भोवती जमलेल्या त्या वयस्क लोकांशी बोलताना पाहिलं. तिचे हातवारे आणि खुणांवरून तिला त्यांच्याशी संवाद साधण्यात अडचण येत होती हे उघड होतं.

परंतु त्याचा शेवट नीट झालेला दिसत होता. कारण त्याला जिथे तिने थांबायला सांगितलं होतं त्या मॅकडोनल्डला येण्यासाठी रस्ता क्रॉस करण्यापूर्वी तिने त्यांच्याशी अगदी प्रेमाने हस्तांदोलन करून निरोप घेतला होता हे त्याने पाहिलं. मायुमी पॉलच्या समोर असलेल्या त्या कडक पिवळ्या प्लॅस्टिक सीटवर बसली त्या वेळी तिला धाप लागली होती. ती धाप बहुधा भरभर चालल्यामुळे किंवा तिला जी माहिती मिळाली होती त्यामुळे किंवा दोन्ही कारणाने होती.

''मला इथून तू त्या वयस्क लोकांशी बोलत होतीस ते दिसत होतं.'' पॉल म्हणाला. ''तर मग तुला काही माहिती मिळाली का? ''

मायुमीने मान डोलावली, ''मी जपानी आहे आणि मला ते काय सांगतायत ते समजू शकत नाही हे सांगेपर्यंत त्यांनी माझ्याशी चिनीमध्ये बोलण्याची सुरुवात केली. मी जपानी आहे हे ऐकताच त्यांचे चेहरे बदलले. मी कुठेतरी वाचलंय की अजूनही त्यांना, विशेषत: वयस्क लोकांना, जपानबद्दल चीड आहे. कारण ते युद्ध.

अरे देवा, आपली संधी हुकली असंच मला वाटलं.

"मग मी त्यांना पुरातन नोंदणीसंबंधीचा तो कागद दाखवला. त्यावर जपानी कांजी लिपीमध्ये लिहिलंय, ती लिपी चायनीज लिपीसारखी आहे. मी सरकारी संशोधक असल्याचं आणि मला एक ऐतिहासिक दुवा शोधायचाय असं सांगितलं. त्याचा योग्य तो परिणाम झाला. मला काय हवंय ते त्यांना कळलं आणि मग त्यांनी मला जास्त सहकार्य केलं. ती स्त्री थोडं इंग्लिश बोलू शकत होती हे समजलं.

"मी त्यांना टॅन कुटुंबाबद्दल, ऐतिहासिक नोंदीप्रमाणे जे ७०४ नंबरच्या फ्लॅटमध्ये राहत होते, त्याबद्दल विचारलं आणि ती स्त्री अगदी उत्तेजित झाली. ती म्हणाली की ते लोक एक गूढच आहे. अशी बातमी आहे की तिथं राहत असलेला म्हातारा हा युद्धकाळातील एका देशद्रोही स्त्रीचा अनौरस मुलगा होता. तिने जपानी नाव घेतलं होतं आणि वेश्या म्हणून जपानी सैनिकांची सेवा केली होती. जेव्हा ती वारली तेव्हा तिच्या देहावर हक्क सांगण्यासाठी कुणीच पुढे आलं नाही. त्यामुळे जपान्यांनी तिला त्यांच्या मृतांबरोबर पुरलं.

"पॉल साहेब, मी इतकी उत्तेजित झाले, कारण ते आपल्या जॅपनीज ऑर्किड बद्दल बोलत होते आणि मी तिच्या मुलापासून काही मजलेच दूर होते! मग ती स्त्री म्हणाली की तो म्हातारा दोन महिन्यांपूर्वीच वारला होता. मला निराशेनं किंचाळावंसं वाटलं! परंतु त्या म्हाताऱ्याला एक मुलगा आहे व तो अजूनही त्याच फ्लॅटमध्ये राहतो, असं त्या स्त्रीने सांगितलं.

"मला किती बरं वाटलं ह्याची तुला कल्पना येतेय का? परंतु ती म्हणाली की मला हे सर्व जपूनच करायला हवं, कारण तो मुलगा जरा विचित्रच आहे आणि काही लोक म्हणतात की त्याचे डोकं ठिकाणावर नाही."

"तर मग त्या जॅपनीज ऑर्किडशी नातं असलेला एक तरुण आहे तर." पॉल विचार करून बोलला. "गंमत आहे... आता प्रश्न असा आहे की तो तोच आहे की नाही?"

ते काही वेळ गप्प होते. मायुमीच्या शोधाचा त्यांच्या तपासावर काय परिणाम होईल ह्याचे पृथःकरण ते दोघे करत होते. ते आपल्या विचारात इतके गढले होते की जेव्हा एक किंचित पोक आलेला मुलगा हातात मॅकडोनाल्डमधील पार्सल घेऊन त्या काचेच्या दरवाज्यातून बाहेर पडला तेव्हा त्यांनी मान वर करून पाहिलंही नाही.

"तर मग तुला काय वाटतं पॉल?" मायुमीने जरा वेळाने विचारलं. "मी वर त्या फ्लॅटवर जाऊन त्या तरुण मुलाशी बोलावं असं तुला वाटतं का?"

"होय, मला वाटतं." पॉल म्हणाला. "जरी तेत्सुयो म्हणाला की आज रात्री

आपण समोरासमोर येऊ नये, तरी आपल्या वेळेबरोबरच्या शर्यतीत आपण मागे पडतोय. निदान आज रात्रीनंतर आपण ह्या केसला एक चेहरा आणि नाव देऊ. अजूनपर्यंत आपल्याकडे त्या ई-मेल शिवाय काही नाही, चेहरा नाही, नाव नाही, काहीच नाही! ''

''मला तुझं म्हणणं पटतंय पॉल. आपण घाई करायलाच हवी.'' मायुमी म्हणाली. ''बघ, मी एक विक्रेती असल्याचं नाटक करतं. प्रत्येक घरी जाऊन नवीन सुरू होणाऱ्या मासिकासाठी वर्गणी गोळा करतेय असं दाखवते.''

''सुंदर!'' पॉलने कबुली दिली. ''मला कळत नाही की तुझ्या डोक्यात ह्या कल्पना येतात कुठून! तू माझ्यापेक्षाही चांगली डिटेक्टिव्ह होत चाललीयस!''

''ठीक आहे, माझा शिक्षक चांगला आहे असं म्हणू या.'' मायुमी हसली. मग गंभीर होत ती म्हणाली, ''परंतु आपण इथं ते मघाचे लोक जाईपर्यंत थांबू या. नाहीतर त्यांच्या समोरून पुन्हा जाणं विचित्र दिसेल आणि त्यामुळे उगाचच नको तेवढं लक्ष वेधलं जाईल. कदाचित ते माझ्या मागोमाग वर येतील आणि मग आपली ही युक्ती फसेल!''

दुसरा कोक पीत असतानाच दगडी टेबलाभोवतीचा तो घोळका पांगू लागला. ते सर्व निघून गेल्यावर आणखी पंधरा मिनिटांनी मायुमी तो रस्ता ओलांडण्यासाठी उठली.

ती जात असताना पॉल पाहत होता. तिला त्या विचित्र तरुण माणसाला एकटीने भेटायला पाठवल्याबद्दल तो मनातून अस्वस्थ होता. परंतु तो तिच्याबरोबर गेला तर उगाचच संशय निर्माण व्हायचा. एखादा युरोपियन फिरावा अशी ती जागा नव्हती. परंतु काही झालं तर तिच्या बाबतीत काय घडणार होतं? ती जागा तशी एकाकी नव्हती, लोकांनी भरलेली जागा होती. काही घडल्यास ती मदतीसाठी किंचाळू शकत होती.

मायुमीचं हृदय त्या जुन्या लिफ्टमध्ये शिरताना जोरजोरात धडधडत होतं. मुतारीच्या वासाच्या संशयाने तिच्या नाकपुड्या वरखाली होत होत्या. तिने बोर्डावरचं सात नंबरचं बटण दाबलं. ती लिफ्ट सावकाश वर जाताना, गचका देत सातव्या मजल्यावर थांबेपर्यंत मायुमीने श्वास रोखून धरला. जेव्हा लिफ्टचे दरवाजे गोगलगायीच्या गतीने अगदी सावकाश उघडले, तेव्हा कुणी भेटू नये अशी ती मनातून प्रार्थना करत होती आणि तिला कुणी भेटलंही नाही. तिथं एक लांबलचक सार्वजनिक बोळ होता आणि त्यात रांगेनं फ्लॅटचे दरवाजे होते. टी.व्ही.चं संगीत आणि मुलांचं रडणं तिच्या कानावर येत होतं. ते आवाज तिला धीर देत होते. जर तो विचित्र तरुण काही वाईट तऱ्हेने वागू लागला तर मदतीला आजूबाजूला लोक आहेत, ह्याची तिला ते आवाज आठवण करून देत होते. ७०४ नंबरचा फ्लॅट त्या बोळाच्या

टोकाला होता. तिने दोनदा घंटी दाबली आणि ती वाट पाहत थांबली. तिने पावलांचा अस्पष्ट आवाज ऐकला तरी तो दरवाजा घट्ट बंदच राहिला. जणू काही कुणीतरी त्या पीपहोलमधून पाहण्यासाठी आलं होतं. त्याने तिला पाहिलं होतं आणि दरवाजा उघडायचं नाकारलं होतं.

ती पुन्हा एकदा दरवाज्याची घंटी वाजविण्याच्या तयारीत असताना तिला मागून कोणीतरी विचारलं, ''ए, कोण आहेस तू? ''

मायुमीने चटकन मागे वळून पाहिलं. तिच्या वयाची आणि संशयाने पाहणारी एक चिनी मुलगी काही फूट अंतरावर तिच्याकडे पाहत उभी होती.

''ओ, मी न्यू वर्ल्ड ह्या नवीन मासिकाची प्रतिनिधी आहे आणि वर्गणीसाठी फिरत आहे.'' मायुमी म्हणाली, ''मी तुला दचकवलं असेल तर क्षमस्व.''

''माफ कर, पण आम्ही इथं विक्रेत्यांना येऊ देत नाही.'' ती मुलगी म्हणाली. तिचा आवाज काहीसा कठोर आणि तुटक होता.

''ठीक आहे, मी त्रास दिला ह्याबद्दल क्षमा करा. परंतु मी एक परदेशी विद्यार्थिनी आहे आणि हे काम अर्धवेळ करत्येय.'' परदेशात राहणाऱ्या दुर्दैवी परकीय विद्यार्थ्यांचं रडगाणं गाऊन काही परिणाम होईल म्हणून प्रयत्न करत मायुमी म्हणाली.

त्याचा उपयोग झाला आणि त्या मुलीच्या चेहऱ्यावर मृदू भाव पसरले. ती जरा आश्वस्त होत म्हणाली, ''ठीक आहे, ठीक आहे. मी इथं राहत नाही परंतु माझा मित्र राहतो. तो तुला कोणत्याही मासिकासाठी वर्गणी देणार नाही. कारण तो काही वाचनाचा शौकीन नाही. त्यामुळे तू फक्त तुझा वेळ फुकट घालवत्येस.''

''ओ, मला हे ऐकून वाईटच वाटलं. ते फारच छान मासिक आहे आणि सहज वाचण्याजोगं आहे. आमचं लक्ष जे फार गहन वाचत नाही त्यांच्यावरच आहे.'' मायुमी आग्रह करत म्हणाली. तिथं कसं रेंगाळता येईल आणि त्या तरुण माणसाला कसं पाहता येईल ह्याचा ती मनाशी विचार करत होती. तो त्या फ्लॅटमध्ये होता हे नक्कीच.

''नाही, माफ कर, मला वाटतं की तू जावंस हे बरं.'' ती मुलगी दारावरची घंटी दोनदा दीर्घ आणि मग एकदा पटकन दाबताना घाईने म्हणाली.

मायुमी जाण्याचं नाटक करत वळली. जेव्हा तिने दरवाजा उघडल्याचं ऐकलं तेव्हा ती मुद्दाम खाली टाकलेलं पेन उचलण्यासाठी झटकन वळली आणि आत असलेल्या तरुण माणसाकडे तिने विजयी दृष्टिक्षेप टाकला. जरी मायुमीने क्षणैक दृष्टिक्षेप टाकला असला तरी सर्व गोष्टींची आपल्या डोक्यात नोंद केली होती. ते किंचित वाकलेले खांदे, डोक्यावरचे जेल लावून घट्ट बसवलेले केस, त्या काळ्या फ्रेमच्या चष्म्याआड दडलेले बारीक डोळे आणि जास्त करून त्याच्या चेहऱ्यावरचे ते मुरुमाचे लाल ठिपके.

'हा आपल्या जॅपनीज ऑर्किडचा नातू आहे आणि हे काही महत्त्वाचं ठरो वा न ठरो, आपल्याकडे सरतेशेवटी एक चेहरा आहे!' त्या बोळाच्या टोकाला लिफ्टकडे जाताना विजयाच्या आनंदात तिच्या मनात विचार आला.

ती जेव्हा एका फ्लॅटच्या उघड्या दरवाज्यावरून गेली तेव्हा एक छोटा मुलगा लोखंडी दरवाज्याची जाळी ठोकत होता. जेव्हा त्याच्याकडे बघण्यासाठी ती वळली तेव्हा त्याने जीभ काढून तिला वेडावलं. मायुमी हसली आणि तिने त्या छोट्या अवखळ पोराकडे पाहून जीभ बाहेर काढली. रात्रीचा शेवट काहीतरी हाती लागून झाला होता आणि ती त्यामुळे उत्साहित होती.

मॅकडोनल्डला परत आल्यावर आता पॉलची उत्तेजित व्हायची पाळी होती. त्यांचा तपास ज्या तऱ्हेने चालू होता त्याबद्दल तो खुषीत होता. त्याने एक पेन आणि कागद बाहेर काढला आणि म्हणाला, ''त्या चेहऱ्याची आठवण तुझ्या मनात ताजीतवानी असताना आपण आपल्या तरुण पोराचं साधारण चित्र काढू या. तुला रेखाचित्र कसं काढायचं ते ठाऊक आहे का? किंवा मी काढावं असं तुला वाटतं का?''

''मला वाटतं की मी ते काढावं हे जास्त चांगलं. कारण त्याला पाहणारी मीच होते आणि त्याशिवाय अशी रेखाचित्रं काढणं मला बरं जमतं.'' मायुमीने सांगितलं. आपल्या मनात असलेल्या दहा मिनिटांपूर्वी दिसलेल्या त्या रागीट, चष्मेवाल्या मुलाच्या ओझरत्या तपशिलांकडे मागे वळून पाहत, ते आठवत मायुमीने रेखाचित्र काढण्यास सुरुवात केली.

ती चित्र काढत असताना, काही सेकंद आठवणींसाठी थांबत असताना, पॉल तिचं निरीक्षण करत होता. तिला दिलेल्या प्रत्येक पैशासाठी ती लायक होती ह्याचा त्याला आनंद झाला. पाच मिनिटांनंतर तिने कागद पुढे केला आणि एका रागीट, चष्मेवाल्या, जेल लावून केस चापूनचोपून बसवलेल्या आणि मुरुमाने चेहरा भरलेल्या मुलाकडे पॉल टक लावून पाहू लागला.

''पॉल साहेब, हा आपल्या जॅपनीज ऑर्किडचा नातू आहे.'' मायुमीने ते चित्र हातात धरत विजयी मुद्रेने जाहीर केलं.

२७

सिंगापूर

जिमीला भूक लागली होती आणि रस्त्यापलीकडे असलेल्या मॅकडोनल्डमध्ये जाऊन दोन बर्गर्स घ्यायचं त्याने ठरवलं. तो त्या फास्टफूड रेस्टॉरंटमध्ये नेहमी जायचा. तिथे अर्धवेळ काम करायचाही विचार त्याच्या मनात होता आणि नेमकी त्याच वेळी ही कोट्यधीश व्हायची संधी चालत आली. आणि त्यानंतर असं कष्टाचं मॅकडोनाल्डमधलं अर्धवेळ काम त्याच्या कार्यक्रमात बसत नव्हतं.

बर्गर्स घेऊन जाण्यासाठी थांबलेला असताना जिमीला एक युरोपियन आणि त्याची स्थानिक मैत्रीण कोपऱ्यातील एका टेबलाशी बसून गंभीरपणे संभाषणात गुंतलेली दिसली. त्यांची ती कामगार वसाहत ही काही दुसऱ्या देशातून आलेली माणसं किंवा पर्यटक सहज भेटायला येण्याची जागा नव्हती. त्यामुळे त्या भागातील मुलीला भेटायला तो आलेला असणार होता.

'ह्या बाहेरच्या देशातून आलेल्या लोकांना ते आपल्याहून जास्त चांगले आहेत असं वाटतं. लवकरच मी त्यांच्या त्याच फॅशनेबल वसाहतीत जाऊन राहीन आणि ते शिष्ट लोक त्याबाबत काहीही करू शकणार नाहीत.' जिमी आपले बर्गर्स घेऊन त्या जोडप्याच्या बाजूने गेला तेव्हा त्याच्या मनात आलं. त्यांच्यापैकी कुणीही त्याच्याकडे पाहिलंही नाही. कुणीही त्याच्याकडे पाहण्याची तसदी आत्ता घेणार नाही असा कडवट विचार त्याच्या मनात आला. पण लवकरच तो जेव्हा कोट्यधीश होईल तेव्हा दुकानातील विक्रेत्या मुली त्याची सेवा करण्यासाठी धावतील. तो

सर्वांत सुंदर असे खास बनवलेले कपडे वापरील आणि तो जेव्हा चालत जाईल तेव्हा लोक माना वर करून त्याच्याकडे पाहतील.

एका कारने जोरात हॉर्न दिला आणि ड्रायव्हरने मान बाहेर काढून त्याला शिव्यांची लाखोली वाहिली. जिमी त्याच्या दिवास्वप्नात एवढा रंगला होता की तो न बघता रस्ता ओलांडतोय हे त्याच्या लक्षातच आलं नव्हतं. गाडीखाली जाण्यापासून तो थोडक्यात बचावला होता.

तो जरा हादरलाच. त्या नाहीशा होणाऱ्या कारकडे त्याने दोन बोटे दाखवली. त्याने शपथ घेतली की तो गाडी चालवण्याचे धडे घेईल आणि अशी कार घेईल की जिचा प्रत्येकाला हेवा वाटेल.

'आणि मग मी बघेन की लोक मला विक्षिप्त आणि फारसा महत्त्वाचा नसलेला, छांदिष्ट म्हणून कसे मानतात ते.' तो जेव्हा आपल्या मजल्यावर लिफ्टमधून बाहेर आला तेव्हा त्याच्या मनात आलं.

जिमीने नुकताच दुसरा बर्गर खायला सुरुवात केली असताना दारावरची घंटी वाजली. त्याला कधीमधी भेटायला येणाऱ्या सँड्राची ठरवलेली ती परवलीची खूण नव्हती. त्यामुळे त्याने दरवाजा उघडला नाही. तो फक्त पावलांचा आवाज न करता पीपहोलमधून डोकावण्यासाठी गेला. परंतु तिथे कोण आहे हे तो पाहू शकला नाही कारण ते पीपहोल कधीच स्वच्छ केलेलं नव्हतं आणि त्यावर घाणीची पुटं येऊन ते बुजलं होतं.

वैतागून जिमीने खांदे उडवले आणि पुन्हा तो खाण्यासाठी टेबलाकडे वळला. तिथे कोण होतं ह्याला फारसं महत्त्व नव्हतं. काहीतरी अस्पष्ट आवाज त्याच्या दरवाज्याबाहेर त्याला ऐकू आले पण तो उठण्याच्याही भानगडीत पडला नाही. बहुधा तो त्रासदायक विक्रेता असावा, ज्याने त्याच्या शेजाऱ्यांपैकी एकाला गाठलं होतं आणि तो लवकरच कंटाळून निघून जाईल.

ते आवाज अस्पष्ट झाले आणि त्याच्या दारावरची घंटी पुन्हा वाजली. ह्यावेळी दोनदा आखूड आणि एकदा दीर्घ घंटी वाजली. ती सँड्रा होती. जिमीच्या मनात दरवाजा न उघडण्याचा विचार आला. परंतु तो दरवाजा उघडेपर्यंत ती असंच वाजवत राहील हे तो जाणून होता. त्यामुळे तो थंडपणे चालत गेला आणि त्याने दरवाजा उघडला. काही वेळा ती भलतीच त्रासदायक होत होती!

पण तरीसुद्धा आज त्याला सोबत हवी असे विचित्रपणे जाणवत होतं. त्यामुळे ती आली तरी त्याची तशी काही हरकत नव्हती. काही असो, तिला त्याच्याहून चांगला माणूस बहुधा भेटला असता, पण काही अनाकलनीय कारणासाठी अतिशय सहनशीलपणे सँड्रा त्याच्याबरोबर वेळ घालवण्याची तसदी घ्यायची. तो दुष्टपणे हसला. तिच्या कुटुंबीयांना तिचा राग यायचा आणि जर त्यांना कळलं की ती इथं

त्याच्यावर जीव टाकतेय तर ते खूप चिडतील. काही असो, जिमीला एक समाधान मिळालं होतं. कारण त्यांच्याहून खालच्या सामाजिक स्तराच्या आणि बौद्धिक दृष्ट्या कमी समजल्या जाणाऱ्या माणसाच्या प्रेमात त्यांच्या मुलीला पडायला लावून, त्यासाठी प्रोत्साहन देऊन त्याने त्यांना धडाच शिकवला होता. एका तऱ्हेने त्याला नाकारल्याबद्दल तो त्या समाजाच्या तोंडावर, त्यांच्या एका राजकन्येला झुलवून थुंकत होता. काही वेळा तो तिला त्याची राजकन्या म्हणायचा आणि तिला ती लाडिक प्रेमाची साद आणि कबुली आहे असं वाटायचं. त्यामुळे तिला आनंद झाला की तो हसायचा. त्याच्या त्या गोड बोलण्यामागे असलेल्या दुष्ट बेतांची किंवा जगातील एका उत्तम युनिव्हर्सिटीतील मुलीला आपण आपल्या तालावर नाचवू शकतो ह्यातून मिळणाऱ्या समाधानाची तिला कल्पना नव्हती.

त्या संध्याकाळी तिथे उभी असताना सँड्रा नेहमीपेक्षा चांगली दिसत होती आणि त्याने तिच्यामागे एका स्त्रीची आकृती बोळातून लिफ्टकडे नाहीशी होताना पाहिली.

"इथं किती घाण आहे, जिमी टॅन." ती फ्लॅटमध्ये शिरताक्षणी म्हणाली आणि जिमी मनात कुरकुरला. त्याला बदलवण्याचा प्रयत्न करणं ती थांबवत का नाही? ह्या घाणीतच त्याला राहायचं होतं. तिथे राहण्यासाठी ती त्याला एकटं का सोडत नव्हती? जर तिने असं केलं तर कदाचित त्याला ती एवढी कटकटीची वाटणार नाही आणि जास्त आकर्षकही वाटेल. जिमीला माहीत होतं की तिनं इथून नाहीसं व्हावं आणि त्याच्या फ्लॅटमधून चालतं व्हावं हे सांगण्यात त्याला खरा आनंद वाटला असता, पण त्याला तिच्या कुटुंबीयांना धडा शिकवायचा होता.

"ही जागा स्वच्छ ठेवण्यासाठी तुला एखाद्या स्त्रीची गरज आहे हे तुला माहीत आहे का?" सँड्रा लाजत म्हणाली आणि जिमीला अचानकच विनाकारण वैतागाचा झटका आला. ती त्याच्याशी असले प्रेमाचे गुंजारव कशाला करतेय? फक्त तिच्या कुटुंबीयांना चिडवण्यासाठी ती एक साधन होती... त्याला तिच्यात स्वारस्य नव्हतं, हे तिला दिसत नव्हतं का?

त्याच्या फ्लॅटमधील प्रत्येक खोलीचं परीक्षण करताना आणि त्या पसरलेल्या वस्तू तपासून जागेवर ठेवताना त्याने तिला पाहिलं. जणू काही हे करण्याचा तिचा हक्कच होता. जिमीच्या लक्षात आलं की ती एखाद्या पशूसारखी आपला त्या जागेवर हक्क असल्याच्या खुणा करत होती. ती जेव्हा कॉम्प्युटरच्या भोवती फिरू लागली तेव्हा जिमीला काळजी वाटू लागली. कारण त्याच्या कॉम्प्युटरवर काही अडचणीत आणणाऱ्या गोष्टी सापडतील अशी त्याला उगाचच भीती वाटायची. त्याने आपल्या सर्व फाईल्स बंदिस्त केलेल्या होत्या आणि तिथे कुणालाही प्रवेश मिळण्यासारखा नव्हता. कॉम्प्युटर्सची पुरेशी माहिती नसलेल्या सँड्राला तर नक्कीच

प्रवेश मिळाला नसता. चुकून आपल्या कॉम्प्युटर्सवर काही उघडं ठेवलेलं नाही ना हे आठवण्याचा त्याने प्रयत्न केला. कारण कुणी येईल अशी त्याला अपेक्षा नव्हती. पण सर्व बंदिस्त आहे ह्याची त्याला खात्री होती. त्यामुळे जेव्हा तिने खेळकरपणे पहिल्यांदा एका कॉम्प्युटर स्क्रीनवर आणि मग दुसऱ्या कॉम्प्युटर स्क्रीनवर क्लिक केलं तेव्हा तिला थांबवण्यासाठी त्याने काही हालचाल केली नाही.

तिच्याकडे पाहत असताना त्याच्या मनात जुन्या आठवणी दाटून आल्या. त्या वेळी ती फक्त तेरा वर्षांची होती. ती दरवाज्यावर थाप द्यायची आणि त्या घरातून आतबाहेर करायची. त्या वेळी त्याचा बाप चाकांच्या खुर्चीवर बसून वर्तमानपत्र वाचत असायचा आणि तिच्याकडे काहीशा कौतुकाने पाहत असायचा. ह्या आठवणीने त्याला त्या ताणतणावाच्या दिवशी काहीसं बरं वाटलं.

सँड्रा स्वयंपाकघरात चहा करण्यासाठी गेली होती. ती चहाच्या कपांची ओळखीची किणकिण, टी.व्ही.वर चालणाऱ्या चिनी नाटकातील रडारड आणि मोडकळीस आलेल्या जुन्या एअरकंडिशनरची खडखड ह्यामुळे त्याला जरा आराम जाणवला. तो अस्वस्थ झाला. त्याची ती धाडसी, भयानक योजना अमलात आणण्याचा दिवस उद्याच होता आणि यात काहीही चूक होऊ शकत होती.

जर तो यशस्वी झाला तर तर तो दहा लाख युएस डॉलर्स घेऊन जाणार होता आणि जर जमलं नाही तर बेकायदेशीरपणे बंदूक वापरल्याच्या आरोपाखाली मृत्युदंडाची शिक्षा किंवा धमक्या देणं आणि गुन्हेगारी स्वरूपाची दहशत दाखवणं ह्यासाठी तुरुंगवास हा ठरलेलाच होता. दोन दिवसांपूर्वी त्याने इंटरनेटवर हे वाचलं होतं. जिमी धोका पत्करणाऱ्यांपैकी नव्हता. निदान जेव्हा तो आपलं आयुष्य पणाला लावत होता तेव्हा तरी नक्कीच नाही. एक कल्पनातीत कट म्हणून त्याने योजनेची सुरुवात केली होती, ती वाढत गेली होती आणि आता तिचा शेवट आला होता. तिच्या प्रचंड गतीने तो हादरला होता हे त्याने मनाशी कबूल केलं.

गेल्या रात्री पलंगावर पडून खिडकीतून पौर्णिमेचा चंद्र पाहत असताना तो घाबरला होता आणि ती गोष्ट करायची नाही असंच त्याने जवळजवळ ठरवलं होतं. परंतु नंतर त्या अरुंद, कडक पलंगावर झोपणं, दर सकाळी पुढे कसलीही आशा नसताना स्वत:ला कसंबसं उठवून काहीतरी कष्टाची कामं करणं आणि लोकांनी त्याची मस्करी करून आयुष्यभर त्याच्यावर हुकूमत गाजवणं या विचारांनी त्याच्या निश्चयाला बळ आलं आणि मग त्याच्या लक्षात आलं की ज्याची त्याने सुरुवात केली होती ते तो पुरं करणार होता. त्यासाठी जीवन गमवावं लागलं तरी बेहत्तर.

"मी आले तेव्हा एक स्त्री दरवाज्यापाशी उभी होती. ती बहुधा नवीन मासिकाच्या वर्गणीसाठी आली होती." सँड्राचा आवाज त्याच्या विचारांना कापत गेला आणि त्याने काही गुळमुळीत उत्तर दिलं. त्यामुळे बहुधा तिचं समाधान झालं

होतं, कारण ती पुढे सांगू लागली, “हो, मी तिला परत पाठवलं आणि ह्या अपार्टमेंटमध्ये कुणाला वाचायची आवड नाही असं सांगितलं.”

तो सँड्रावर विश्वास ठेवू शकला असता आणि आपल्या ह्या योजनेत तिला सामील करू शकला असता, तर तो एकटा पडला नसता; आपल्या खिशातील कचरा काढून ठेवत असताना जिमीच्या मनात आलं. काही झालं तरी ते एकमेकांना दीर्घ काळ ओळखत होते आणि एका विचित्र तऱ्हेने ते एकमेकांचे जिवलग मित्र होते. सँड्रा ही तशी तापट होती. तिचा पारा चटकन चढायचा आणि उतरायचा. ती ताणतणावाखाली असली की काहीही बोलत रहायची. त्याने तिला जर ह्या धोकादायक खेळात घेतलं तर त्याच्यासारखा मूर्ख तोच. कारण इथं जीवनमरणाचा प्रश्न होता.

नाही, सँड्राला ह्यातून बाहेरच ठेव, त्याने स्वत:ला समजावलं. काही झालं तरी त्याला डल्ला मारून मिळणाऱ्या आपल्या लुटीत कोणालाही सहभागी करण्याचं काहीच कारण नव्हतं, कारण त्याने सर्व धोके स्वत: पत्करले होते आणि आपलं ध्येय गाठण्यात कुठलीही बंधनं, आडकाठी नको म्हणून आपल्या बापालाही मारलं होतं. हल्ली हल्ली त्याला आपल्या बापाबद्दल बेचैन करणारी स्वप्नं पडायची. बाप त्याच्या त्या खास खुर्चीत बसून जिमीकडे नुसता पाहत असायचा. सुरुवातीला ह्याचा अर्थ लावण्याचा जिमीने प्रयत्न केला होता. त्या म्हाताऱ्याला तो कसा मेला हे कळलं होतं का? आणि तो आपल्या मुलाला पछाडायला परत आला होता का? की त्याच्या जर्जर देहातून त्याला सोडवलं म्हणून सुखी होता? काही दिवसांनंतर जिमीने आपल्या बापासाठी, विशेषत: तो मेलेला असताना, आपल्याकडे वेळ नाही असे ठरवलं आणि मग ती स्वप्नं थांबली.

जेव्हा सँड्रा चहाचे दोन वाफाळलेले कप घेऊन आली तेव्हा त्या ताज्या चहाचा वास खोलीत पसरला आणि ती म्हणाली, “मी हा चहा आज घरून आणला. ही माझ्या लंडनहून आलेल्या चुलतभावाने दिलेली भेट आहे. ऑरेंज पिको. ह्याचा अगदी छान वास येतोय की नाही? ”

जिमीचे चहाबद्दलचं ज्ञान लिप्टनच्या टी-बॅग्ज पुरतंच मर्यादित होतं आणि फॅशनेबल वाटणारा ऑरेंज पिको काय होता ह्याची त्याला कल्पना नव्हती. पण आपलं अज्ञान तिला दाखवण्याची त्याची तयारी नव्हती म्हणून त्याने मान डोलावली आणि तो म्हणाला, “खरंच ह्याचा छान वास येतोय. धन्यवाद सँड्रा.”

तिने त्याचा चेहरा जणू ती कशाबद्दल बोलतेय हे त्याला कळलंय का, हे जाणण्यासाठी न्याहाळला. मग ती त्याच्या बाजूला फाटलेल्या व्हिनीयल सोफ्यावर बसली आणि आपल्या कपातून चहाचे हळुवार घुटके घेत, आपल्या बोटांभोवती गरम चहाची वाफ फिरताना पाहत बसली. त्या सोफ्याचं प्लॅस्टिक तिच्या उघड्या

मांड्यांना चिकटत होतं आणि ते काहीसं अस्वस्थ करणारं आणि घामट होतं. परंतु ती जोपर्यंत जिमीबरोबर होती तोपर्यंत त्या व्हिनीयल सोफ्याबद्दल तिला तक्रारीला जागा नव्हती.

तिच्या कुटुंबीयांना किंवा तिच्या मित्र-मैत्रिणींपैकी कोणालाही ती जिमीसाठी एवढी वेडी का आहे ते कळत नव्हतं. ती त्याच्यासाठी इतकी वेडी होती की त्याच्यासाठी सर्व सोडायची तिची तयारी होती. अगदी तो म्हणाला तर, तिचं युएस मधील शिक्षणही. काही झालं तरी तो दिसायलाही खास नव्हता. त्याच्याकडे तिला देण्यासारखं काही नव्हतं आणि इतकंच नव्हे त्याची बुद्धिमत्तेची पातळी हेही एक प्रश्नचिन्हच होतं. जिमी इतरांना आवडत नाही म्हणून तिने आपल्या मित्र-मैत्रिणींपासून आणि आपल्या कुटुंबीयांपासूनही दूर राहायला सुरुवात केली होती. त्यांना तिचं वेड समजतही नव्हतं. ज्या माणसाबद्दल हे वेड होतं, तो सर्व बाबतीत अपयशी होता हे त्यांना माहीत होतं, म्हणून त्यांना तिच्या भावनांबद्दल आदरही नव्हता.

तिने बिचकत बिचकत हात खाली नेला आणि स्वत:चा हात जिमीच्या हाताजवळ नेत आपली बोटं त्याच्या बोटांत अडकवली. तिच्या लक्षात आलं की त्या शारीरिक जवळकीने तो जरा ताठरलाच. तिने आपला श्वास रोखून धरला. परंतु तिला वाटलं होतं तसा त्याने आपला हात बाजूला केला नाही. सँड्राच्या ओठांवर छोटंसं हास्य झळकलं. जिमी तिच्याबाबत अगदीच उदासीन नव्हता तर!

त्यांच्यातील तो जवळीकीचा क्षण त्याच्या मोबाइल फोनवरच्या एसएमएसच्या घंटीमुळे दुरावला. ती घंटी जास्तजास्त मोठ्याने वाजावी अशी लावलेली होती. त्यामुळे त्याचे महत्त्वाचे एसएमएस चुकणार नव्हते. सँड्राच्या बाजूच्या टेबलावर तो मोबाइल फोन होता आणि तो घेण्यासाठी तिने सहजपणे तिचा हात पुढे केला.

''हं, मैत्रीण वाटतं?'' सँड्राने मस्करीत विचारलं. ''मला बघू दे.'' आणि ती फोनवरील निरोपांची फाईल भराभर पाहू लागली.

''नाही, नाही... सँड्रा! मला तो फोन दे. तुला काय करायचंय दुसऱ्यांचे एसएमएस वाचून?'' जिमीने तक्रार केली आणि तिच्या हातून तो फोन घेण्यासाठी तो घाईघाईने उठला. जर हा निरोप तो म्हणायचा तसा त्या बिझनेस पार्टनरकडून आला असेल तर? पण त्याला फार उशीर झाला होता. सँड्राने त्याला सहज चकवलं होतं आणि आता आलेला एसएमएस ती वाचत होती.

''ओ, हे ऐक! म्हणे आम्हाला तुझ्या शेवटच्या सूचना पाठव.'' ती म्हणाली.

''मला तो फोन दे! दे म्हणतोय ना!'' जिमी आता चांगलाच चिडला होता आणि सँड्राला आपण मर्यादेपेक्षा जरा जास्तच ताणून धरलं हे कळलं. तो पुन्हा काळोख्या, रागीट मन:स्थितीत जावा हे तिला नको होतं. त्याची तिला भीतीच वाटायची आणि तिच्या आजच्या संध्याकाळच्या कार्यक्रमात हे बसत नव्हतं.

''ठीक आहे... ठीक आहे. हा घे तू परत.'' ती म्हणाली आणि तिने तो फोन गुपचूप त्याच्यापुढे केला. परंतु तिला विचारल्याशिवाय राहवलं नाही, ''हा काय निरोप आहे? तू काय करतोस ते मला सांगू शकशील का?''

''काही मित्रांकडून निरोप आहे. आम्ही सगळे मिळून कॉम्प्युटर प्रोग्रॅमवर काम करत आहोत आणि तो कसा चालवायचा त्याबद्दल त्यांना माझ्याकडून सूचना हव्या आहेत एवढंच.'' जिमीने तिला सांगितलं. त्याचं मन ह्या सूचना त्याला आज रात्री निश्चित करायच्या होत्या, त्यावर केंद्रित झाले होते. अरे देवा, सँड्रापासून दूर जाऊन त्याला स्वत:चे खाजगी क्षण कसे मिळणार होते? त्याला विचार करायचा होता आणि ह्या एसएमएसला उत्तरही द्यायचं होतं.

घड्याळात पाच वाजले होते. त्याला सँड्रापासून कशी सुटका मिळवायची, निदान तो ई-मेल आणि त्याच्या पाठोपाठ पाठपुरावा म्हणून एसएमएस पाठवण्याइतका वेळ तरी त्याला हवा होता. उद्या काहीही चुकता कामा नये आणि सर्व सूचना स्पष्ट असल्या पाहिजेत. त्याला एक कल्पना सुचली.

''सँड्रा, माझं एक काम करशील का?'' त्याने विचारलं. ''आता पाच वाजून गेले आहेत आणि मला भूक लागलीय. माझं दुपारचं जेवण नीट झालेलं नाही! तू खालच्या दुकानात जाऊन आपल्यासाठी काही विकत आणशील का? चिकन किंवा न्यूडल्सही चालतील. तोपर्यंत मी माझं काम संपवतो आणि नंतर आपण एक नवीन भाड्याने आणलेला व्हिडिओ पाहू आणि आराम करू या...'' त्याने जाणूनबुजून 'आराम' शब्दावर जोर दिला. त्याच्या बरोबर आराम करण्याच्या शक्यता त्याने तिच्या कल्पनाशक्तीवर सोडल्या.

ती मात्रा लागू पडली आणि त्याला तिच्या डोळ्यांत चमक दिसली. तिने आपला घसा साफ केला आणि ती घाईने म्हणाली, ''ठीक आहे जिमी, मी आता जाते आणि काही खाण्यासाठी घेऊन येते. तुला खरोखरच भूक लागली असावी. शक्य तितक्या लवकर मी परतते.''

जिमीला क्षणभर तिच्याबद्दल निराशाच वाटली. काय मूर्ख मुलगी होती ती! युनायटेड स्टेट्समधल्या एका प्रसिद्ध युनिव्हर्सिटीत ती अभ्यास करतेय ह्यावर विश्वास ठेवणं कठीणच होतं. त्याला तिच्याबद्दल काहीच वाटलं नाही. ती अगदी सहज गळाला लागणारी मूर्ख मुलगी होती आणि तिच्याबद्दल आदर वाटणं त्याला अशक्यच होते. पण त्याला जशी गरज पडेल तसा तिचा उपयोग करून घ्यायचा होता. ह्या अशा श्रीमंत पण मूर्ख मुलींचा उपयोग करून घेणं योग्यच होतं.

तिच्या पाठोपाठ आवाज करत दरवाजा बंद झाला आणि ती बोळातून जाताना त्याने तिच्या सँडल्सचा आवाज ऐकला. तिला कमीतकमी अर्धा तास लागेल हे

त्याला माहीत होतं तरी तो घाईघाईने आपल्या कॉम्प्युटरकडे वळला आणि भरभर टाईप करू लागला.

आपण निवडलेल्या जागेच्या योग्यतेबद्दल अनेक वेळा विचार केल्यावर त्याने ती जागा पक्की केली होती. अगदी कालपर्यंत ती जागा बदलावी का ह्याचा तो विचार करत होता, परंतु सरतेशेवटी त्याच जागेला चिकटून राहायचं त्याने ठरवलं. ती अगदी योग्य जागा होती. तिथे पुरेशी गर्दी होती. त्यामुळे ते काही त्याच्यासाठी सापळा लावतील अशी भीती नव्हती. कारण सरतेशेवटी जमाव आणि प्रसिद्धी ह्या दोन्ही गोष्टी त्यांना टाळायच्या होत्या.

'अकरा वाजता फुनान सेंटरमध्ये, मॅकडोनल्डच्या बाहेर असलेल्या विदूषकाजवळ वाट पाहा. पैसे आणा, नाहीतर व्यवहार होणार नाही.'

त्याने प्रोग्रॅमवरची एक खास की दाबली आणि ती ई-मेल रशियन भागातील काही सर्व्हर्सकडून त्यांना जोडलेल्या एका अनामिक सर्व्हरकडे पाठवली गेली. त्यासाठी त्याने फी भरलेली होती. ती ई-मेल आणि एसएमएस हे पाठोपाठच त्यांच्या अखेरच्या स्थानावर पाठवले गेले. ती प्रणाली इतकी गुप्त होती की त्याचं उगमस्थळ शोधणं अगदी अद्ययावत कॉम्प्युटर हॅकर्सना आणि सायबर डिटेक्टिव्ह्जना जवळजवळ अशक्य होतं.

जिमीने ते एसएमएस आणि ई-मेल योग्य ठिकाणी पोहोचली की नाही हे तीनदा तपासलं. मग तो खुर्चीवर मागे टेकला आणि डोळे बंद केले. काम झालं होतं. त्याने सैतानाशी सौदा केला होता आणि देवाशप्पथ, तो अगदी खूप पैसा कमावणार होता.

छतावर आलेल्या बुरशीकडे तो किती वेळ पाहत बसला होता हे त्याला कळलंच नाही. त्याला पुढचा दरवाजा उघडला गेल्याचा आवाज आला आणि सँड्रा परत आल्याचं जाणवलं. तो धडपडत कॉम्प्युटर टेबलकडे गेला आणि तो प्रोग्रॅम कसाबसा बंद केला. तेवढ्यात सँड्रा दरवाज्यातून डोकावली आणि मजेत म्हणाली, ''रात्रीचे जेवण तयार आहे. ये आणि त्याचा आस्वाद घे!''

दोन बर्गर खाल्ल्यावर जिमीला फारशी भूक नव्हती आणि तणावामुळे त्याच्या पोटाच्या स्नायूंना पीळ पडला होता. परंतु तरीही सँड्राला तिला फ्लॅटमधून बाहेर पाठवण्याच्या हेतूबद्दल संशय येऊ नये म्हणून त्याने बळेबळेच थोडं खाल्लं. ती ह्याबाबत तशी चाणाक्ष होती आणि तो चिडेपर्यंत ती त्याला प्रश्न विचारत राहिली असती. मग तो आपलं संतुलन घालवून तिच्यावर बडबडत सुटला असता आणि त्यातून बऱ्याच गोष्टी बाहेर पडल्या असत्या. कधी कधी जिमी इतका चिडायचा की त्याचं स्वत:वरचं आणि तो ज्या गोष्टी बोलायचा आणि करायचा त्यावर नियंत्रण उरत नसे. त्यामुळेच त्याला डोकं तापवायचं नव्हतं, विशेषत: आज तरी.

ते त्या छोट्या जेवणाच्या टेबलाशी न बोलता खात बसले होते. नेहमी बडबडणारी सँड्रा आणि तिचे ते न संपणारे प्रश्न, परंतु ती कसल्यातरी विचारात होती. एकदोनदा जिमीने तिच्याकडे हळूच पाहिलं. तिला कसला संशय येऊ नये अशी आशा तो करत होता. टी.व्ही. अजूनही चालू होता. त्यावर कुठलातरी विनोदी कार्यक्रम चालू होता. पण कुणीही तो पाहत नव्हतं. ते विचित्र, एकमेकांकडे जराही न पाहणारं जोडपं जेवत राहिलं. दोघंही आपाआपल्या विचारात आणि इच्छेत हरवलेले होते.

जिमी अस्वस्थ होता आणि त्याच्या संभाषणाच्या प्रयत्नाला हो किंवा नाही एवढंच उत्तर मिळत होतं. खाणं झाल्यावर त्याने प्लॅस्टिकचं खोकं कचऱ्याच्या डब्यात टाकलं आणि तिच्यापासून दूर व्हावं म्हणून आपल्या कॉम्प्युटर्सकडे वळला. काही झालं तरी ती लवकरच जाणार हे नक्की होतं. कारण ती काही तासांपेक्षा जास्त वेळ कधीच थांबत नसे. तिला त्या मार्केटच्या समृद्ध भागात असलेल्या डनअर्न रोडवरील कॉलनीत बसने जाण्यासाठी बराच वेळ प्रवास करावा लागायचा. ती त्याच्याबरोबर होती असा संशय तिच्या आईवडिलांना येऊ नये ह्यासाठी तिला रात्रीच्या जेवणाच्या वेळेपर्यंत पोहोचावं लागायचं.

ती त्याच्या पाठोपाठ खोलीत आली नाही आणि नेहमीप्रमाणे तिथे घोटाळत बसली नाही ह्याचं त्याला आश्चर्य वाटलं. परंतु लवकरच तो त्या सांकेतिक यादीत हरवला. सँड्रा अचानक आली असती तरी ती यादी सांकेतिक होती. त्या यादीतील उद्याच्या कार्यक्रमांवर तो पुन्हा एकदा नजर टाकत होता आणि काही चुकणार नाही ना ह्याची पुन्हा खात्री करून घेत होता. त्या भित्र्या, तरुण माणसाने ती यादी त्या दिवशी दोन डझन वेळा तरी नजरेखालून घातली होती. प्रत्येक वेळी त्याने ही शेवटची वेळ, अशी शपथ घेतली होती. परंतु ती तो पुन्हापुन्हा पाहणार ह्याची त्याला खात्री होती, कागदावर, त्याच्या डोक्यात, बसमध्ये असताना किंवा कुठेही. ती धाडसी योजना संपेपर्यंत हे असंच चालणार होतं.

बराच वेळ गेल्यानंतर त्याला दरवाजा उघडल्याचा आणि बंद झाल्याचा आवाज कानावर आला. सँड्रा बहुधा चिडून निघून असावी गेली. त्यामुळे तिने त्याचा निरोप घेतला नव्हता. ठीक आहे, गेली खड्ड्यात. अशा थंडगार कुत्रीची कोणाला गरज होती? तो रागारागाने मनातल्या मनात म्हणाला. कारण एका चमत्कारिक तऱ्हेने त्याला तिची गैरहजेरी जाणवायची. त्याच्या बापाचं ते खरडपट्टी काढणारं भूत घरभर असल्यासारखं वाटल्यामुळे त्या दिवशी एकटं राहण्याची त्याला भीती वाटत होती. त्याच्या बापाबद्दल त्याला वाटणारी भीती लोहचुंबकासारखी त्याला खेचत आहे हे त्याला जाणवत होतं आणि त्याचं हडकुळं बोट जिमीच्या डोक्यात भोक पाडण्यासाठी जवळ सरकत असल्याचं त्याला कल्पनेत दिसलं. मी

त्याला मारलं हे त्याला कळलं आणि तो बदला घेण्यासाठी येत आहे, जिमीच्या मनात विचार आला. किंचाळतच तो आपल्या खोलीकडे गेला आणि पलंगावर झोपलेल्या सँड्रावर पडला. खिडक्यांचे पडदे सरकवलेले होते त्यामुळे खोलीत अंधार होता. त्याने तिला पाहिलं नव्हतं.

तिच्या उबदार आणि जिवंत स्पर्शाने जिमीला अचानक बरं वाटलं. त्याच्या बापाच्या भुताशी लढाई करण्यासाठी त्याला कुणाची तरी गरज होती. त्याने आपला चेहरा तिच्या केसांत लपविला आणि त्याच्या हाताला तिची उघडी त्वचा लागली. ती नुसत्या चड्डीवर पलंगावर झोपली होती. त्याचे डोळे जेव्हा त्या अंधाराला सरावले तेव्हा ती चड्डी गुलाबी फुलांच्या डिझाईनची होती हे त्याला दिसलं. जिमी क्षणभर गारठला. ती काय देऊ करत होती हे त्याला माहीत होतं आणि मग त्याच्या मनात ती नेहमीची लैंगिक अपूर्णत्वाची आणि प्रवृत्तीची भीती पुन्हा परतली. तो जर काही करू शकला नसता तर काय? त्याला तिच्यासमोर आपली फजिती होऊ द्यायची नव्हती. कारण त्याला तिने उभारलेल्या चबुतऱ्यावर, तिच्या भक्तीत आणि कल्पनेत राहायचं होतं. पण त्याच वेळी त्याला ती जायलाही नको होती.

जिमीने काही करण्याआधीच ती हळुवार पण आसक्तपणे त्याच्या अंगावर पडली. ह्यामुळे तिचं वय आणि शारीरिक दोष झाकले गेले. तिने त्याचा शर्ट काढला आणि ती त्याच्या पट्ट्याच्या बक्कलशी चाचपडू लागली. त्याच्या मनात नव्हतं तरी त्याच्यावर सूचक तऱ्हेने लादत असलेल्या तिच्या उबदार शरीराचं सुख त्याला जाणवत होतं. सँड्रा त्याच्यावर चुंबनांचा वर्षाव करत होती आणि त्याच्या शरीरातील ताणतणाव लैंगिक ओढीने घालवण्याचा प्रयत्न करत होती. तरीही लैंगिक उत्तेजनापेक्षा त्याला जाणवणाऱ्या आरामदायी सुखाने त्याने डोळे मिटले.

परंतु त्याला तिच्याबरोबर लैंगिक सुख घ्यायचं नव्हतं. अशा तऱ्हेने त्याला स्त्रीमध्ये स्वारस्य नव्हतं. त्यामुळे आपण सनातनी वृत्तीचे आहोत, लग्नाआधी असा कुणा मुलीचा फायदा घेणं आणि तिला रस्त्यावरील एखाद्या मुलीसारखं वागवणं आपल्याला जमणार नाही, कारण त्याचं तिच्यावर प्रेम आहे; हा कुजबुजत केलेला खुलासा तिला पटेल अशी तो मनात प्रार्थना करत होता.

तिला बहुधा हे पटलं. मग तिने घेतलेला पुढाकार थांबवला आणि ती त्याचे केस थोपटू लागली. त्याचं तिच्यावर फार प्रेम असल्यामुळे त्याने स्वत:ला सावरून मोठा स्वार्थत्याग केल्याने ती अगदी प्रभावित झाली होती, असं ती कुजबुजली. तिच्या थोपटण्यामुळे त्याला बरं वाटत होतं. जिमीने त्याचे ओठ केसांवर टेकले. बायका किती मूर्ख असतात असा विचार त्याच्या मनात आला. त्या स्वत:ला फसवण्यात तयार असतात आणि पुरुषांनी केलेल्या कोणत्याही खुलाशावर विश्वास ठेवतात. त्यामुळे त्यांना सत्याला सामोरं जावं लागत नाही. एखाद्या स्त्रीला फसवणं

ही सोपी गोष्ट होती, कारण त्या खरंच मूर्ख असतात. जर तो लैंगिकदृष्ट्या सँड्राकडे आकर्षित झालेला असता तर ती जे काही देत होती ते घ्यायला त्याला काहीच वाटलं नसतं. स्वत:चं समाधान करून तो सरळ चालता झाला असता.

जिमीने पुन्हा डोळे मिटले आणि सँड्रा त्याचं डोकं तिच्या छातीशी नेत असल्याचं त्याला जाणवलं आणि मग ती हळुवारपणे त्याच्या डोक्यावर थोपटत असताना त्या लयीत तो झोपी गेला.

आईची मृदुता, ममता काय असते हे त्याला जाणवलं. जी आई तुम्हाला सोडून मृत्यूच्या विळख्यात जात नाही आणि जी तुम्हाला प्रेमाशिवाय एकटं सोडत नाही ती आई, हा त्याचा गाढ झोपेत खोलखोल जात असतानाचा विचार होता.

२८

सिंगापूर

ते झोपलेले असताना वाऱ्याचा झोत आला आणि त्यामुळे पडदे बाजूला झाले. त्या अर्धवट उघड्या खिडकीतून संधिप्रकाशात आळशीपणे घुटमळत असलेलं आकाश दिसत होतं. जिमीने डोळे उघडले आणि भीतीने तो थिजलाच. ती सकाळ आहे की संध्याकाळ हे त्याला आठवत नव्हतं. दिवस येऊन गेला होता का? आयुष्यातील महत्त्वाची वेळ चुकली तर नव्हती ना?

त्याच्या बाजूला गाढ झोपलेल्या सँड्राला जाग येऊ नये म्हणून तो काळजीपूर्वक वळला आणि मग त्याच्या तोंडून एक हळुवार निःश्वास उमटला. त्या झोपायच्या खोलीत असलेल्या एकमेव घड्याळाच्या चकाकत्या तबकडीने संध्याकाळचे साडेसात वाजल्याचं दाखवलं होतं. त्याच्या त्या उद्याच्या गुप्त भेटीसाठी जायला मध्ये कित्येक तास जायचे होते.

संध्याकाळचा सौम्य प्रकाश सँड्राच्या चेहऱ्यावर पसरला होता आणि त्या संध्याकाळी जे काही प्रत्यक्षात घडलं ते त्याला आठवलं आणि त्याचं रक्त गोठलं. एकदाच जिमी एका स्त्रीबरोबर होता आणि तेही वर्षापूर्वी. तरुण माणसांसाठी असलेल्या आणि पालकांना माहीत असू नये अशा एका बेफाम डिस्कोच्या वेळी त्याला एक मुलगी भेटली होती. एक तासभर सूचक नाच केल्यावर ती मुलगी त्याच्या कानात कुजबुजली की तिचे आईबाप शहराबाहेर गेलेले आहेत आणि तिला

तो आवडलाय. त्यानंतर त्याला आठवलं की तिच्या खोलीतील एका मोठ्या पलंगावर त्या मुलीने त्याचा लैंगिक फायदा उठवला होता. त्याला त्या अनुभवात फारशी मजा वाटली नव्हती. तिची ती भरदार वक्षस्थळं आणि ते ओलसर, हावरट ओठ ह्यांनी त्याला उत्तेजित वाटण्याऐवजी घृणाच वाटली होती. जेवढ्या लवकर तिच्या फ्लॅटमधून बाहेर पडणं शक्य होतं तेवढ्या लवकर तो बाहेर पडला आणि त्यानंतर कधीच डिस्कोला गेला नाही.

हे कसं घडलं होतं हे त्याला कळलं नाही, परंतु ती दोघं अशी एकत्र झोपली असताना त्याला सँड्रा हलल्याचं जाणवलं आणि ती त्याच्या शरीराशी चाळे करू लागली. त्याच्या शरीरभर भीती दाटून आली. त्या डिस्कोमधील मुलीसारखी ती त्याचा वापर करणार होती आणि ते शक्य नव्हतं. त्याला स्त्रिया आवडत नसत. परंतु पडदे घट्ट बंद होते, त्यामुळे त्याला ती दिसत नव्हती. तिची वक्षस्थळंही त्या मुलीसारखी मोठी नव्हती. तिची छाती जवळजवळ सपाट होती आणि तिचं शरीर गुबगुबीत नव्हतं, तर मुलांसारखं टोकदार होतं. त्यामुळे जिमीला आपण साथ देत असल्याचं जाणवलं.

परंतु आता अंधार नव्हता आणि सँड्रा अजूनही तिथं होती, त्याच्या बाजूला ती जवळजवळ नग्नावस्थेत झोपलेली होती. जिमीला तिचं शरीर पाहायचं नव्हतं. त्यामुळे त्याने त्या दोघांच्या अंगावरचं एक पातळसं ब्लँकेट तिच्या अंगावर घातलं. फक्त तिचा निरागस चेहरा तेवढा उघडा ठेवला.

तो काही काळ डुलक्या खात राहिला. तेवढ्यात दारावरच्या घंटीच्या कर्कश आवाजाने त्या संध्याकाळच्या शांततेचा भंग करत त्याला जागं केलं. जिमीला त्या संध्याकाळी भेटायला आलेल्या त्या विचित्र माणसाचा वैतागच आला. जरी तो नेहमी घंटी वाजल्यावर दार उघडायला जात नसला, तरी ह्या वेळी त्याला जावंसं वाटलं. त्याने पँट आणि टी-शर्ट अंगावर चढविला आणि तो पुढच्या दरवाज्यापाशी पळत गेला.

''हॅलो,'' जिमीने दरवाजा उघडल्यावर म्हटलं. दरवाज्याबाहेर एक उंच माणूस उभा होता. त्या बोळातील सावल्यांमध्ये त्याचा चेहरा धड दिसत नव्हता. त्या बोळात आता दुपारचा सूर्यप्रकाश नव्हता.

''हॅलो,'' तो भेटायला आलेला माणूस म्हणाला. तो जरा आत आला तेव्हा त्या फ्लॅटच्या उजेडात जिमीला दिसलं की तो एक युरोपियन होता आणि काहीसा ओळखीचा वाटत होता.

''हं, तुला काय पाहिजे?'' त्याने काहीसं विचित्रपणे विचारलं. त्याला परदेशी लोकांशी बोलताना विचित्र वाटायचं.

''माझे नाव पीटर ग्रिफिन आहे आणि युएसमधील चर्च ऑफ ऑल सेंट्स

कडून मी आलो आहे.'' त्या माणसाने सांगितलं. ''आम्ही इथं एक धर्मपरिषद आयोजित करत आहोत. ईश्वरी संदेश पसरवण्यासाठी आम्ही आजूबाजूला हिंडत आहोत.''

''माफ करा, मी कॅथलिक आहे आणि मला दुसऱ्या चर्चमध्ये स्वारस्य नाही.'' जिमी म्हणाला आणि चक्क त्या माणसाच्या तोंडावर दरवाजा लावला. तो हॉलच्या भिंतीशी टेकून उभा राहिला. थंड काँक्रीटची भिंत त्याला त्या पातळ टी-शर्ट मधून जाणवत होती आणि तो जोरात श्वास घेत होता. जिमीला जवळजवळ अशीच अपेक्षा होती की त्याला भेटायला आलेला माणूस गुंड असून त्याच्या बिझनेस पार्टनर्सनी त्याला संपविण्यासाठी पाठविला असेल. परंतु तो निव्वळ ख्रिश्चन मिशनरी होता. सिंगापूरच्या मध्यवर्ती भागात असलेल्या बहुसंख्य बुद्ध लोकांच्या वस्तीत तो आपलं नशीब आजमावायला आला हे जाणून जिमीला सुटल्यासारखं वाटलं होतं.

तो झोपायच्या खोलीत परत गेला तेव्हा त्याला दिसलं की सँड्रा कपडे करून पलंगाच्या टोकावर बसलेली होती आणि ती त्याच्याकडे पाहत नव्हती.

''कोण आलं होतं?'' तिने विचारलं. तिच्या आवाजात एक दुरावा, एक निष्ठुरपणा होता. तो त्याला पूर्वी कधीही जाणवलेला नव्हता.

''ओ, कुणी नाही. कुणी ख्रिश्चन पंथाचा माणूस होता. मला वाटतं तो धर्म बदलायला तयार असलेल्या माणसांच्या शोधात असावा.''

पॉल त्या बोळातून परत गेला तेव्हा त्याला एकच स्त्री आढळली. ती बाजारहाट करून परत आली होती एवढं नक्की. तिने त्याच्याकडे उत्सुकतेने पाहिले. त्याचा हात त्या छोट्या इलेक्ट्रॉनिक कॅमेऱ्याच्या बटणावर होता. त्याने त्या फ्लॅटमधील माणसाचा फोटो त्याच्या नकळत टिपला होता. तो फोटो जरा अस्पष्ट असेल, पण त्यांना त्याचा फोटो मिळाला होता हे नक्कीच.

अनेक मजले खाली असणाऱ्या भागात मायुमी त्यांनी थांबवून ठेवलेल्या टॅक्सीत इमारतीच्या जवळ उभी होती आणि ती लिफ्टकडे अगदी उत्सुकतेने पाहत होती. त्यांनी इथे परत यायला नको असं तिला वाटत होतं. परंतु त्याचा खास कॅमेरा सापडल्यावर पॉलने आग्रहच धरला होता. त्याच्या मते फ्लॅटमधील त्या तरुण मुलाचा फोटो त्याच्या नकळत तो घेऊ शकेल. तिने काढलेलं रेखाचित्र छान होतं असं तो म्हणाला. परंतु काही झालं तरी फोटो चांगला, म्हणून ते इथं त्याच फ्लॅट्सच्या इमारतीत परत आले होते. तिच्या अंगावर काटा आला होता.

तिने त्याला लिफ्टमधून बाहेर पडून तिच्याकडे येताना पाहिलं, तेव्हा तिचा चेहरा सुटकेच्या भावनेने उजळून निघाला. त्याने अंगठा उंचावून सर्व ठीक झाल्याची खूण केली.

"हियात हॉटेलकडे," ती दोघं न बोलता टॅक्सीत बसल्यावर त्याने ड्रायव्हरला सांगितलं. हॉटेलमध्ये परत जायला भरपूर वेळ लागणार होता त्यामुळे त्यांना बोलायलाही भरपूर वेळ होता. त्या गुदमरून टाकणाऱ्या घरांच्या समूहातून जितकं लवकर बाहेर पडता येईल तितक्या लवकर पडावं हीच त्यांची इच्छा होती.

"छान," पॉल म्हणाला आणि त्याने त्या छोट्या छुप्या कॅमेऱ्यावर बोटांनी आवाज केला. "मी त्याला ह्यात बंदिस्त केलं आहे."

"अस्सं, हे विलक्षणच आहे." मायुमी म्हणाली आणि टॅक्सी ड्रायव्हर त्यांचं संभाषण उत्सुकतेनं ऐकत असल्याची खूण करून बोलणं थांबवावं असं सुचवलं.

मग परतीचा पंचवीस मिनिटांचा प्रवास त्यांनी न बोलता केला. ते झगझगत्या औद्योगिक भागाकडे पाहत होते. सूर्यप्रकाशाची शेवटची किरणं क्षितिजावर दिसेनाशी झाली आणि त्यांनी अगदी स्वच्छ अशा उष्ण प्रदेशातील रात्रीला वाट करून दिली. सौम्य वारं वाहत होतं आणि आकाशात छोट्या तारका चमचमत होत्या.

हॉटेलमधील स्काय लॉजमध्ये रात्रीच्या जेवणाच्या वेळी चर्चेसाठी आठ वाजता भेटावं अशा विनंतीची अकिराची चिठ्ठी त्याची स्वागतकक्षात वाट पाहत होती. पॉलने घड्याळाकडे पाहिलं. सात वाजून पन्नास मिनिटं झाली होती. आज दुपारच्या, काल रात्रीच्या सर्व प्रसंगांची जुळणी करून ती तेत्सुयो आणि अकिरापुढे मांडायला त्यांना अवघा दहा मिनिटांचा वेळ होता.

"चल पटकन मायुमी, दहा मिनिटांत आपली आपल्या बॉसबरोबर मीटिंग आहे." तो म्हणाला, "आपण पटकन गोषवारा काढून सर्व परिस्थिती कागदावर टिपू या."

अकिराने कोपऱ्यातील टेबल आरक्षित केलं होतं. तेथून ऑर्चर्ड रोडवरचं आकाश आणि आजुबाजूचा भाग दिसत होता. तो दिवस छान होता आणि त्या काळोख्या आकाशाच्या पार्श्वभूमीवर त्या उंच आणि चकचकीत काचेच्या इमारती ह्यांचं दृश्य श्वास रोखून धरावा असं दिसत होते. तो काहीसा खाजगी कोपरा होता. कुंड्यात लावलेल्या झाडांनी झाकला गेला होता. जेव्हा मायुमी आणि पॉल पोचले तेव्हा ते दोघंजण आधीच तिथे येऊन खिडकीशी उभे होते आणि त्या नागरी भागातील खाली दूरवर पसरलेल्या वास्तुशिल्पाच्या आश्चर्यकारक दृश्यांकडे पाहत होते. त्या प्रदेशातील दिमाखदार गृहप्रकल्पातील पोहण्याचे तलाव त्या पिवळ्या मोठ्या प्रकाशझोतात निळ्या रत्नांसारखे चमकत होते आणि ते दृश्य पाहण्यासाठी जेव्हा मायुमी त्यांच्यात सामील झाली, तेव्हा आपला श्वास रोखून हळूच म्हणाली, "काय सुंदर दृश्य आहे हे! "

"खरंच, किती सुंदर वाटतंय ना!" अकिरा म्हणाला, "माझ्या खोलीतून

जवळ जवळ हेच दृश्य मी पाहतो आणि सूर्य मावळण्याआधी तर ते फारच विलक्षण वाटतं!'' असे बोलून तो काहीशा नाराजीनेच त्या खिडकीपासून दूर झाला आणि त्याने त्यांना त्या चमकणाऱ्या काळ्या संगमरवरी टेबलाशी बसण्याची खूण केली. त्या टेबलावर जेवणाची सुरेख भांडी आणि सामान मांडलं होतं.

जादू झाल्यागत एक वेटर आला आणि त्याने त्यांची ड्रिंकची ऑर्डर घेतली. तेत्सुयो आणि अकिरासाठी निव्वळ व्हिस्की नि पॉल आणि मायुमीसाठी बियर. मीटिंगच्या मुख्य कार्यक्रमाकडे वळण्याआधी आरामदायी वाटावं म्हणून ड्रिंक येण्याआधी ते इकडचं तिकडचं काहीबाही बोलत राहिले आणि त्यांनी वेटरच्या शिफारशीनुसार त्या रात्रीचं ठरावीक पदार्थ असलेलं जेवण घ्यायचं ठरविलं. ती भली मोठी यादी वाचायची, मुख्य कोर्स कोणता तो बघायचं, सूप आणि मिष्टान्न निवडायचं, ह्यापेक्षा ते जास्त सोपं होतं आणि त्यात वेळ मोडणार नव्हता.

''तर मग काल आणि आज तुम्ही त्या पत्त्यावर गेल्यावर तुम्हाला काय सापडलं?'' आपल्या व्हिस्कीच्या पेयाचं सोनेरी द्रव त्या बर्फावर गोल फिरवत असताना तेत्सुयोने विचारले. ''खरं सांगायचं तर मला इतका जेटलॅग जाणवतोय की ते आज होतं की काल, तेच मला आठवत नाही.''

''प्रत्यक्षात आम्ही तिथं दोनदा गेलो.'' पॉलने सांगितलं. ''काल रात्री आणि आज दुपारी. तर सांगायचं म्हणजे तो पत्ता बरोबर आहे आणि आमच्या ह्या दोन फेऱ्यांत आम्ही तिथं एक तरुण मुलगा राहतो याची खात्री करून घेतली. त्याच्या शेजाऱ्यांशी आम्ही बोललो. त्याचा बाप दोन महिन्यांपूर्वी वारला हे उघड आहे. आम्हाला असं वाटतं की त्या तरुण जिमी टॅन नावाच्या मुलाचा, मरण पावलेला बाप हा तुमचा सावत्र भाऊ आहे, म्हणजे आता होता असं म्हणावं लागेल.''

''मेलेला माणूस हा माझा सावत्र भाऊ होता हे तुला कशावरून वाटतं? ह्याला जोडणारा दुवा किंवा संबंध कोणता?'' तेत्सुयोने विचारलं.

''ज्या शेजाऱ्यांशी मी बोलले, त्यांनी सांगितलेल्या अफवेनुसार त्या तरुण माणसाचा बाप हा एका स्त्रीचा अनौरस मुलगा होता. ती वेश्या होती आणि युद्धकाळात जपानी सैनिकांची सेवा करत होती. त्या कारणामुळे तिच्या लोकांनी तिला देशद्रोही ठरवलं होतं आणि वाळीत टाकलं होतं. ती जेव्हा मरण पावली तेव्हा तिला तेथील स्थानिक दफनभूमीत पुरायला कुणीही मान्यता दिली नाही, त्यामुळे तिला जपानी दफनभूमीत पुरलं गेलं.'' मायुमी म्हणाली.

''सर्व धागे जुळतात हे तुमच्या लक्षात येतंय का? त्या पुरातन नोंदणी ऑफिसने दिलेला पत्ता आणि तपासाचे धागेदोरे ह्यामुळे मी जॅपनीज ऑर्किडपर्यंत

पोहोचले होते. तिने तिचं नाव मियोको असं बदललं होतं आणि तिला जपानी दफनभूमीतील वेश्यांसाठी असलेल्या भागात पुरलं गेलं होतं.''

''मला त्या मुलाचा फोटो काढण्यात यश आलं आणि मला तो तुम्हाला दाखवायला आवडेल.'' पॉलने आपला खास कॅमेरा बाहेर काढत सांगितलं. छोट्या पडद्यावर त्याचा फोटो आणून त्याने तो तेत्सुयोला बघायला दिला.

तेत्सुयोच्या जबड्यातील एक स्नायू हलत होता. त्याने त्या पडद्यावर आलेल्या चष्मा लावलेल्या तरुणाच्या अस्पष्ट फोटोकडे पाहिलं आणि त्याच्या भावनांचा उद्रेक अनावर झाल्याचं त्यांना जाणवलं. जपानी असल्यामुळे घराणं, रक्ताचं नातं हे त्याला महत्त्वाचं होतं आणि त्याचा पुतण्या– ज्याच्या धमन्यांतून त्याच्याच घराण्याचं रक्त वाहत होतं, तो त्याला दुखापत आणि नष्ट करण्यासाठी उद्युक्त होऊन धमक्या देतोय ही माहिती, हे एक दु:स्वप्नच होतं. तेत्सुयोला मोठ्या जय्यत तयारीने त्या धमकीला तोंड द्यायचं होतं. त्यामुळे सरतेशेवटी रक्ताविरुद्ध रक्त उभं ठाकलं होतं आणि याचं तेत्सुयोला भयानक दु:ख झालं.

''अस्सं...'' तो शेवटी म्हणाला. त्याचा आवाज अगदी नीरस आणि बेजान होता. त्याच्यामुळे टेबलावर एक दु:खी छाया पसरली. न बोलता त्याने तो कॅमेरा पॉलला परत दिला.

बाहेर काळं आकाश चांदण्यांनी खचाखच भरलं होतं आणि आकाशाला भिडणाऱ्या त्या इमारतींवर हळूहळू दिवे लागल्यामुळे त्यांच्या स्वत:च्या चांदण्या चमकू लागल्या होत्या. ती रात्र फारच सुंदर होती, पण तिचं सौंदर्य त्या तणावाखाली असलेल्या लोकांत पार हरवलं होतं. महागड्या संगमरवरी दगडाच्या क्रोम आणि चांदी ह्यामुळे वैभवशाली वाटणाऱ्या टेबलवर वेटरने दोन मेणबत्त्या लावल्या होत्या आणि त्या मेणबत्त्यांच्या उजेडात त्यांच्या चेहऱ्यावर आणखी सावल्या पडत होत्या. त्यांच्या थरथरणाऱ्या ज्योतींमुळे वेगळेच रोमॅन्टिक वातावरण तयार होत होते म्हणून तेत्सुयो पुढे झाला आणि वैतागून त्याने त्या मेणबत्त्या विझवल्या. कुणी त्याला काहीच बोललं नाही, कारण ते सर्वजण त्याच्या भावना जाणत होते.

''मेणबत्त्या विझवायला तुमची हरकत नसावी असं मला वाटतं.'' तो म्हणाला. ''जेव्हा आपण गंभीर संभाषण करतो तेव्हा हे असे थरथरणारे दिवे चीड आणणारे आणि लक्ष विचलित करणारे आहेत! ''

पॉल चर्चा चालू ठेवत पुढे म्हणाला, ''जर हा तरुण माणूस तुम्हाला धमक्या देत असेल तर त्याला आवरणं एवढं काही कठीण नाही. तो अगदी तरुण आहे आणि त्याचा बंदोबस्त करणं अगदी सोपं आहे.''

''मला कोणत्याही तऱ्हेची हिंसा नकोय.'' तेत्सुयो म्हणाला. त्यांच्या लक्षात आलं, की ही विनंती, तो तरुण विचित्र रीतीने का होईना त्याचा रक्ताचा नातेवाईक

आहे म्हणून होती आणि अर्थातच कोणतीही गोष्ट मिळवण्यासाठी हिंसेचा वापर करण्याच्या तो विरोधात होता.

''नक्कीच, हिंसा कुणालाच नकोय.'' पॉल सहजपणे बोलला. ''परंतु असं म्हणतात की योग्य त्या ठिकाणी योग्य ती गोष्ट करायलाच लागते! इथं कोणत्याही प्रकारचा रक्तपात व्हायची मला शक्यता वाटत नाही. कारण इथं कोणीही बंदूक वापरत नाही. तो मृत्युदंडप्राप्त गुन्हा आहे. सुऱ्या आणि इतर हत्यारं सहज सापडण्यासारखी आहेत आणि ती टाळणं हे बंदूक वगैरे सारख्या हत्यारांपेक्षा सोपं आहे. त्यामुळे इथं हिंसा वगैरे घडेल असं मला नाही वाटत.''

''ठीक आहे, पण त्याची योग्य ती काळजी घ्या. जर ह्यात काही चूक झाली तर ती ह्या छोट्या बेटावर वर्तमानपत्रातूनसुद्धा येईल आणि आपण ही अशी प्रसिद्धी टाळण्याचा प्रयत्न करतोय.'' तेत्सुयो म्हणाला.

''मला आताच हा एसएमएस मिळाला. त्यात भेटायची जागा आणि वेळ दिली आहे. फुनान सेंटर ह्या ठिकाणी दुपारी मॅकडोनल्डच्या प्रवेशद्वाराशी भेटायचंय.'' अकिराने जाहीर केलं. त्याने मोबाइल फोन चालू केला आणि तो सर्वांकडे बघण्यासाठी फिरवला. ''मी स्वागतकक्षाकडे चौकशी केली. त्यांनी मला सांगितलं की हा अगदी लोकप्रिय इलेक्ट्रॉनिक मॉल आहे आणि तिथं नेहमी गर्दी असते. हा तरुण मुलगा भलताच हुषार दिसतोय. त्याने हा संघर्ष अशा सार्वजनिक जागेत ठरवलाय. त्याला त्यामुळे खात्री आहे की आपण कोणताही गोंधळ करणार नाही. त्याला माहीत आहे की आपल्याला प्रसिद्धी नकोय आणि ह्या छोट्या जागेत काही गोंधळ झालाच तर येथील अधिकाऱ्यांचे आणि वर्तमानपत्रांचं तिकडे लक्ष वेधेल आणि सर्व भांडं फुटेल.''

''मला वाटते जेवण होताक्षणीच ती जागा आपण पाहून घेऊ या आणि ह्या जागेचं आणि आजूबाजूचं प्रारंभिक निरीक्षण करू या. मला असं कळलंय की इथं मॉल्स रात्री दहा वाजता बंद होतात. त्यामुळे हे करायला आपल्याला वेळ मिळेल. आता कुठे साडेसात वाजले आहेत.'' पॉलने सुचवलं. ''आणि हा मॉल टॅक्सीने पंधरा ते वीस मिनिटांच्या अंतरावर आहे. खरं सांगायचं तर हे बेट एवढं लहान आहे की कोणतीही जागा कुठूनही टॅक्सीने एका तासाच्या अंतरावर आहे!''

ह्यामुळे सर्वांच्या चेहऱ्यावर हास्य उमटलं आणि वातावरणातील विषाद काहीसा कमी झाला. जेवण तसं अगदी मजेत झालं आणि तेत्सुयोने ह्या लोकांना काही विनोद सांगून त्यांची करमणूकही केली. ते विनोद त्याच्या युनायटेड स्टेट्समधील सुरुवातीच्या सांस्कृतिक भिन्नतेतील चुकांमुळे निर्माण झाले होते. बाहेर ऑर्चर्ड रोडवरील प्रखर दिवे चमकत होते आणि डोळे दिपवून टाकत होते.

फुनान सेंटर हा एक इलेक्ट्रॉनिक वस्तूंचा फार मोठा मॉल होता. जेवणानंतर

ते मोठ्या रहदारीतून ऑर्चर्ड रोडवरून खाली त्या जागेकडे जात असताना टॅक्सी ड्रायव्हरने त्यांना सांगितलं. ही जागा अशी होती की कॉम्प्युटरवेडे आणि व्यावसायिक दोघंही तिथं इलेक्ट्रॉनिक्सचा माल फायद्याच्या किमतीत मिळेल म्हणून धुंडाळायला सारखे जातात आणि हा माल खरा असेल ह्याची त्यांना खात्री असते.

भरपूर जाहिरात केलेला हा इलेक्ट्रॉनिक्स मॉल त्यांच्या अपेक्षेनुसार मोठा होता. परंतु त्याची उच्च तांत्रिक प्रगती मात्र ताबडतोब लक्षात येण्यासारखी नव्हती. तिथं वापरलेला हलका गुलाबी रंग आणि बाहेर दिसणाऱ्या काचेच्या शोकेसमध्ये कापड आणि खेळाचं सामान ठेवलेलं असल्यामुळे फसगत होत होती.

"ते जरी इलेक्ट्रॉनिक वस्तूंसाठी प्रसिद्ध असलं तरी त्या प्रमाणात इथं इलेक्ट्रॉनिक मालाची जाहिरात दिसत नाहीये." कधीही न पाहिलेल्या अशा छोट्या एस्कलेटरवरून जाताना पॉल मायुमीजवळ पुटपुटला. अवघ्या चार पायऱ्यांचा जिना चढण्यासाठी लोकांना एस्कलेटर का लागतो हे न समजून ती खुदखुदत होती.

मात्र मॉलमध्ये शिरताना ते गंभीर झाले होते. सिंगापूरमधील जोरदार एअरकंडिशनिंगची त्यांना सवय झालेली होती. आताही नेहमीप्रमाणेच त्याचा झोत त्याच्या अंगावर आला. रात्रीचे आठ वाजायला आले तरी विक्रेते आणि निरनिराळ्या वस्तू शोधणारी गिऱ्हाइकं यांची तिथे गर्दी होती. पॉलचं लक्ष मॅकडोनाल्डच्या बाहेरच्या बाकावर जिथं त्यांची भेटायची जागा ठरली होती तिथं बसलेल्या माणसाच्या आकाराच्या रोनाल्ड ह्या विदूषकाकडे गेले. तिथेच त्यांनी भेटायची जागा ठरली होती. त्याच्या आजूबाजूला भयानक असं काही नव्हतं. फक्त नेहमीची दुकानं. एक पैसे बदलून देणारा माणूस, मासिकांचा स्टॉल, एक औषध विक्रेता आणि त्यांच्या धमकी देणाऱ्या माणसाचं ते मानवी कवच म्हणजे त्या दालनाच्या लॅपटॉप्स ठेवलेल्या भागातील गर्दी.

पॉलने आपला डिजिटल कॅमेरा बाहेर काढला आणि त्यांच्या भेटण्याच्या जागेभोवतालचे फोटो काढून घेतले. त्याच्या कॅमेऱ्याचा फ्लॅश त्या डिजिटल कॅमेऱ्यांच्या विक्रीच्या जागेत सहज मिसळला. तिथं गिऱ्हाइकं कॅमेऱ्यांच्या तपासणीसाठी अशीच उघडझाप करत होती. त्यामुळे कुणाचंच लक्ष तिकडं गेलं नाही.

"निदान आपल्याला आपला माणूस कसा दिसतो ते माहीत आहे." तो म्हणाला. "त्यामुळे आपण त्याच्या एक पाऊल पुढेच आहोत. वर्तमानपत्रांतील बातम्यावरून मि. आकिनिचो कसे दिसतात हे त्याला माहीत असेल. परंतु तो आपल्याला ओळखतच नाही. चला, मॅकडोनल्डमध्ये जाऊन कॉफी घेऊ या. आपण तिथं थोडा वेळ घालवू आणि ह्या जागेचं निरीक्षण करू या. ह्यामुळे इथं काय चालतं ते सर्व उद्याच्या आधीच आपल्याला कळेल."

फास्टफूडबरोबर मिळणारी पातळशी कॉफी घेत पॉल आणि मायुमीला त्या काचेच्या भिंतीजवळ बसायला जागा मिळाली. तिथून त्यांना ती माणसांची गर्दी, बाहेरच्या प्रशस्त जागेत इकडे तिकडे फिरताना दिसली.

एक युरोपियन माणूस आणि त्याची स्थानिक बायको ह्यांनी आपल्या मुलीला त्या रोनाल्ड विदूषकाला थोपटण्यासाठी आणलं. पॉल त्यांच्याकडे आशाळभूतपणे पाहत होता.

"तुला माहीत आहे का, आज माझ्या पूर्वपत्नीचा वाढदिवस आहे." तो म्हणाला, "मी तिला वाढदिवसाचा एसएमएस पाठवणार होतो, पण तसं करायचं नाही असं मी ठरवलं. कारण असं बघ, एका दृष्टीने तेच बरोबर आहे. जर तोडायचंच असेल तर पूर्णपणेच तोडायचं."

"तुझी हरकत नसेल तर मला सांग, की तुझं लग्न का मोडलं?" मायुमीने धाडस केलं.

"नाही, त्याबद्दल बोलण्यास माझी काही हरकत नाही. कधीकधी आत घुसमटलेल्या भावनांना बाहेर पडण्यास वाट करून दिली तर बरंच असतं." पॉल म्हणाला.

"नात्सुकोशी झालेलं माझं लग्न तीन वर्षं टिकलं. लग्नाच्या दुसऱ्याच वर्षी गोष्टी जरा बिघडल्या. काही कारणाने आम्ही चुकीच्या पद्धतीने परस्परांचे दोष काढू लागलो. काहीच सुरळीत होत नव्हतं आणि एक दिवस गोष्टी अगदी टोकाला गेल्या. घडलेला प्रसंग मागे वळून पाहिला तर अगदी क्षुल्लक होता. बाहेर पडण्यासाठी ती निव्वळ सबब होती.

"एका तीन मुलांच्या बापाने त्याची मुलं इंटरनेटचा उपयोग अश्लील चित्रं पाहण्यासाठी करतात का हे बघण्यासाठी माझी मदत मागितली. त्यामुळे मी एक असा प्रोग्रॅम कॉम्प्युटरमध्ये घातला की तो की-बोर्डवरच्या टायपिंगवर नजर ठेवील. मला शोध लागला की सर्वांत मोठा, पंधरा वर्षांचा मुलगा एका म्हाताऱ्या माणसाबरोबर अश्लील चित्रांविषयी गप्पा मारत होता. मी त्या बापाला हे सांगितलं तेव्हा त्याने मला मी त्याचा तो मुलगा असल्याचं नाटक करायला सांगून त्या म्हाताऱ्याशी बोलायला सांगितलं. तो कोण होता हे शोधून काढण्यासाठी. ते सर्व बंद करण्यासाठी असं करणं भाग होतं. जेव्हा मी तो मुलगा असल्याचं नाटक करू लागलो, त्या वेळी माझ्या लक्षात आलं की ते दोघं परस्परांचे फोटो आणि अश्लील फोटोंची देवाणघेवाण करत होते. एक दिवस माझ्या पत्नीला त्या फोटोंची फाईल माझ्या कॉम्प्युटरवर मिळाली. ती खूप संतापली. त्या दिवसापासून मी एकटा झोपू लागलो. ती मला तिच्याजवळ येऊ देत नव्हती आणि मला विकृत म्हणू लागली."

“परंतु तू हे केससाठी करतोयस हे तिला का नाही सांगितलंस? तुझ्या अशिलानेही ह्याचा खुलासा केला असता.” मायुमी म्हणाली.

“मी प्रयत्न केला, पण तिचा माझ्यावर विश्वास बसेना आणि ज्या माणसाने ह्या कामासाठी माझी नेमणूक केली होती, त्याला तिच्याशी बोलायचं नव्हतं, कारण तो ह्या शहरातील प्रतिष्ठित माणूस होता आणि त्याला त्याच्या इभ्रतीला जपायचं होतं. हे आमच्या बेबनावाचं कारण होतं.”

“तुला असं वाटतं का की तू सर्व खुलासा केलास आणि हे सर्व प्रकरण व्यवस्थित हाताळलंस तर ती तुझ्याकडे परत येईल?”

“हो आणि नाही. मला असं वाटतं की हा प्रसंग लग्न मोडण्यासाठी एक सबब होती. तिला हे लग्न नको होतं.”

“अजून तुझं तिच्यावर प्रेम आहे का? ”

“होय, फारच. परंतु आम्ही पुन्हा एकत्र येऊ असं मला वाटत नाही. तसं खरं तर पुलाखालून पुष्कळच पाणी वाहून गेलंय.”

उरलेल्या रात्रीच्या वेळात त्यांनी आणखी कशाची चर्चा केली नाही. मायुमीला अगदी विचित्र नीरसपणा वाटत होता आणि तिथं आणखी काही बोलण्यासाखं आहे असं वाटत नव्हतं. ते हॉटेलवर परतले तेव्हा पॉलसाठी स्वागतकक्षात आणखी एक चिठ्ठी वाट पाहत होती. ती तेत्सुयोकडून आलेली होती. दुसऱ्या दिवशी नाश्त्यासाठी सकाळी साडेसात वाजता भेटावं असं त्यात कळवलं होतं.

त्याच वेळी त्या दिमाखदार ऑर्चर्ड रस्त्यावरच्या भपकेबाज आणि श्रीमंत, पंचतारांकित हॉटेलपासून वीस किलोमीटर अंतरावर असलेल्या जगात एक तरुण मुलगा आपल्या जुन्या कॉम्प्युटर्ससमोर बसला होता आणि नेहमीसारखंच भिंतीवरच्या तिरक्या झालेल्या घड्याळाकडे एकटक पाहत होता.

‘उद्या ह्या वेळी सर्व संपेल आणि हा कामगार वर्गाच्या गरिबीचा आणि दडपशाहीचा तुरुंगवासही संपेल.’ त्याच्या मनात आलं.

त्या रात्री त्याला ताबडतोब झोप लागली ह्याचं जिमीला आश्चर्य वाटलं. त्याला झोप लागत असताना शेवटचा विचार होता सँड्राचा आणि तिच्या डोळ्यांत असलेल्या बेचैन करणाऱ्या निर्दय भावनांचा. ती त्याच्या फ्लॅटमधून बाहेर पडली तेव्हा नेहमीप्रमाणे परत येण्याची प्रेमळ वचनं तिने दिली नव्हती किंवा अगदी मागे वळूनसुद्धा पाहिलं नव्हतं.

२९

सिंगापूर

हियातमधील खोलीत परतल्यावर तेत्सुयो पलंगावरच्या काहीशा थंड, रेशमी चादरीवर पडला. हॉटेलमधल्या नोकराणीने ती चादर आताच त्याच्यासाठी अंथरली होती. तो एकटक छतावरच्या नक्षीकामाकडे पाहत होता. त्यावर सौम्य उजेड पडून ते उजळले होते. पडदे पूर्णपणे बाजूला सारलेले होते आणि तेत्सुयोला पलंगावरून रात्रीचं बाहेरचं दृश्य अर्धवट दिसत होतं. ती खोली सुंदर होती. त्या खोलीतून दिसणारं सुंदर दृश्य पाहून खोलीतला माणूस तणावमुक्त व्हायचा. कोणीतरी आपल्याला कुरवाळून आपल्या मनावर फुंकर घालतंय अशी भावना निर्माण व्हायची. परंतु तेत्सुयो मात्र खूष नव्हता किंवा त्याला स्वस्थताही वाटत नव्हती.

आज दुपारी त्या जपानी दफनभूमीला दिलेल्या गुप्त भेटीबद्दल तेत्सुयो विचार करत होता. मायुमीने दाखवलेल्या त्या थडग्याच्या फोटोंनी त्याला सकाळभर ग्रासलं होतं आणि दुपार होईपर्यंत ते आणखी सोसणं शक्य नव्हतं. त्याला त्या जागेकडे जाणं गरजेचंच होते. जणू तिथं एक शक्ती होती जी त्याला पुढे ढकलत होती आणि विनवणी करत होती. मग अगदी राहवेना म्हणून तेत्सुयोने स्वागतकक्षाकडे लिमोझीनची मागणी केली आणि अकिराला न सांगता तो हॉटेलमधून बाहेर पडला. त्या ट्रीपमध्ये त्याला त्याच्याबरोबर कोणीही नको होतं, अगदी अकिरासुद्धा.

त्याला आपल्या इतिहासाला एकट्याने सामोरं जायचं होतं आणि आपल्या स्वत:च्या दु:खद शेवटालाही.

"जपानी दफनभूमीकडे घे," त्याने लिमोझिनच्या ड्रायव्हरला सांगितलं आणि हॉटेलमधील एका नोकराने त्याच्यासाठी लिहिलेला कागद त्याला दाखवला. तो ड्रायव्हर अगदी व्यवस्थित प्रशिक्षित आणि धोरणी होता आणि तो आपल्या पाहुण्यांनी काही विचारल्याशिवाय बोलत नव्हता. हे उघड होतं की ही अशी ट्रीप करायला जायची त्याची काही ही पहिली वेळ नव्हती.

ती छानशी लिमोझीन त्या हॉटेलच्या आवारातून बाहेर पडली तेव्हा तेत्सुयो ह्या सत्यस्थितीला सामोरा गेला की तो सिंगापूरला ह्याच कामासाठी आला होता. त्याने इथं येण्याची तशी गरज नव्हती. त्याने दोन डिटेक्टिव्ह आणि एक वकील ह्या कामासाठी नेमले होते. तो अगदी आरामात न्यूयॉर्कमध्ये राहू शकला असता आणि फोन, ई-मेल, फॅक्स आणि व्हिडिओ कॉन्फरन्सिंगने त्याला माहिती कळली असती किंवा त्यात भाग घेता आला असता. परंतु त्याने यायचं ठरवलं होतं. ह्यासाठी त्याने महत्त्वाच्या जेनोमॅटिक्सच्या न्यूयॉर्क आणि जपानमधील सर्व भेटीगाठी बाजूला सारल्या होत्या आणि तो आपल्या डिटेक्टिव्ह आणि वकिलाबरोबर सिंगापूरमध्ये इकडेतिकडे पळापळ करत होता. अकिराने त्याला इथं येण्यासंबंधी परावृत्त करण्याचा प्रयत्न केला होता. त्याने तेत्सुयोला सांगितलं की ह्यापेक्षा त्याने न्यूयॉर्कला राहणं जास्त सुरक्षित होतं. तिथे बसूनही त्याला माहिती मिळाली असती.

जरी तेत्सुयोला अकिराचं म्हणणं पटलं असलं तरी त्याला सिंगापूरला येण्याची ओढ वाटली होती. इथं त्याच्या आयुष्याची सुरुवात झाली होती. त्याला माहीत होतं की जिने त्याला जन्म दिला होता त्या स्त्रीला सामोरं गेल्याशिवाय त्याला स्वस्थता मिळणार नव्हती. त्याची आई – जॅपनीज ऑर्किड, मियोको किंवा तिला जोडलेल्या कुठल्याही फक्त नावाशी त्याला कर्तव्य नव्हतं.

ह्या जपानी दफनभूमीत शिंटो धर्माचं मंदिर होतं आणि दुपारच्या सौम्य उन्हात ते व्यवस्थित राखलेलं मैदान शांत वाटत होतं. तिथले छाया देणारे वृक्ष त्या जागेच्या गुपिताचं संरक्षण करत असलेल्या शिपायांसारखे उभे होते. तेत्सुयोने जवळजवळ पाच मिनिटं त्या नक्षीदार दरवाज्याशी, त्या दफनभूमीच्या वातावरणात स्वत:ला सामावून घेत घालवली. त्या यातना भोगलेल्या, युद्धात मेलेल्या आणि आपलं आयुष्य हिंसेत आणि रक्तपातात घालवलं होतं अशा त्या दहा हजार आत्म्यांचं यजमानपद तिथल्या शांत, प्रसन्न मैदानाने स्वीकारलं होतं. त्यांच्या मालकीचा एक लाजिरवाणा जमिनीचा तुकडा होता. तो त्या शिंटो पवित्र स्थळाच्या मागे होता. त्यात अनेक थडगी होती. उद्योगविश्वातील विख्यात माणसं आणि त्या वेळचे इतर जपानी नागरिक ह्यांच्या थडग्यापासून ती जरा दूर अशी होती.

तेत्सुयोचा बाप हा त्यापैकी एक होता. फक्त तो युद्धात जिवंत राहिला होता. त्यामुळे त्याचा अंत दफनभूमीच्या कोपऱ्यात छोट्या लाकडाच्या खुणा असलेल्या अगणित थडग्यांत झाला नव्हता आणि त्यामुळे ज्या इतिहासाबद्दल जपान्यांना अभिमान वाटत नव्हता, त्याचा भाग तो झाला नव्हता.

आणि त्याची आई? ती एक बळी होती, की निव्वळ एक संधिसाधू होती आणि तिचा हा शेवट योग्य होता? इकडेतिकडे पसरलेल्या थडग्यांतून जात असताना हा प्रश्न तेत्सुयोच्या मनात आला. तो मध्येच थांबत इतिहासात माहीत झालेली ओळखीची नावं वाचत होता. त्यात परदेशी गेलेले प्रसिद्ध जपानी व्यावसायिक होते. जिथं वेश्यांना पुरलं गेलं आहे ती मायुमीने सांगितलेली जागा आठवण्याचा त्याने प्रयत्न केला. तिने दफनभूमीच्या ईशान्य दिशेकडे ती जागा असल्याचं सांगितलेलं त्याला आठवलं. ती जागा सजवलेली होती. एका युद्धापूर्वीच्या उद्योगपतीच्या निवासस्थानामागे ती जागा होती.

तेत्सुयोला आपल्या आईचा आत्मा आपल्याला पुढे, तिच्या विश्रांतीच्या जागेकडे ढकलत असल्याचं जाणवलं. त्यामुळे जिवंतपणे न भेटलेल्या आपल्या मुलाला ती भेटणार होती. जणू काही कुणीतरी त्याला वाट दाखवत होतं. तेत्सुयोला ते थडगं सहजगत्या सापडलं. मायुमीने त्याला हॉटेलच्या बिझनेससेंटरवरून पाठवलेल्या त्या फोटोवरून तो छोटासा उंचवटा त्याने ताबडतोब ओळखला आणि तरीही खात्री करण्यासाठी त्याने हातातील भिंग त्या दगडावर कोरलेल्या अस्पष्ट अक्षरांवर धरलं. होय, त्याला आपल्या आईचं शेवटचं विश्रांतिस्थान सापडलं होतं, तो हरवलेला दुवा जिथून त्रेसष्ट वर्षांपूर्वी त्याच्या आयुष्याची सुरुवात झाली होती तो हरवलेला दुवा सापडला होता.

३०

जिमी

पहाटेचे तीन वाजून चार मिनिटं झाली होती. त्या भल्या पहाटेच्या शांततेचा भंग करत खालच्या रस्त्यावरून कार जात होत्या. रात्रीच्या त्या विचित्र प्रहरी बहुतेक भाड्याच्या टॅक्सी फिरत होत्या. जिमी तो कंप पावणारा यंत्रवत आवाज ऐकत होता. त्या आवाजाने त्याच्या ताठरलेल्या नसांवर थोडा परिणाम होऊन त्याला एकप्रकारची स्वस्थता जाणवत होती. त्याच्या नसा इतक्या ताणल्या गेल्या होत्या की त्या तुटणार तर नाहीत ना अशी त्याला भीती वाटत होती.

सुरुवातीला अगदी गाढ झोप लागल्यावर तो पहाटे तीन वाजता जागा झाला होता. त्याला भयंकर घाम फुटला होता आणि त्या नंतर त्याला झोपच आली नाही. थोड्या वेळाने त्याने झोपेचा प्रयत्न सोडून दिला आणि कॉम्प्युटरकडे जाऊन खुणा केलेल्या सर्व जागांच्या प्रवासाची पानं चाळू लागला. लवकरच तो त्या जागांचा प्रवास करणार होता. तो नेहमी मध्यरात्री एक वाजता झोपायला जायचा. त्या वेळेच्या कितीतरी आधी, म्हणजे रात्री अकरा वाजताच तो झोपायला गेला होता. दुपारी त्याने सँड्राबरोबर काढलेली डुलकी आणि उद्याच्या धाडसाची वाट पाहण्याचा तणाव ह्या सर्वांमुळे तो पहाटे तीन वाजल्यापासून जागा होता. सकाळच्या उजेडाची किरणं त्याच्या खोलीत पडू लागली, त्यामुळे झोप त्याच्यापासून दूर पळाली. जिमी मनातून वैतागला होता की कमी झोप आल्यामुळे तो थकेल आणि सकाळी गाफील राहील, परंतु त्याला काहीच करता येत नव्हतं. त्याचा देह त्याच्या मेंदूने केलेला

हुकूमच नाकारत होता.

त्याने आपल्या कॉम्प्युटरचा माऊस खुणा केलेल्या भागांकडे पुन्हा नेला. त्याच्या आवडत्या अश्लील चित्रांच्या पानावर गेल्यावर कदाचित त्याचा तणाव कमी होईल आणि ती चित्रं, रात्रीच्या त्या उरलेल्या तासांत त्याला उद्याच्या भेटीचा विसर पाडायला लावतील असं त्याला वाटलं होतं. परंतु ह्यावेळी त्यांचा काही उपयोग झाला नव्हता. सकाळी सात वाजता त्याने झोपायचे प्रयत्न थांबवले आणि तो रस्त्यापलीकडच्या मॅकडोनल्डमध्ये नाश्त्यासाठी गेला आणि स्वत:ला जागं ठेवण्यासाठी तीन कप कॉफी घेतली.

पहाटेचे ३.११

मायुमी

आरामदायी पांढरट रेशमी चादरी घातलेल्या पलंगावर मायुमी कित्येक तास जागी होती आणि ती छतावरील त्या एकुलत्या एक लाल ठिपक्याकडे पाहत होती. तो ठिपका त्या आपत्कालीन पाणी फवारण्याच्या प्रणालीची स्थिती दाखवत होता. सरतेशेवटी तिने झोपण्याचा प्रयत्न सोडून दिला. अंगावरच्या चादरी बाजूला ढकलल्या आणि काचेच्या मोठ्या खिडक्यांजवळ जाऊन खालच्या जगाकडे नजर टाकण्यासाठी ती वळली. ऑर्चर्ड रस्ता झोपी जायला हवा होता पण तो झोपलेला नव्हता. अजूनही कार आणि टॅक्सीज रस्त्यावर फिरत होत्या, बाजूच्या फुटपाथवर गुत्त्यात जाणाऱ्या लोकांचे थवे, त्यांचे डिस्कोचे भपकेदार कपडे घालून हिंडत होते. जणू काही ती पहाटेची साडेतीनची वेळ नव्हतीच. मायुमीने एक वर्तमानपत्रविक्रेता पाहिला. त्याने वर्तमान पत्रांचा ढीग डळमळीतपणे आपल्या मोटारबाईकवर टाकला आणि कोपऱ्यावर वळसा घालून आपल्या प्रभात फेरीच्या पहिल्या भागाकडे गेला. त्याच्यासाठी दिवसाची सुरुवात आधीच झाली होती.

नकळतपणे ती उद्याच्या कामाचा विचार करू लागली. घरापासून ३५०० मैल दूर असलेल्या एका पंचतारांकित हॉटेलमध्ये राहून, एका धमक्या देणाऱ्या आणि दहशत दाखवून पैसे उकळणाऱ्या प्रकरणात भाग घेणार होती, हा विचार करताना मायुमीची झोप उडाली होती. ह्याचा शेवट कसा होईल ह्याची कुणालाच कल्पना नव्हती. कारकिर्दीच्या सुरुवातीलाच, आपल्याकडे काही उत्साहजनक काम येईल, त्यात एक विख्यात शास्त्रज्ञ आणि तेत्सुयोसारखी प्रसिद्ध व्यक्ती अडकलेली असेल हा विचार कधी तिच्या मनातच आला नव्हता. इतिहासाच्या नुकत्याच ग्रॅज्युएट झालेल्यांना अशा अनुभवांची बढाई मारता आली नसती. आता आपल्या कामाची कारकीर्द ज्या तऱ्हेने पुढे जातेय त्याबद्दल मायुमी खूष होती.

'मला वाटतं पॉलने माझ्या ऑफिसचा दरवाजा खटखटवला त्या दिवशी मी योग्य जागी, योग्य वेळेवर हजर होते.' टक्क जाग्या असलेल्या डोळ्यांत, उरलेल्या रात्रीच्या वेळात झोप आणण्यासाठी त्या आकर्षक बिछान्याकडे जात असताना तिच्या मनात आलं.

तिने आपल्या आईवडिलांना झोपायला जाण्याआधी फोन केल्यामुळे तिच्या आईला आनंदच झाला होता आणि ती सिंगापूरमध्ये होती म्हणून ती उत्तेजितही झाली होती. मग मायुमीने कोणत्या जागांना भेट द्यावी त्याची यादी ती वाचू लागली. सरतशेवटी मायुमीने हळूच तिला सांगितलं की ती कामानिमित्त आली होती आणि स्थलदर्शन करणं तिला शक्य नव्हतं. परंतु तरीही जिथं तिची आई पंचवीस वर्षांपूर्वी आली होती त्या सिंगापूरमध्ये राहणंही उत्तेजित करणारं होतं.

इंग्लिशचे धडे आणि जिनीऑलॉजीचं खास प्रशिक्षण ह्याचा सरतेशेवटी फायदा झाला होता. त्यामुळेच तिला हे काम मिळालं होतं. हा विचार ती झोपेत अर्धवट जात असताना तिच्या मनात आला.

पहाटेचे ३ .१५

तेत्सुयोने फोन खाली ठेवला आणि तो आडवा झाला. सिंगापूर आणि न्यूयॉर्कमधील वेळेची तफावत लक्षात न आल्यामुळे त्याच्या पत्नीने आताच फोन केला होता आणि जी झोप येण्यासाठी त्याला प्रयत्न करावे लागले होते, त्यातून त्याला उठवले होते.

'कठीणच आहे,' त्याने आपल्या शरीराचा भार बिछान्याच्या एका बाजूकडून दुसऱ्या बाजूवर वळवताना दीर्घ निःश्वास सोडला. 'आता मला परत झोप येणं तसं अशक्यच आहे.'

पण नीट विचार केल्यावर तो शांत झाला. रेइको त्याची काळजी करत होती आणि गोंधळली होती– तो सिंगापूरमध्ये काय करतोय? त्याच्या अचानक दौऱ्याचा आणि तिला काही दिवसांपूर्वी मिळालेल्या त्या पार्सलचा काही संबंध होता की काय हे तिला जाणून घ्यायचं होतं. ती त्याची पत्नी होती आणि जेव्हा नवरा फारशी सूचना न देता आणि खुलासा न करता असा अचानक निघून जातो तेव्हा तिला काळजी वाटणं सहाजिकच होतं.

इथं काही वेडंवाकडं काम नाही ह्याची पुन्हा पुन्हा खात्री देणं एवढंच तेत्सुयो करू शकला. फक्त एक महत्त्वाचा असा धंद्यातील अत्यंत गुप्त करार होत असल्यामुळे फोनवर बोलता येणार नाही असं त्यानं सांगितलं. दोन दिवसांत परत आल्यावर खुलासा करण्याचं आश्वासन दिलं. काही दिवसांपूर्वी जेव्हा पहिल्यांदा तो

मिठाईचा खोका आला तेव्हा ह्या व्यवहाराविषयी त्यानं सांगितलं होतं ह्याची त्याने रेइकोला आठवण करून दिली आणि आता खरोखर सर्व ठीक चाललं असल्याचं तिला सांगितलं.

तेत्सुयोच्या बोलण्याने तिचं समाधान झालं असं वाटलं. मग फोन ठेवताना सांगितलं, "ठीक आहे तेत्सुयो. तू ठीक आहेस हेच महत्त्वाचं. परंतु जेव्हा तू इथं परत येशील त्या वेळी मला भरपूर वेळ द्यावा लागेल आणि मी त्यासाठी वाट पाहीन."

अर्थात त्यानंतर त्याला झोप लागली नाही आणि सूर्याची पहिली किरणं खिडकीतून खोलीत आत येईपर्यंत तो बसून राहिला. जिनोमॅट्रिक्सच्या सर्व प्रकल्पांचा मागोवा घेत स्वत:चं काम करत असताना त्याला स्वास्थ्य मिळालं होतं आणि मनातील विषयही बदलले होते. ट्रिशियाकडून एक ई-मेल आली होती आणि ज्या विलीनीकरणाचा प्रयत्न तो करत होता ते काम कोणताही अडथळा न येता पुरं झालं होतं. कामाच्या आठवणी त्याला जाणीव करून देत होत्या की सिंगापूरमध्ये जरी तो मूर्खपणाला तोंड देत असला, तरी त्याचे न्यूयॉर्कचं आयुष्य समाधानकारक आणि सुरळीत होतं. जवळजवळ अठ्ठेचाळीस तासांत तो पुन्हा तिथं परतण्याची आशा करत होता.

शेवटी सकाळी सहा वाजता तो झोपी गेला. झोप लागताना त्याच्या मनात त्याच्या आयुष्याचे आणि न्यूयॉर्कमधील त्याच्या कामाचे किंवा कुटुंबाचे विचार नव्हते. त्याला धमक्या देणाऱ्या तरुणाबद्दल आणि जपानी दफनभूमीत पुरलेल्या आणि त्या सर्वांना जन्म देणाऱ्या त्या स्त्रीबद्दल तो विचार करत होता.

पहाटेचे ३.१७

पॉल ग्रिफिन आपल्या खोलीत अंघोळीसाठी गेला होता. दिवसाच्या सर्व घडामोडींची आणि तपासाची माहिती त्याच्या लॅपटॉपमधील खास फाईलमध्ये लिहून झाल्यावर, आपण झोपण्याचा प्रयत्न करावा की ड्रिंक घेण्यासाठी खाली बारमध्ये जावं ह्यावर तो विचार करत होता. त्याला माहीत होते की निद्रानाशासाठी काही औषध घेतल्याशिवाय त्याला झोप येणार नाही परंतु त्याने तो विचार टाळला. कारण डॉक्टरांनी दिलेल्या औषधांपासून तो दूर राहायचा प्रयत्न करत होता.

"ठीक आहे, मग खाली बारमध्ये जाऊन ड्रिंक तरी घ्यावं." त्याने स्वत:ला सांगितलं. त्याने हॉटेलचा नाईट शर्ट काढला आणि टी-शर्ट आणि जीन्स चढवले. त्याला कुणाची तरी साथसंगत हवी होती. मायुमीला बोलवावं असं त्याच्या मनात आले, परंतु मध्यरात्र उलटून गेली होती आणि त्याला सोबत देण्यासाठी तिला झोपेतून उठवणं योग्य नव्हतं. त्याच्या पूर्वपत्नीबद्दल बोलणं झाल्यावर त्यांचे संबंध थोडे दुरावले होते.

त्याने नि:श्वास सोडला. इतर अनेक स्त्रियांपेक्षा जपानी स्त्रियांबद्दल अंदाज करणं कठीण होतं. त्या काय विचार करत आहेत हे कधीच जाणता येत नाही कारण त्या आपल्या मनातील विचार कधीच बोलून दाखवत नाहीत. जेव्हा तुम्हाला त्यांच्याबाबत एखादी गोष्ट योग्य वाटते आणि तसे तुम्ही वागता, तेव्हा तुम्हीच तुमच्या पायावर धोंडे पाडून घेता.

बारमधील स्टुलावर व्होडका आणि लिंबाच्या मिश्रणाचे घुटके घेत असताना पॉलने त्याच्यासारखेच रात्री उशिरापर्यंत पीत बसलेले छोटे घोळके पाहिले. त्याचे विचार त्या चष्मा लावलेल्या, किंचित चकणे डोळे असलेल्या आणि दुपारी दरवाजा उघडणाऱ्या तरुणाकडे वळले. त्याच्यासारखी, वरिष्ठांशी कोणताही लागाबांधा नसलेली व्यक्ती, तेत्सुयोसारख्या वजनदार, प्रतिष्ठित माणसाच्या आयुष्यात इतकी उलथापालथ कशी घडवून आणू शकते? आणि आता आणखी एक गोष्ट त्याचा गोंधळ उडवित होती. जिमी टॅनसारख्या प्राण्यापर्यंत तेत्सुयोच्या भूतकाळातील इतकी पक्की गुलदस्त्यात असलेली बातमी कशी पोहोचू शकते? त्याच्यासारख्या तरुण मुलाकडे नक्कीच ही माहिती मिळवण्यासाठी लागणारी साधनं नव्हती किंवा त्याचं एवढं वजनही नव्हतं. त्याच्या बापाकडून, तेत्सुयोच्या सावत्रभावाकडून त्याला कळलं असलं तरच! जिमी टॅन कितीही बावळट दिसत असला तरीसुद्धा पॉलला हे कबूल करावं लागलं, की तीन देशांत पसरलेल्या धाडसी योजनेची आणि अतिशय श्रीमंत आणि सत्ताधारी माणसांच्या बरोबरीने उभे राहण्याची धिटाई त्याच्याकडे होती.

पॉलने त्याच्या व्होडका लाईमचा शेवटचा घोट घशाखाली घातला आणि तो खोलीकडे जाण्यासाठी उठला. सकाळी अगदी ताजंतवानं राहावं ह्यासाठी त्याला निदान दिवस उगवण्यापूर्वी काही तासांची झोप घेणं आवश्यक होतं.

पहाटेचे ३.२२

अकिरा जेवण झाल्यावर सरळ आपल्या खोलीकडे गेला तेव्हा रात्रीचे फक्त आठ वाजले होते. परंतु तेत्सुयोने आपण थकल्याचं सुचवलं होतं आणि लवकर झोपण्याचा प्रयत्न करणार असल्याचं सांगितलं होतं. अकिराला एकटंच कुठेतरी जायची इच्छा नव्हती.

मग बराच वेळ गरम पाण्याची अंघोळ केल्यावर त्याने साकीची बाटली काढली. तो ती प्रवासात नेहमी बरोबर ठेवायचा. कारण त्यामुळे त्याला एकप्रकारचा शांतपणा यायचा. त्याच्या व्यवसायातील ताणतणाव आणि काळज्या दूर सारण्यासाठी साकी त्याला मदत करायची.

‘अरे देवा, केवढा हा गोंधळ,’ डोळे बंद करताना त्याच्या मनात आलं आणि त्याला गरम साकीची आग घशातून खाली जाताना जाणवली.

पण आज रात्री ती साकीही त्याला मदत करू शकली नाही. तो जाम वैतागला. तो आपल्या मित्राचं, ज्याचा तो सर्वस्वी ऋणी होता, त्या तेत्सुयोचं दुःख आणि वैयक्तिक शोकांतिका ह्यांची तीव्रता कमी करण्यासाठी काही करू शकत नव्हता आणि त्यामुळे तो नाउमेद झाला होता.

अकिरा आपल्या लॅपटॉपमध्ये आपल्या खाजगी वेबसाईटवर आपली मतं मांडायचा. आज त्याने तिथं लिहिताना अगदी दुःखी आणि हरलेपणाची भावना व्यक्त केली होती. ‘दुःख हे इतकं एकटं असतं आणि ते जेव्हा बिकट प्रश्न होऊन समोर ठाकतं, तेव्हा प्रत्येकाला त्याला तोंड देण्यासाठी एकट्यानं सामोरं जावं लागतं. दुसरं कोणीही, तुमच्यावर कितीही प्रेम करत असलं, तरी ते तुमचं दुःख सोसू शकत नाहीत. ते दुःख तुमचं तुम्हालाच सोसावं लागतं. शेवटी मृत्यूसारखं दुःख हे अगदी वैयक्तिक असतं आणि ते एकट्यालाच सहन करावं लागतं.’

लहानपणी मैदानावर पडणं, मारामाऱ्या, कायद्याच्या अभ्यासातल्या अडचणी आणि प्रेयसीचा लहान वयात झालेला मृत्यू, या सर्वांबाबत अकिराच्या बापाने त्याला हेच सांगितलं होतं आणि त्याचं म्हणणं बरोबर होतं.

खोलीमध्ये केवळ लॅपटॉपच्या स्क्रीनचा प्रकाश होता. त्याच्या लक्षात आलं की तो माऊस उगाचच फिरवत आहे. त्याने खोलीतील दिवे लावण्याची तसदी घेतलेली नाही.

त्याने पलंगाजवळचा दिवा लावण्यासाठी हात पुढे केला आणि सौम्य पिवळसर प्रकाश खोलीभर पसरला. त्यामुळे खोलीत स्वास्थ्य आणणारं वातावरण पसरलं. अकिराने कुटुंबाचे फोटो असलेल्या संग्रहावर क्लिक केले आणि तानाकाच्या तीन पिढ्यांच्या हसऱ्या चेहऱ्यांच्या फोटोची मालिका त्याच्या लॅपटॉपवरील स्क्रीनवर जिवंत झाली. बिचारा तेत्सुयो, त्याच्या कुटुंबाची घडण कलंकित होती. तो डाग लज्जास्पद, रक्ताचा आणि अगदी आत्यंतिक प्रतारणेचा होता.

तिथं साठवलेल्या १०२ फोटोंतील प्रत्येक फोटो त्याने पाहिला आणि ह्या कृतीमुळे त्याचं मन शांत झालं. तेत्सुयोच्या केसमुळे रक्त रक्ताशी झुंज घेतं ह्या भावनेचा त्याच्या मनात आलेला विचित्र कडवटपणा नाहीसा झाला. सरतेशेवटी त्याला झोप येऊ लागली. जेव्हा काही तासांची झोप घेण्यासाठी तो थकून आडवा झाला, तेव्हा पलंगाजवळच्या डिजिटल घड्याळात पहाटेचे ३-२२ झाले होते.

३१

सकाळचे ८-००

अकिराने काल रात्री आरक्षित केलेलं नाश्त्याच्या विभागातील टेबल अजून रिकामं होतं आणि त्या टेबलाच्या गुळगुळीत पृष्ठभागावर 'आरक्षित' अशी नोटिस होती. पहिल्यांदा आली ती मायुमी. तिने चष्मा लावला होता. काल रात्री झोपेची वाट लागल्यामुळे तिचे डोळे चुरचुरत होते. त्यामुळे कॉंटॅक्ट लेन्स लावणं तिला शक्य नव्हतं. खोलीच्या प्रवेशद्वाराकडे तोंड करून असलेल्या खुर्चीवर ती बसली. त्यामुळे इतर सर्वजण तिला येताना दिसणार होते. काही मिनिटांनंतर पॉल तिथं आला. त्याच्या डोळ्यांखालच्या फुगवट्यावरून त्यालाही रात्री चांगली झोप लागलेली नाही हे तिला दिसले. जेव्हा तिने त्याला अभिवादन केलं तेव्हा त्याच्या डोळ्यांकडे बघणं टाळलं. ''गुड मॉर्निंग पॉल साहेब, मला वाटतं की तुम्हाला काल रात्री नीट विश्रांती मिळालेली नसावी.''

तिला खात्री होती की त्याने आपल्या पूर्वीच्या पत्नीवर आपलं अजूनही प्रेम आहे हे तिच्याजवळ कबूल केल्यावर ती जरा दुरावली आहे, हे त्याच्या लक्षात आलं होतं. त्यामुळे मायुमीला काहीसा संकोच वाटत होता. अकिराला टेबलाशी येताना पाहून आणि आजच्या तणावाच्या दिवसाची सुरुवात होणार होती म्हणूनही असेल, परंतु तो क्षण पटकन गेला. कारण आजचा दिवस कसा असेल याची कोणाला कल्पना नव्हती.

अकिराने पॉलच्या शेजारची खुर्ची नम्रपणे किंचित वाकत आणि गुड मॉर्निंग म्हणत पटकावली. ते तिघंही नाश्त्याचा मेन्यू पाहत गप्प झाले आणि तेत्सुयोच्या येण्याची वाट पाहू लागले.

तो आठ वाजून वीस मिनिटांनंतर आला. पावणेआठ ही भेटण्याची वेळ ठरली होती. ठरलेल्या वेळेच्या पस्तीस मिनिटं उशिरा येऊन प्रत्येकाला ताटकळत ठेवल्याबद्दल त्याने भरभरून क्षमा मागितली. एखाद्या भेटीच्या ठरलेल्या वेळेबाबत तो अगदी जपान्यांसारखा वक्तशीर होता. तो कधीही उशीर करायचा नाही. अगदी फारच क्वचित परिस्थितीत असं घडायचं. त्याचा अर्थ तो काल रात्रभर बहुधा जागा होता आणि त्यामुळे वेळेवर उठू शकला नव्हता.

वेटर त्यांच्या ड्रिंक्सच्या ऑर्डर्स घेण्यासाठी आला. मायुमी आणि पॉल एकदम म्हणाले, 'कॉफी.' त्यामुळे सर्वांच्या चेहऱ्यावर हसू पसरलं आणि वातावरणात काहीसा हलकेपणा आला.

तेत्सुयोने युरोपियन ब्रेकफास्ट घ्यायचं ठरवलं आणि इतरांनी भरपेट अमेरिकन ब्रेकफास्ट घ्यायचं ठरवलं. ऑर्डर्स देऊन झाल्यावर एकमेकांना माहिती देण्यात ते गुंतले.

सकाळचे ८-२५

"ह्या कामात काल मी म्हटलं होतं त्याप्रमाणे मला कुणालाही दुखापत व्हायला नकोय. मि. ग्रिफिन, मला वाटतं, ह्या मुलाला हाताळताना तुम्ही कदाचित जास्त उत्साही व्हाल. अर्थात ह्या सर्वामागे तोच खरोखर असला तर!" तेत्सुयो म्हणाला. "मी ह्या मुलाला स्वत: भेटणार आहे. मला माहीत आहे की मी तुमच्यापैकी एकाला पाठवू शकतो. पण नाही. हे असं काहीतरी आहे की जे मी स्वत:च केलं पाहिजे. तुम्ही सगळ्यांनी मला गरज लागली तर जवळपास थांबा, विशेषत: मि. ग्रिफिन."

अकिराने याला हरकत घेतली, पण टेटसुयाने त्याला थांबविण्यासाठी हात वर केला आणि तो म्हणाला, "काळजी करू नको अकिरा. मी ह्या मुलाचा समाचार घेईन. मी जरी म्हातारा असलो तरी ज्युडोत ब्लॅकबेल्ट मिळवलेला आहे आणि मी निर्दयपणे लाथाही मारू शकतो! कुटुंबाची घाणेरडी वस्त्रं रस्त्यावर धुणार नाही, ह्या त्याच्या तोंडी हमीच्या बदल्यात कुणी त्याला दहा लक्ष युएस डॉलर्स देईल असं त्याला वाटत असेल तर तो उघडपणे अगदी बावळटच आहे."

सकाळचे १०-१८

मायुमी लिफ्टमधून घाईने बाहेर पडत त्यांना भेटायला धावली तेव्हा तेत्सुयो आणि अकिरा लॉबीत वाट पाहत उभे होते. काल रात्रीच्या जागरणामुळे आलेला

थकवा तिने थंड पाण्याने अंघोळ करून घालविला. आपल्याला उशीर झाला अशी भीती तिला वाटत होती. ती काही म्हणण्याआधीच अकिराने तिचा हात धरून तिला एका कोपऱ्यात नेलं आणि सांगितलं की येणारा प्रसंग वाईट, इतकंच नव्हे तर धोकादायक ठरेल म्हणून तिने हॉटेलमध्येच वाट पाहावी. तिने आपलं तपासकौशल्य दाखवून फारच महत्त्वाची कामगिरी केली होती आणि तिचं काम आता संपलं होतं.

"परंतु मीही तिथं असायला पाहिजे. कारण मी ह्या सर्व पार्श्वभूमीचं काम केलंय शिवाय पॉलला आणि मलाच ह्या मुलाबद्दल सगळी माहिती आहे." मायुमीने त्याचं बोलणं खोडून काढण्याचा प्रयत्न केला परंतु अकिराने मान हलवली. "मला खरंच वाईट वाटतं मायुमी, परंतु हे तेत्सुयोच्या सूचनेवरून चाललंय. तुला दुखापत व्हावी अशी त्याची इच्छा नाही."

एवढे सांगून अकिरा तेत्सुयोकडे परतला आणि ते दोघं वाट पाहत असलेल्या टॅक्सीत बसून वेगाने निघालेही.

मायुमी क्षणभर तिथं थांबली. तिला धक्काच बसला होता. ह्या शेवटच्या नाट्यात तिला वगळलं जाईल अशी तिची अपेक्षा नव्हती आणि त्यामुळे ती चिडली होती.

"काही झालं तरी मी शेवट चुकवणार नाही आणि कारण काय तर म्हणे बडे बॉस आकिनिचो ह्यांचा असा हुकूम आहे म्हणून!" तिने स्वतःला बजावलं. "स्त्रियांवर सत्ता गाजवणाऱ्या जपानी पुरुषांच्या वृत्तीचा हा नमुनाच म्हणायचा!"

सकाळचे १०-३५

मायुमीने त्या दोघांना पुढे जायला वीस मिनिटांचा अवधी दिला आणि मग फुनान सेंटरकडे जायला टॅक्सी पकडली. ते तिला जाण्यापासून थांबवू शकले नव्हते. कारण त्या सर्व योजनेत तिला स्वारस्य होतं. तिने पॉलबरोबर त्या जागेचं काल रात्री निरीक्षण केलं होतं. त्यामुळे ते किती वाजता आणि कुठे भेटणार हे तिला माहीत होतं.

पॉल कुठेच दिसत नव्हता. त्या खास पोशाख केलेल्या हॉटेलमधील भारतीय नोकराने पॉल अर्ध्या तासापूर्वीच टॅक्सीने एकटा गेल्याचं सांगितलं.

'खोटारडा!' तिच्या मनात आलं, 'ते मला मागे वगळून जाणार हे त्याला माहीत होतं आणि म्हणूनच तो मला सोडून गेला.'

शेवटच्या घटकेला झालेल्या बदलामुळे मायुमी जरा गडबडली होती आणि दुपारी बाराच्या भेटण्याच्या वेळेच्या कितीतरी आधी फुनान सेंटरमध्ये हजर झाली होती. आपल्या बॉसेसनी पाहण्याचा धोका तिला नको होता. ती लिफ्टने दुसऱ्या मजल्यावर आली.

सकाळचे ११-१५

दुसऱ्या मजल्यावर जात असताना मायुमीच्या लक्षात आलं की ही जागा अगदी मोक्याची होती. ती लपून राहू शकत होती आणि जे काही घडणार होतं ते तिला व्यवस्थित दिसणार होतं. कारण दुसऱ्या मजल्यावरून खालच्या त्या दालनातील सर्व दिसत होतं.

ती जिथं उभी होती तेथून तिला मॅकडोनाल्डचा खुर्चीवर बसलेला विदूषक आणि त्याच्या बाजूला असलेलं उष्ण प्रदेशातील ताडाचं झाड स्पष्ट दिसत होतं. मुलांचा एक चमू त्या विदूषकाभोवती चेष्टा करत उभा होता. परंतु ओळखीचं कुणी दिसत नव्हतं, कारण ती पंचेचाळीस मिनिटं आधी आली होती.

पुढची पंचेचाळीस मिनिटं ती त्याच एका जागेवर विदूषकाकडे बघत उभी राहू शकत नव्हती. कारण ते विचित्र दिसलं असतं. त्यामुळे तिने काही वेळ दुकानात फेरी मारायचं ठरवलं. तिथं जिकडेतिकडे कॉम्प्युटर्स आणि सॉफ्टवेअरची दुकानं होती. फक्त एकच वेगळं होतं. ते ख्रिश्चन धर्माचा प्रचार करणाऱ्या पुस्तकांचं दुकान होतं. दोन आधुनिक इलेक्ट्रॉनिक्स यंत्रांच्या दुकानांच्या मध्ये विसंगत वाटत होतं. मायुमीला त्या छोट्या दुकानात रस नव्हता, पण उत्सुकतेपोटी ती त्या दुकानात शिरली. तिला वेळ काढायचा होता. इलेक्ट्रॉनिक मॉलमध्ये हे दुकान काय करत होते?

सकाळचे ११-२०

त्या दुकानात फक्त दोन माणसं होती. एक मुलगी काउंटरच्या मागे होती. त्या काउंटरवर ख्रिश्चन फलक आणि इतर बारीकसारीक वस्तू होत्या आणि एक सडपातळ, चौकडीचा शर्ट घातलेला माणूस कोपऱ्यावर बसून वाचत होता. त्या काउंटरमागची मुलगी तिच्याकडे आली आणि काही मदत हवीय का असं विचारलं. मायुमीने ती फक्त पुस्तकं बघायला आल्याचं सांगितलं.

त्या तरुण मुलाने बारीक डोळे करून तिच्याकडे पाहिलं. तो बराच ओळखीचा वाटत होता. तो कॉम्प्युटरवेडा वाटत होता. एखाद्या कोपऱ्यात घुसून कॉम्प्युटरच्या पुढ्यात बसण्याऐवजी तो ख्रिश्चन दुकानात येऊन बायबल बघत बसलेला होता. ज्या तऱ्हेने तो तिच्याकडे पाहत होता त्यामुळे भीतीची एक लहर तिच्या पाठीतून सळसळत गेली. त्याचे मोठे डोळे आणि विस्कटलेले केस ह्यामुळे तो विचित्र दिसत होता.

तो एवढा ओळखीचा का वाटतो ह्याचा ती पुन्हा विचार करत असताना तो मुलगा उठला आणि दुकानातून बाहेर पडला. तो लिफ्टकडे गेलेला तिने पाहिला. त्याच्या हातात एक छोटी निळी घट्ट धरलेली बॅग होती. मग तिच्या डोक्यातून त्याचा विचार गेला. तिचं लक्ष त्या दुकानातील अनेक पवित्र आणि स्फूर्तिदायक फलक असलेल्या घड्याळांकडे गेलं. वेळ पळत होता. दुपारचे बारा वाजायला आले होते. आता जिथून खालच्या मोठ्या दालनातील विदूषक दिसत होता, ती दुसऱ्या मजल्यावरची जागा पकडण्याची वेळ आलेली होती.

सकाळचे ११-५५

मायुमीला त्या लिफ्टजवळ एक जागा सापडली. तिथून तिला खाली त्या दालनात काय घडतंय ते स्पष्ट दिसत होतं. तिच्याकडे कुणाचंच लक्ष गेलं नाही कारण तिथं खरेदी करणारे इतर लोक त्या कठड्यावरून वाकून गप्पा मारत होते किंवा गहन चर्चेत बुडाले होते.

जेव्हा तिला पहिला ओळखीचा चेहरा, तेत्सुयो, त्या विदूषकाकडे येताना दिसला तेव्हा तिचं हृदय जोरजोरात धडधडू लागलं. त्याच्या खांद्यावर एक लॅपटॉपची बॅग होती. काही मीटर्स अंतरावर चौकडीचा शर्ट घातलेला एक माणूस मासिकांच्या दुकानात मासिकं पाहत त्या दालनाकडे पाठ करून उभा होता.

३२

दुपारचे १२

'हा पिवळा आणि लाल रंगाचा मूर्ख दिसणारा विदूषक, गेल्या कित्येक आठवड्यांच्या काळजीचा, अत्यंत चुरशीच्या तपासाचा आणि दूरवरच्या प्रवासाचा मध्यबिंदू आहे का? हे खरं आहे की कुणी तरी कंटाळलेल्या विद्यार्थ्याने आमची मस्करी केलीय?' तेत्सुयो त्या हसऱ्या विदूषकाकडे जाताना विचार करत होता.

आपल्या न्यूयॉर्कमधील साम्राज्यापासून १०,००० मैल दूर असलेल्या त्या विदूषकाच्या बाजूला, त्याच्या नातवाच्या वयाच्या मुलासमोर, दशलक्ष युएस डॉलर्ससाठी उभं राहताना तेत्सुयोला हास्यास्पद वाटत होतं. परंतु तो कोण आहे ह्याबद्दल तेत्सुयोला खात्री नव्हती आणि त्यामुळे ह्या अंतिम लढाईसाठी तो अगदी उत्सुकतेने वाट पाहत होता. त्याच्या कुटुंबाचं हे रक्त नदीच्या चुकीच्या बाजूनं वाहत होतं आणि ह्या चुकीच्या बाजूवर त्याने अनेक दशकं पांघरूण घालण्याचा प्रयत्न केला होता. तो प्रसिद्धी आणि विशिष्ट दर्जाला पोहोचला होता, त्या वेळेपासून त्याला ज्या बातमीची भीती वाटत होती, त्याच बातमीने त्याला खडबडून जागं केलं होतं. बाटलीतून राक्षस निसटला होता!

स्वस्थ उभं राहण्यासाठी तेत्सुयोने स्वत:ला बजावलं. तणावाखाली असताना येरझारा घालण्याच्या त्याच्या नेहमीच्या सवयीपासून त्याने स्वत:ला आवरलं. त्याला स्वत:कडे लक्ष वेधून घ्यायचं नव्हतं. नशीब! जगाच्या ह्या भागात त्याला कुणीही ओळखत नव्हतं. त्याने आजुबाजूच्या छोट्या ग्राहकांच्या गटाकडे पाहून स्वत:ला शांत ठेवण्याचा प्रयत्न केला. हा ग्राहकांचा चमू त्या मॉलमध्ये इलेक्ट्रॉनिक्सच्या वस्तू पाहण्यासाठी आलेला होता. अगदी वैतागलेल्या आणि रडणाऱ्या छोट्या

मुलाला ओढत घेऊन जाणाऱ्या स्त्रीपासून ते मासिकांतील डिजिटल सामानाबाबत विचारात गढलेल्या म्हाताऱ्यापर्यंत आणि त्या दालनात प्रदर्शित केलेल्या सामानाभोवती गर्दी करणाऱ्या तरुण पोरांपर्यंत सर्वजण त्या शहरातील छान सौदा करून देणाऱ्या त्या मॉलकडे आले होते.

तेत्सुयोने त्याच्या डोळ्यांच्या कोपऱ्यातून पॉलला एका मोठ्या खांबाच्या मागे कॉम्प्युटरवरची मासिकं अगदी सहजपणे चाळताना पाहिलं. तो तरुण मुलगा कसा दिसत होता हे फक्त तो एकटाच जाणत होता आणि जरी तो मासिकात एकाग्र झाल्याचं दाखवत असला, तरी त्याच्या त्या सराईत डिटेक्टिव्हच्या नजरेतून काहीही आणि कुणीही सुटलं नव्हतं.

दुपारचे १२-१०

त्या मुलाने जाणूनबुजून ठरवलेली वेळ चुकवली आणि त्यांना ताटकळत ठेवलं असं पॉलच्या मनात आलं. पण जर जिमी टॅन त्याची ठरलेली भेट घेणार असला तर तो आपल्या नशिबाला आणखी ताणणार नाही आणि तो लवकरच येईल.

पॉलचा तर्क बरोबर होता. मायुमीने आणि त्याने काल रात्री पाहिलेल्या उष्ण प्रदेशी ताडाच्या झाडामागून एक सडपातळ, पाठीत पोक आलेला तरुण मुलगा बाहेर येऊन तेत्सुयोजवळ आला आणि बोलू लागला. हा सर्व वेळ तो त्या निळ्या बॅगेत काहीतरी घट्ट धरून होता. ती बॅग त्याच्या डाव्या खांद्यावर होती. त्याच्या ह्या कृत्याने पॉल ताबडतोब सावध झाला. त्या तरुण मुलाने बॅगेत हत्यार लपवलेलं होतं. पॉल जवळ आला आणि फुलं नसलेल्या त्या झाडाच्या पानांमागे त्या दोघांजवळ थांबला. दुसऱ्या मजल्यावर असलेल्या मायुमीने श्वास रोखून धरला. ख्रिश्चन दुकानात चौकडीचा शर्ट घातलेला हाच तो तरुण माणूस!!

"अरे देवा," ती अडखळत पुटपुटली.

दुसऱ्या मजल्यावरील ज्या जागेवर ती होती तेथून मायुमीने तेत्सुयोला आपल्या सावत्र पुतण्या – आणि शत्रूशीही बोलणं सुरू करताना पाहिलं. तो प्रक्षुब्ध झाला होता. एक म्हातारा माणूस आणि मुलगा रक्ताच्या नात्याने बांधलेले होते आणि तरीही नशिबावर अवलंबून असलेल्या खेळातील शत्रू होते. हा खेळ अगदी टोकाच्या महत्त्वाकांक्षेमुळे, गरिबीच्या राखेतून आणि हव्यासापोटी सुरू झाला होता. ही महत्त्वाकांक्षा आणि हव्यास हे दारिद्र्यातून आणि समाजाने नाकारल्यामुळे तयार झाले होते. त्यांना पाहून दोन लढणाऱ्या कोंबड्यांची तिला आठवण झाली. ते एकमेकांचा अंदाज घेत होते. ती भेट बऱ्याच काळानंतरचं पुनर्मीलन ठरणार

नव्हती. तिथं होती इच्छाशक्तीची भयानक शर्यत आणि त्यात फक्त एकच विजयी ठरणार होता.

तेत्सुयोसमोर उभा असलेला तो मुलगा एक पाऊल बाजूला झाला, त्याने त्या निळ्या बॅगेतून एक छोटी प्लॅस्टिक बॅग काढली आणि तेत्सुयोचा चेहरा पांढराफटक पडला. त्यांच्या भेटीला वाईट वळण लागलं होतं. दम लागल्यागत श्वासोच्छ्वास करणारा तो मुलगा काहीही करू शकला असता. त्याला शांत करण्याची वेळ आता आली होती.

त्या मुलाकडे काहीतरी हत्यार असावं असा अंदाज मायुमीने बांधला. एखादी बंदूक किंवा सुरी त्याच्या प्लॅस्टिक बॅगमध्ये होती. तिच्याकडे काही जड वस्तू असती तर त्याच्या हातून ते हत्यार पडावं म्हणून तिने ती त्याच्या डोक्यावर टाकली असती. परंतु तिला माहीत होतं की तिने काही न करता तिथंच उभं राहायला हवं होतं. कारण तिने अशी काही हालचाल केली असती तर अकिराने आणि पॉलने आखलेल्या बेतात अडथळा येण्याची शक्यता होती.

तेत्सुयो ती पैसे असलेली बॅग त्या मुलाला देऊ लागला तेव्हा त्या मुलाने त्याला त्याच्या बाजूच्या खुर्चीवर बसण्याची खूण केली. तोपर्यंत तो त्या बॅगेतील वस्तू तपासणार होता. त्याने आता ती प्लॅस्टिक बॅग तेत्सुयोच्या बाजूला लावली होती आणि ती जोडगोळी मजेने हसणाऱ्या त्या विदूषकाच्या बाजूला असलेल्या बाकाच्या दिशेने चालू लागली. भोवताली त्या मॉलमधल्या माणसांचे घोळके पुढे मागे होत होते. त्यांच्यामध्ये चालू असलेल्या त्या भयानक नाट्याची त्यांना कल्पनाही नव्हती.

जेव्हा तेत्सुयो आणि तो मुलगा बाकाशी पोहोचले, तेव्हा दोन माणसं त्या घोळक्यांना मागे सारत त्यांच्याकडे आली. मायुमीने पाहिलं की तो अकिरा आणि पॉल होता. त्या बाकाकडे येणाऱ्यांची ती हालचाल पाहून त्या मुलाचं लक्ष विचलित झालं. त्या दोन माणसांनी अगदी सहजपणे ती कॉम्प्युटरची बॅग आणि प्लॅस्टिक बॅग एकाच वेळी अगदी शिताफीने त्याच्याकडून काढून घेतली. तेत्सुयोने त्या मुलाचा हात पकडला आणि त्याला घट्ट धरून ठेवलं. नि:शस्त्र झालेला तो मुलगा त्याच्याभोवती असलेल्या तीन धडधाकट माणसांशी सामना करू शकणार नव्हता.

मायुमी खाली पाहत असताना, तिची नजर खालच्या घोळक्यावर फिरत होती. अचानक तिला आणखी एक ओळखीची आकृती दिसली. एक स्त्री त्या घोळक्याच्या टोकाला उभी होती आणि त्या विदूषकाभोवती चाललेला प्रसंग अगदी काळजीपूर्वक पाहत होती.

ती स्त्री म्हणजे जिमी टॅनच्या फ्लॅटबाहेर तिला भेटलेली मुलगी आहे हे लक्षात

आल्यावर मायुमीचं हृदय धडधडू लागलं. तिथे काय घडत होतं ह्यात तिला फारच स्वारस्य दिसत होतं!

त्या मुलीला जिमी टॅनची निव्वळ मैत्रीण म्हणून दुर्लक्षित करून त्यांनी ह्या खेळातील आणखी एक खेळाडू दुर्लक्षिला होता की काय?

मायुमीने खाली पाहिले. तिला दिसले की पॉलने तेत्सुयोकडून काही गोष्टी आपल्या ताब्यात घेतल्या होत्या आणि एका हाताने त्याने त्या मुलाला धरलं होतं. ती प्लॅस्टिकची बॅग दुसऱ्या हातात धरली होती. तेत्सुयो काहीसा सुन्न झाल्यागत बाकावर बसून होता आणि अकिरा त्याच्या बाजूला पैसे असलेली ती कॉम्प्युटरची बॅग घेऊन उभा होता. कदाचित कुणा गिऱ्हाइकाने सावध केल्यामुळे काही अंतरावर दोन सिक्युरिटी गार्ड्स त्या चमूकडे येत होते. तेत्सुयो काहीतरी म्हणाल्याचं तिने पाहिलं आणि त्या मुलाला घट्ट पकडून पॉलने बाहेर पडायला सुरुवात केली.

ती मुलगी सहजपणे त्या मॉलमधून बाहेर पडताना मायुमीने पाहिली अणि ताबडतोब हालचाल केली. त्या मुलीला तसं सोडून चालणार नव्हतं. ह्या नाट्यात तिचा काय भाग होता हे जाणून घ्यायलाच हवं होतं. लिफ्टमधून घाईघाईने खाली येत ती त्या मुलीमागे निघाली.

मायुमी रस्त्यावर पोहोचली तेव्हा ती मुलगी नजरेच्या टप्प्यात आहे हे पाहून तिला बरं वाटलं आणि जवळ जवळ वीस मिनिटं भराभर तिच्या मागोमाग जात तिने त्या दोघींमधलं अंतर कमी केलं. त्या दोघी मग दुतर्फा रेस्टॉरंट्स आणि भेटवस्तूंच्या दुकानांची गर्दी असलेल्या नदीजवळ आल्या.

आता जेवणाच्या सुट्टीची गर्दीची वेळ होती. आसपासच्या उंच इमारतींतील ऑफिसेसमधील कर्मचाऱ्यांची आणि अधिकाऱ्यांची गर्दी होती. मायुमी कशीबशी त्या मुलीला आपल्या नजरेच्या टप्प्यात ठेवून होती. ती त्या मुलीच्या मागून नदीजवळच्या रस्त्यावरून जात होती. शेवटी ती मुलगी एका छोट्या धक्क्याशी आली. तिथं 'वॉटर टॅक्सीज' असा बोर्ड होता आणि बोटी वर-खाली हिंदकळत होत्या.

मायुमी घाबरली. ती मुलगी वॉटर टॅक्सी घेणार होती आणि बोटीच्या छोट्याशा जागेत तिच्या नकळत पाठलाग करणं शक्य नव्हतं. परंतु तिला दुसरा मार्ग नव्हता. ती त्या मुलीला आपल्या नजरेपासून दूर करू शकत नव्हती.

त्या छोट्याशा धक्क्यावर आल्यावर त्या मुलीने तिकीट विकत घेतलं आणि एका रिकाम्या टॅक्सीत ती शिरली. तिथं फक्त एकच मुलगा ती चालवत होता. विचार न करता मायुमीने स्वत:साठी तिकीट विकत घेतलं आणि तो मुलगा दोऱ्या सोडत असताना, इंजीन चालू करून बोट सुरू करेपर्यंत तिने त्या टॅक्सीत उडी मारली.

मायुमीचा त्या मुलीशी आमनेसामने करण्याचा बेत होता, परंतु तो त्या बोटीच्या छोट्या जागेत नव्हे. त्यामुळे एखाद्या पर्यटकासारखे वागत ती नदीचं दृश्य आणि आसपासच्या उंच इमारती पाहत होती.

परंतु ती मुलगी मागे वळली आणि तिने विचारलं, ''मला माहीत आहे की तू फुनान सेंटरपासून माझा पाठलाग करत आहेस. तुला काय पाहिजे आणि मी तुला ओळखते का?''

मायुमीने आपल्या पर्समध्ये मोबाइल फोन शोधण्याचं नाटक केलं. तिला उत्तर देण्यासाठी काही वेळ हवा होता. परंतु काही म्हणायच्या आधी त्या मुलीने गर्रकन वळून तिच्याकडे तोंड केलं आणि तिने आपला आवाज चढवला, ''जरा थांब! तू कोण आहेस ते मला माहीत आहे. काल जिमीच्या घराजवळ भेटलेली मुलगी तूच आहेस. तू काहीतरी मासिकाच्या वर्गणीसंबंधी सांगत होतीस.''

''ठीक आहे, मी ती आहे, पण तू कोण आहेस?'' मायुमीने त्या मुलीने केलेले आरोप टाळावे की नाही ह्याचा विचार करत, मग सरळसरळ सांगायचं असं ठरवून उत्तर दिलं. आताची ही वेळ तिच्या आमनेसामने यायला चांगलीच होती.

''मी? मी सँड्रा आहे, जिमीची मैत्रीण.'' ती मुलगी सांगू लागली. मग ती अचानक थांबली. तिचा चेहरा काळवंडला.

अर्थात! सँड्रा आता सर्व गोष्टींचे दुवे जुळवत होती. मायुमीचं फ्लॅटवर येणं, त्यानंतर पाठोपाठ काही तासांनी त्या युरोपियन माणसाने मिशनरी असल्याचं नाटक करत येणं आणि दोघंही फुनान सेंटरमध्ये जिमीबरोबर चकमकीसाठी उगवणं. ती मुलगी आणि तो युरोपियन मनुष्य हे दोघं तिने जिमीसाठी केलेल्या योजनेचा बंदोबस्त करण्यासाठी एकत्र आली होती! आणि असं दिसत होतं की ती ह्यात यशस्वी होत होती. त्यांनी इतक्या वर्षांच्या कामाला सुरुंग लावला होता. तिचं शांत राहणं निष्फळ ठरलं होतं. जिमीच्या कॉम्प्युटर्सवरची आणि मोबाइल फोनवरची माहिती चोरण्यासाठी आणि रशियन संरक्षित सर्व्हरवर एक जागा विकत घेण्यासाठी त्या भयानक अँड्र्यूज नामक माणसाला तिने दिलेला पैसा जणू पाण्यात जाणार होता.

''ह्या धमकी देण्याच्या सर्व योजनांत तुझा भाग आहे, खरं ना?'' मायुमीने विचारलं आणि ती सँड्राच्या जवळ जाऊ लागली. कारण त्या इंजिनांचा आवाज आता मोठा झाला होता. ती बोट मुक्कामावर आल्यावर ती सँड्राला अशी सोडणार नव्हती.

परंतु झटकन आणि अनपेक्षित हालचाल करत सँड्रा उठली आणि रांगत त्या बोटीच्या टोकाशी गेली. त्या जाण्यामुळे त्या बोटीचा तोल ढळला आणि ती जोरात हलू लागली. बोट चालवणारा तो तरुण पहिल्यांदा चायनीज आणि मग इंग्लिशमध्ये ओरडला.

“बसा! बसा!! नाहीतर बोट कलंडेल.” तो त्या इंजीनच्या आवाजाहून मोठ्याने ओरडला.

अपेक्षेनुसार मायुमी सँड्राच्या मागोमाग रांगत जाईपर्यंत सँड्राने वाट बघितली आणि झटकन हालचाल करत मायुमीवर वार केला. तिला बोटीतून बाहेर ढकलायचा तिचा प्रयत्न होता. ती बोट हिंदकळली आणि एका बाजूला कलंडली. बोटीचा तो चालक त्यांच्या अंगावर पुन्हा किंचाळला पण त्याचं कुणीच ऐकलं नाही.

“वेडीवाकडी कृती करण्याची काहीच गरज नाहीये.” तिच्या अंगावर बसत असलेले गुद्दे चुकवण्याचा प्रयत्न करत मायुमी म्हणाली. “आपण ह्याबद्दल बोलू शकतो.”

“बोलू शकतो?” त्या इंजीनच्या आवाजात आणि चालकाच्या आरड्याओरड्यातही सँड्राचं हास्य कानावर आलं. “तू आणि तुझ्या मित्रांनी जिमीसाठी केलेले माझे सर्व बेत फुकट घालवलेत आणि तरी तुला बोलायचंय?”

बहुधा रागाच्या आवेशाने आलेल्या नव्या ताकदीने सँड्राने मायुमीच्या बोटांची पकड त्या बोटीच्या कडेवरून अशी सैल केली की त्यातून रक्त आलं. तिने मायुमीला बोटीतून बाहेर ढकलण्याचा प्रयत्न केला पण त्याच वेळी ती बोट बाजूला कलंडली आणि सँड्रा किंचाळत पाण्यात पडली.

ह्या झटापटीत मायुमीचाही तोल गेला. काही कळण्यापूर्वीच तिचं डोकं बोटीच्या तळावर आपटलं आणि ती बेशुद्ध झाली.

३३

सँड्रा हळूहळू शुद्धीवर आली आणि तिने डोळे उघडण्याचा प्रयत्न केला. परंतु प्रकाशझोत आणि त्या खोलीतल्या अस्पष्ट प्रतिमांमुळे ती पार गोंधळून गेली आणि तिने पटकन डोळे बंद केले. आजुबाजूच्या बोलण्यांमुळे तिला दिलासा मिळाला. तिच्या डोक्यातील गोंधळ क्षणभर पुसला गेला आणि तिला त्या नदीच्या गढूळ, थंड पाण्यात पडल्याची आणि बेफाम होऊन किंचाळल्याची आठवण झाली. कारण ती खाली नदीच्या खोल भागात खेचली जात होती. तिला पोहता येत नव्हतं आणि ती पाण्यात तरंगणं कठीणच होतं.

तिच्या किंकाळ्यांमुळे त्या चालकाला कळलं की ती पाण्यात पडलीय. त्याने बोटीचं इंजीन बंद केलं आणि त्याने तिच्या पाठोपाठ पाण्यात उडी मारली आणि बळकट हातांनी तिला पाण्याबाहेर काढलं. हेच तिला शेवटचं आठवत होतं. जेव्हा ती शुद्धीवर आली तेव्हा ती धक्क्यावर, गुंडाळलेल्या ब्लँकेटमध्ये पडलेली होती आणि घाणेरडं गढूळ पाणी ओकत होती. तिच्याभोवती लोकांची गर्दी जमली होती आणि कुणीतरी अँब्युलन्स बोलवत होतं. तिला पुन्हा भोवळ आली आणि ती बेशुद्ध झाली.

एक तासानंतर सँड्रा जागी झाली, ती एका अंधाऱ्या खोलीत आणि लोकांचा एक घोळका तिच्या बिछान्याभोवती उभा होता. ते हळू आवाजात बोलत होते.

"सँड्रा! सँड्रा! तू ठीक आहेस ना?" हा जिमीचा आवाज दूर अंतरावरून येत होता.

कुणीतरी पलंगाच्या बाजूचा छोटा दिवा लावला आणि त्या प्रकाशाच्या सौम्य झोतात तिच्या बिछान्याभोवती जमलेल्या त्या छोट्या घोळक्याची तिला जाणीव झाली. त्यातला एक माणूस जिमीचा सावत्र काका होता. आज सकाळी फुनान

सेंटरवर असलेला एक युरोपियनही तिथे होता. जिमी त्या दोघांच्या मध्ये एका खुर्चीत निस्तेज आणि आजारी असल्यागत बसलेला होता. बोटीत जिच्याशी झटपट झाली ती मुलगीही होती.

"तुम्ही मि. तेत्सुयो ना?" तिच्या पलंगाच्या अगदी जवळ उभ्या असलेल्या माणसाला ती हळू आवाजात म्हणाली.

तेत्सुयोने मान हलवली पण तो काहीच बोलला नाही. तो फारच थकला होता आणि त्याला कसलीही पर्वा उरली नव्हती.

"तुम्हाला बहुधा आश्चर्य वाटत असेल की मी कोण आहे आणि मी इथं कशी आले?" सँड्रा बोलू लागली.

ह्यावेळी ज्याने तिला उत्तर दिलं तो तेत्सुयो नव्हता तर त्याचा वकील अकिरा होता. तो कठोर शब्दात म्हणाला, "होय, मला वाटतं की ह्या बाबतीत तू आम्हाला खुलासा देणं भागच आहे आणि आम्ही तुला पोलिसांच्या ताब्यात का देऊ नये ह्याबद्दलही आम्हाला पुरेसं कारण हवंय."

त्या निर्दय माणसाचा कठोर, रागावलेला चेहरा दिसू नये म्हणून सँड्राने डोळे बंद केले. तो चक्क तिच्यावर खेकसला होता. तिचे सर्व बेत अगदी धुळीला मिळाले होते आणि ते तिचं काय करतील याबद्दल तिला भीती वाटत होती. शेवटी तिचा बेत मातीमोल ठरला होता. जिमी योग्यतेचा ठरला नव्हता हे तिला आता समजलं होतं. पण त्याला फारच उशीर झाला होता आणि मागं फिरणं अशक्य होतं. तिने जिमीसाठी विणलेल्या खोटेपणाच्या आणि फसवणुकीच्या जाळ्यात तीच अडकली होती आणि ह्यातून पोलिसांच्या सोबतीशिवाय कसं बाहेर पडायचं, ह्याचीच तिला चिंता वाटत होती.

"प्लीज, मला खुलासा करू दे." तिने विनवलं. "माझं नाव सँड्रा आहे आणि मी तेवीस वर्षांची आहे. जेव्हा मी लहान होते तेव्हा माझ्या आईवडिलांना माझ्यासाठी वेळ नसायचा. ते मला माझ्या आजीच्या फ्लॅटवर सोडायचे. तो फ्लॅट जिमीच्या फ्लॅटच्या वर दोन मजले आहे. मी त्याची सवंगडी बनले. तिथं तो आपल्या बापाबरोबर राहत होता त्या फ्लॅटवर मी नेहमी जायचे. मी जेव्हा चौदा वर्षांची झाले तेव्हा माझ्या लक्षात आलं की परिस्थिती बदलत होती, कारण मी जिमीच्या प्रेमात पडले होते. तो माझ्यावर प्रेम करत नाही आणि करणारही नाही हे माझ्या लक्षात आलं तरी मी जिद्द सोडली नाही. उलट तो मला हवा आहे ह्याबद्दलचा माझा निश्चय त्यामुळे ठाम झाला. काय घडतंय हे माझ्या वडिलांच्या लक्षात आलं आणि त्यांनी मला घरी परत नेलं. परंतु शक्य असेल तेव्हा मी माझ्या आजीच्या फ्लॅटवर आणि जिमीच्या फ्लॅटवर चोरून यायचे.

"जिमीने माझ्यावर प्रेम करावं म्हणून मी वर्षानुवर्षं प्रयत्न केले. परंतु त्याचा

काही उपयोग झाला नाही. त्याने कधीच माझ्याकडे लक्ष दिलं नाही. मी त्याला पत्रं लिहिली त्यावरून तो मला हसायचा, माझ्या देहयष्टीची आणि माझ्या सामाजिक स्तराची चेष्टा करायचा. जे काही त्याला मिळेल त्यावरून तो माझी टर उडवायचा. कोणत्या घडीला माझ्या प्रेमाचं रूपांतर हळूहळू द्वेषात झाले ते मला माहीत नाही. पण हे झालं; आणि मग त्यानं इतकी वर्षं दुखावलं होतं, अपमान केले होते त्याचा सूड उगवायचा ह्या एकाच इच्छेने मी पेटून उठले.

''माझी जिमीचे वडील मि. टॅन ह्यांच्याबद्दल काहीच तक्रार नव्हती. ते मला त्यांच्या मुलीसारखंच वागवायचे आणि एकदा तर ते मला म्हणालेही, की मी त्यांच्या मुलाच्या तुलनेत फारच चांगली होते आणि माझ्याकडे अशा तऱ्हेने दुर्लक्ष करणारा तो मूर्खच होता.

''जिमीला विसरण्याचा प्रयत्न करण्यासाठी मी युएसला पुढील अभ्यासासाठी जायचं मान्य केलं, परंतु मी त्याला विसरू शकले नाही. जेव्हा जेव्हा मी सुट्टीत परत यायचे तेव्हा त्याच्या बापाला भेटण्यासाठी त्याच्या फ्लॅटवर जाण्याबाबत मी स्वत:ला आवरू शकत नव्हते. एक दिवस आम्ही जपान्यांनी सिंगापूर पादाक्रांत केलं त्यासंबंधी बोलत होतो. तेव्हा मि. टॅननी मला एक धक्कादायक कौटुंबिक रहस्य सांगितलं. फक्त मी हे कुणाला सांगणार नाही असं माझ्याकडून वचन घेतलं.

''जिमीचा बाप आठ वर्षांचा असताना त्याला आईनं सांगितलं की, त्याला एक भाऊ होता आणि तो दुसऱ्या महायुद्धाच्या वेळी सिंगापूरमध्ये असलेल्या एका जपानी सैनिकापासून झालेला होता. जिमीच्या बापाची आई, जपानी आक्रमणामुळे तिचा नवरा मारला गेल्यावर एकटीच उरली. तिच्यावर तिची आणि तिच्या जेमतेम तीन वर्षांच्या असलेल्या मुलाच्या पालनपोषणाची जबाबदारी पडलेली होती. युद्धकाळात तिला कपडे धुवायचं किंवा नोकराचंही काम मिळू शकलं नव्हतं आणि आपल्या मुलाला भुकेने कळवळून रडताना तिला पाहावं लागत होतं, कारण भाताची पातळ पेज त्याचं पोट भरू शकत नव्हती. मग एक दिवस इतर स्थानिक मुली करत होत्या ते करण्याचा तिने निश्चय केला. तिने सर्वांत चांगले कपडे घातले. आपला चेहरा रंगविला आणि उंच टाचांच्या चपलांवर लटपटत ती जपानी सैनिक छावण्यांकडे वेश्या व्यवसायासाठी गेली.

''ती फार सुंदर स्त्री होती आणि लवकरच सैनिक छावण्यांत सत्ता गाजवणाऱ्या एका ऑफिसरचं तिच्याकडे लक्ष गेलं. त्याच्याकडे दुसरी मुलगी होती. परंतु त्याला त्याच्या बलदंड प्रतिमेची वाहवा व्हावी असं वाटत होतं. त्याला त्याच्याजवळ दोन स्त्रिया हव्या होत्या. त्याला तो लैंगिकदृष्ट्या असमर्थ आहे हे भयानक गुपित लपवायचं होतं. ही वस्तुस्थिती लपवण्यासाठी त्याला बायकांच्या घोळक्यात दिसणं जरुरीचं होतं. त्यामुळे त्याने त्या दोन वेश्यांना त्याच्याबरोबर राहण्यासाठी

आणि त्याचं लाजिरवाणं रहस्य झाकण्यासाठी पैसे दिले होते. त्या वेश्यांनी आनंदाने त्याच्याबरोबर सार्वजनिक ठिकाणी प्रेमाचे चाळे करण्यासाठी त्याच्या पैशाचा आणि त्या ऑफिसरच्या खास बायका असल्याच्या, विशेष हक्कांचा स्वीकार केला. त्यांचा त्यांच्या नशिबावर विश्वासच बसत नव्हता!

''एक दिवस तो ऑफिसर दुसऱ्या शहरात कामानिमित्त गेला आणि त्याने त्या दोन स्त्रियांना त्याच्या राहत्या जागी बसवून ठेवलं होतं. तेवढ्यात दोन सैनिक आले आणि त्यांनी त्यांच्यावर पशुवत बलात्कार केला. त्यांच्या संरक्षक असलेल्या त्या ऑफिसरला हे समजलं, तेव्हा त्याने त्या सैनिकांना त्या स्त्रियांवर बलात्कार केल्याबद्दल शिक्षा करण्याऐवजी त्या सैनिकांना हेच कृत्य पुन्हा करण्यास सांगितलं आणि मागे बसून तो हे दृश्य मिटक्या मारत पाहत राहिला.''

तेत्सुयोने जोरात श्वास घेतला आणि तो ओरडला, ''नाही, हे असं घडलेलंच नाही. खोटं बोलण्याची तुझी हिंमत तरी कशी झाली?'' त्याचा चेहरा पांढरा पडला होता आणि तो रागाने थरथरत होता.

''होय, मि. तेत्सुयो, जे घडलं ते असंच आहे.'' सॅंड्राने आग्रहपूर्वक सांगितलं. ''मि. टॅन म्हणाले की सिंगापूरमध्ये युद्धकाळात जपानी सैनिक अगदी पशुवत वागायचे आणि त्यांनी तरुण स्त्रियांना बरबाद केल्याच्या अनेक घटना घडल्या होत्या. ह्या युद्धातून गेलेल्या माझ्या आजीनेही मला हे सांगितलं, कारण त्या खोलीत ज्यांच्यावर ह्या सैनिकांनी बलात्कार केला होता त्यापैकी दुसरी मुलगी म्हणजे माझी आजी होती. परंतु ती गरोदर राहिली नव्हती. युद्ध संपेपर्यंत ती जिवंत राहिली. हे सर्व विसरून तिने लग्न केलं. परंतु एक दिवस जेव्हा आम्ही युद्धावरचा एक कार्यक्रम पाहत होतो तेव्हा ती रडली आणि तिने मला हे सांगितलं.

''मि. टॅनने मला सांगितलं की गरोदर राहिलेल्या त्या दुसऱ्या मुलीने एका मुलाला जन्म दिला. त्या मुलाला आपल्या कुटुंबात परत आणण्याचा तिने प्रयत्न केला. पण तिच्या कुटुंबीयांनी त्या जपानी सैनिकाच्या हरामी मुलाला स्वीकारायचं नाकारलं. त्यामुळे मग तिने जपानी छावणीकडे जाऊन वेश्या व्यवसाय करायचं ठरवलं. ह्यावेळी ती आपली दोन्ही मुलं, मुलं सांभाळणाऱ्या बाईकडे ठेवायची. एक दिवस नाकाजिमा नावाच्या एका ऑफिसरने त्या बाळाबद्दल तिला उघड उघड विचारलं आणि तो म्हणाला, 'ते मूल जपानी रक्ताचं आहे आणि ते त्याच्या बापाला देऊन जपानला परत नेलं पाहिजे.'

''तिने ते बाळ देण्याचं नाकारलं आणि त्यांची विनवणी केली की त्या मुलाच्या बापाने त्याला स्वीकारलं नसल्यामुळे ते मूल तिचंच होतं. त्याचं रक्त कोणाचं होतं हा प्रश्नच नव्हता. ती त्याला दुसऱ्या कोणाला देऊ शकणार नव्हती.

''त्या ऑफिसरने ओठ दुमडले आणि तो निर्दयपणे म्हणाला, 'तू एक वेश्या

आहेस. तू जपानी रक्ताच्या मुलाला चांगलं आयुष्य देऊ शकशील असं तुला वाटतं? त्याला गुमान आमच्याकडे दे नाहीतर राजाची आज्ञा मोडल्याबद्दल मृत्युदंडाच्या शिक्षेला सामोरी जा!'

"ते मूल म्हणजे तुम्ही होतात मि. तेत्सुयो. तुमच्या आईने त्या ऑफिसरच्या पायांशी लोळण घेतली आणि ते मूल तिच्याकडे राहू द्यावे म्हणून विनंती केली. आणि जेव्हा हे निष्फळ आहे हे तिला कळलं, तेव्हा तिने एका शिपायाची बंदूक खेचली आणि त्याने तिला गोळी घालण्याआधी स्वत:ला गोळी घातली. माझी आजी म्हणाली की ते आले आणि त्यांनी त्या मुलाला नेलं. त्यानंतर त्याचं काय झालं हे कुणालाच माहीत नव्हतं."

"नाही, हे खरं नाही. माझ्या बापाने मला निराळीच हकीगत सांगितली. हे सर्व कटकारस्थान आहे." तेत्सुयो पुन्हा ओरडला. त्याचे हात कापत होते.

"होय, तेत्सुयो हे खरं आहे." सँड्राही ओरडली. "आता सत्याला सामोरं जाण्याची वेळ आली आहे आणि मी जे काही सांगितलं ते सर्व माझ्या आजीच्या डायरीत लिहिलेलं आहे. ती डायरी खूप आजारी असताना आजीने मला दिली."

तिने एक जुनी वही काढली. त्याचं विटलेलं, लाल रंगाचं कव्हर घाणेरडं झालेलं होतं आणि गुप्त जागी लपवून ठेवल्यामुळे त्यावर बुरशी आली होती. ती म्हणाली, "ते सर्व ह्यात आहे. तुम्ही कोण आहात ते सत्य आणि खरं काय घडलं तेही. जेव्हा मी माझ्या आजीची आणि मि. टॅनची कथा ऐकली, तेव्हा माझ्या सर्व लक्षात आलं. मि. टॅनचा धीर संपला आणि त्यांनी हे कबूल केलं. मि. टॅनना माझ्या आजीच्या, त्यांच्या कुटुंबाशी असलेल्या संबंधांची, विशेषत: त्यांच्या मेलेल्या आईच्या संबंधांविषयी माहिती होती, पण त्यांनी आमनेसामने येऊन माझ्या आजीला ह्याबद्दल कधीच विचारलं नव्हतं. कारण एखाद्या म्हाताऱ्या स्त्रीला भूतकाळातील भयानक घटनांबद्दल विचारून दुखवायचं नव्हतं. त्यात तिचा काहीच दोष नव्हता. परंतु आमच्या कुटुंबांच्या एकत्र गुंफलेल्या इतिहासामुळे त्यांना माझ्याविषयी नेहमीच माया वाटायची.

"जेव्हा माझ्या आजीने ही डायरी मला दिली तेव्हा ती मला हळूच म्हणाली की ज्याने तुमच्या आईवर बलात्कार करून तिला गरोदर केलं होतं, त्या सैनिकाचं नाव आठवतंय. त्याचं नाव होतं आकिनिचो. तिला हा सैनिक माहीत होता कारण तो त्यांच्या रक्षणकर्त्या ऑफिसरला अधून मधून मदत करायचा. त्यामुळे त्याचा चेहरा त्यांच्या ओळखीचा होता. तिला ते आठवलं कारण ते जपानी आडनाव फारच वेगळं होतं आणि मीही ते ताबडतोब टिपून घेतलं. मी उत्तेजित झाले होते कारण माझ्याकडे भूतकाळ आणि वर्तमानकाळ जोडायला एक नाव होतं.

"मी जपानच्या सर्व अकिनिकोंची माहिती काढायला सुरुवात केली. माझी

आजी म्हणाली त्याप्रमाणे ते अगदी विलक्षण आडनाव होतं. त्यामुळे ह्या आडनावाचे तिथं फारसे लोक नव्हते आणि त्यामुळे माझं काम सोपं झालं. निव्वळ उत्सुकता म्हणून मी सुरुवात केली. मग ज्याला जपानला नेलं होतं ते मूल शोधून काढायचं ह्या विचाराने मला पछाडलं आणि माझ्या आजीच्या मृत्यूनंतरही मी शोध घेत राहिले.

''एक दिवस मी युएसमधील डीएनएवरचा परीक्षण प्रकल्प करत असताना मला जिनोमेट्रिक्स ह्या कंपनीचे नाव मिळालं. जिनोमेट्रिक्स ह्या क्षेत्रात फार मोठी कंपनी आहे. मग मी त्या कंपनीचा तपशील सहज म्हणून तपासला आणि मला त्या कंपनीचा संस्थापक आणि चीफ एक्झिक्युटिव्ह ऑफिसर तेत्सुयो आकिनिचो नावाचा एक जपानी असल्याची धक्कादायक बातमी सापडली. त्याची ऑफिसेस जपान आणि युएसए मध्ये होती.

''मग मी न थांबता त्या कुटुंबाचा इतिहास आणि मि. आकिनिचोबद्दलची सर्व माहिती ह्याचा शोध घेत राहिले. परंतु दुवा जोडता येईल असं मला काहीच सापडलं नाही. त्यामुळे मग मी एक प्रयोग करायचा ठरवलं. माझा एक मित्र युएस मध्ये आहे. तो कॉम्प्युटरवर चोऱ्या करण्यात पटाईत आहे. कितीही बंदोबस्तात असलेली माहिती शोधून काढतो. त्याने मि. आकिनिचो, जिनोमॅट्रिक्सचे चीफ एक्झिक्युटिव्ह ऑफिसर ह्यांचा ई-मेलचा वैयक्तिक पत्ता शोधून काढला. त्याला हे करायला काही आठवडे लागले. परंतु तो एक दिवस तो ई-मेल पत्ता घेऊन आला. मग एक योजना माझ्या मनात साकार होऊ लागली. त्याच्या वेश्या आईबद्दल ई-मेल पाठवून त्यावर त्याची काय प्रतिक्रिया होतं ते मला पाहायचं होतं. मग मला हवा असणारा माणूस तोच आहे की नाही हे मला कळणार होतं.

''दोन दिवसांतच मला उत्तर मिळालं आणि मग कळलं की मी शोधत होते तो माणूस म्हणजे प्रसिद्ध मि. आकिनिचो होते. त्या वेश्येला युद्धकाळात झालेलं मूल, तिच्यापासून बळजबरीने नेलं होतं आणि ते मूल म्हणजे आताचा विख्यात शास्त्रज्ञ आकिनिचो.

''त्या रात्री मी झोपू शकले नाही. जिमीचा बाप, मि. टॅन हा त्याच वेश्येचा मुलगा आणि त्या विख्यात आकिनिचोचा सावत्र भाऊ होता. हळूहळू मला लागलेल्या ह्या विलक्षण शोधाच्या आश्चर्याचं रूपांतर जिमीवरील रागात झालं. त्याने इतकी वर्षं माझा अपमान केला होता, माझ्या मनात मि. अकिनिकोंच्या बापाबद्दलही राग होता. त्याने दोन स्त्रियांवर पाशवी बलात्कार केला होता आणि त्यातल्या एका निष्पाप स्त्रीचा नकळतपणे खूनही केला होता. माझी आजी ह्या भयंकर घटनेतील दुसरी बळी होती. त्यामुळे मी असं ठरवलं की ह्या दोन्ही पुरुषांना चांगला धडा शिकवायचा.

''हा बलात्कार, मृत्यू, दगलबाजी आणि अपमान ह्यांची काय किंमत होती?

मी वाचलं होतं मि. तेत्सुयो, की तुम्ही फार श्रीमंत माणूस आहात. तुमच्याकडे हजारो डॉलर्स आहेत. परंतु मी तुम्हाला तेवढी जास्त शिक्षा दिली नाही. जिमीने तुमच्याकडे दहा लाख युएस डॉलर्स मागावे अशी मी युक्ती लढवली. कारण शेवटी विचार केला तर मला काही पैशांत स्वारस्य नव्हतं. फक्त सूड घ्यायचा होता.''

''तर मग ई-मेल आणि एसएमएस पाठवणारी तू होतीस. ह्यातील सर्व माहिती, ह्या धमक्या देण्यासाठी मला उद्युक्त करणारी तू होतीस. तुला माहीत होतं की मी पैशासाठी घायकुतीला आलेलो आहे आणि तुझ्या ह्या युक्तीला मी सहज बळी पडेन.'' जिमी ओरडला.

सँड्राने उत्तर दिलं नाही. परंतु तिचं मौन ह्या अपराधाची कबुली होती.

''आणि माझ्या बापाला मारण्यासाठी सांगणारा आवाज तूच होतीस. जिने मला त्याच्या चहात टाकायला गोळी पाठवली ती तूच! सगळ्या ठिकाणी तूच होतीस. हुकूमत गाजवत होतीस आणि माझ्याकडून ई-मेल आणि एसएमएस पाठवायला लावून दोऱ्या ओढणारी तूच होतीस. ह्यासाठी तू अनधिकृतपणे माझ्या ई-मेल अकाउंट्सवर चोऱ्या करत होतीस! ''

जिमी ज्या खुर्चीत बसला होता तिथून त्याने उडी मारली आणि तो सँड्राकडे धावला. त्याचा चेहरा रागाने वेडावाकडा झाला होता. एका झटक्यात त्याने पॉलकडची बंदूक ओढून घेतली आणि ती तिच्यावर रोखली, ''का? का?'' असं किंचाळत चाप ओढला.

मायुमीच्या किंचाळ्यांनी सतर्क झालेल्या पॉलने जिमीवर उडी घेतली आणि त्याने पुन्हा एकदा चाप ओढू पहाणाऱ्या जिमीला खाली पाडलं. परंतु काहीच घडलं नाही. कारण त्या बंदुकीत कधीच गोळ्या भरलेल्या नव्हत्या.

''देवाची कृपा,'' पॉल दात चावत पुटपुटला. हातपाय झाडणाऱ्या जिमीला त्याने पकडून ठेवलं होतं.

सँड्रा ब्लँकेटमध्ये तोंड लपवून हुंदके देत होती. तिने आपला चेहरा लपविला होता. पण आश्चर्य म्हणजे तिचा आवाज स्पष्ट येत होता. ती रागाने जिमीला म्हणाली, ''होय, मला सूड घ्यायचा होता. माझ्या आजीसाठी आणि अनेक वर्षं तू केलेल्या माझ्या अपमानाचाही. मला तू धमक्या देऊन पैसे उकळताना सापडायला हवा होतास आणि तुरुंगातही जायला हवा होतास. युद्धकाळात जे काही घडलं त्याबद्दल आकिनिचो कुटुंबाला वेदना व्हाव्यात अशीही माझी इच्छा होती.''

''तुम्हाला तुमच्या बापाच्या पापकृत्यांबद्दल भरपाई द्यावी लागली ह्याचं मला वाईट वाटतं, मि. तेत्सुयो.'' सँड्रा म्हणाली. ''जे काही प्रत्यक्ष घडलं ते नाकारता येणार नाही. ती जे जगली ते त्या तरुण स्त्रीच्या दुःखद डायरीमध्ये लिहिलेलं आहे.''

आता तिथं अगदी नि:स्तब्ध शांतता होती. भंग होत होता तो पॉलच्या जोरजोरात चालणाऱ्या श्वासोच्छ्वासामुळे, कारण त्याने अजूनही जिमीला खालच्या फरशीवर दाबून धरलं होतं. मग मायुमीने हळूच विचारलं, ''आता आपण सर्वांनी काय करायचं?''

''आपण सर्वांनी काय करायचं ते मला माहीत आहे.'' सँड्रा म्हणाली. तिचा आवाज निष्ठुर आणि भावनाविरहित होता. ''मि. तेत्सुयो, आपण एक सौदा करू या. तुम्हाला माहीत आहे की माझ्याकडे ही डायरी आहे. ती जर मी उघड केली तर तुमच्या कुटुंबाचा हिडीस इतिहास बाहेर पडेल आणि इतरांना तुमच्याबद्दल वाटणारा आदर तुम्हाला गमवावा लागेल. मी ती तुम्हाला परत देईन, पण त्या बदल्यात मला तुमच्याकडून हे सर्व संपल्याची आणि तुमच्या सर्वांच्या आयुष्यातून मला बाहेर पडायला मिळेल असं लिहून पाहिजे. तुम्हाला जिमीचं काय करायचंय ह्याच्याशी मला काही कर्तव्य नाही आणि स्वारस्यही नाही. अर्थात हे वचन कोणी कधी मोडलं तर ज्यांचा मी उपयोग करू शकेन अशा त्या डायरीच्या फोटो कॉपीज माझ्याकडे असतीलच.''

उत्तरार्ध

ती खोली मावळतीच्या सूर्यामुळे अंधारलेली होती. खोलीत उजेड येत होता तो त्या दोन कॉम्प्युटर्सच्या स्क्रीन्सवरून. जुन्या मासिकांनी आणि उरलेल्या शिळ्या अन्नाच्या आणि मिठाईच्या पेपरप्लेट्सनी भरलेल्या त्या घाणेरड्या घडीच्या टेबलावर ते दोन्ही कॉम्प्युटर्स चालू होते.

खोलीत असलेली एकमेव खिडकी अगदी घट्ट बंद केलेली होती आणि तिच्या तावदानावर सूर्यामुळे पिवळे झालेले कागद चिकटवलेले होते. जणू काही त्या खोलीतील रहिवासी, बाहेरच्या जगाच्या कोणत्याही भागाला त्याच्या त्या भ्रमनिरास, विभ्रमावस्था आणि वेडेपणा असलेल्या जगात प्रवेश करून द्यायला घाबरत होता. त्या खोलीत कचरा टाकण्यासाठी ठेवलेला बिस्किटांचा डबा चॉकलेटच्या कागदांनी, मॅकडोनल्ड पार्सलच्या पिशव्यांनी आणि नूडल्सच्या कपनी भरून गेला होता. कचऱ्याच्या डब्यातील आणि कॉम्प्युटर टेबलवरच्या कागदाच्या बश्यांतून अर्धवट खाऊन टाकलेल्या अन्नाचा घाणेरडा शिळकट वास खोलीत पसरला होता. एखाद्या जास्त तापलेल्या इस्त्रीतून हळुवारपणे वाफ पसरावी आणि खोलीत घाणेरडा वास भरावा तसा तो होता.

एक गबाळा, डोळ्यांवर जाड चष्मा असलेला तरुण किंचित तिरका होऊन त्या टेबलावर वाकला होता. तो मुंग्यांची रांग त्या अन्नाच्या बशांपासून भिंतीमागे असलेल्या त्यांच्या वारुळाकडे जाताना पाहत होता. त्याने तिकडे क्षणभर पाहिलं आणि आपले ओठ मुडपून दुष्टपणे हसत त्याने आपला हात त्या उद्योगी मुंग्यांच्या रांगेवर जोरात आपटला आणि प्रत्येक मुंगीचा जीव जाईपर्यंत तो मजेत हात रगडत होता.

जिमीने अंघोळ केली नव्हती. तो त्याच्या त्या कुबट आणि कोंदट फ्लॅटमधून दोन दिवसांत बाहेर पडला नव्हता. त्याच्या दरवाज्यावर तीन कुलपं लावून तो बंद केलेला होता. त्याच्या बापाच्या खुनासाठी पोलीस त्याला शोधत केव्हा येतील ह्याबद्दल त्याला खात्री नव्हती. परंतु जेव्हा ते येतील त्यांच्यासाठी तो तयार होता.

आठवड्यातून तीनदा तो स्वत:वर अंघोळीची जबरदस्ती करायचा आणि स्वच्छ कपडे घालून त्याच्या एकमेव गिऱ्हाइकाचे कॉम्प्युटर्स नीट करायला जायचा. ते गिऱ्हाइक त्याच्या बापाचा जुना मित्र होता. त्याने दया आणि जिमीचा चरितार्थ चालावा ह्यासाठी त्याला हे काम दिलं होतं. बाकीचा आठवडाभर जिमीला घरात राहायला आनंद वाटायचा आणि जे जग त्याला छळतंय असं त्याला वाटत होतं, त्याच्या विरुद्धची सर्व संरक्षक कवचं तो बांधत राहायचा.

कधीकधी त्याच्या त्या अंधाऱ्या खोलीत तो जगाचा नाश करू शकेल असं हत्यार बनविण्याचं स्वप्न पाहायचा. ज्या जीवनाने त्याला एकापाठोपाठ अन्यायाचे झटके दिले होते, त्याला धडा शिकवण्याचा हाच एक मार्ग होता.

रात्री त्याने तो चौदा इंचांचा टी.व्ही. लावला होता. त्यावर त्याला सुंदर रंगरंगोटी केलेला बातमी देणाऱ्या त्या स्त्रीचा चेहरा दिसला होता.

जेव्हा त्याने तो ओळखीचा चेहरा पाहिला, तेव्हा दाटलेल्या रागाने जिमीच्या मनात उसळी मारली आणि अर्धवट प्यायलेला कोकाकोलाचा डबा त्याने टी.व्ही. वरच्या, आत्मविश्वास असलेल्या त्या आढ्यताखोर चेहऱ्यावर फेकला.

"कुत्री!" त्याच्या हातातल्या कोकाकोलाचे शिंतोडे नको वाटणाऱ्या त्या चेहऱ्यावरून ओघळून तो चेहरा अस्पष्ट करत आणि ते व्यवस्थित नाकडोळे वेडेवाकडे करत असताना पाहत तो किंचाळला.

त्याच वेळी काही किलोमीटर्स दूर जपानी दफनभूमीच्या थंड, गंभीर शांततेत एक वयस्क आणि प्रतिष्ठित दिसणारा माणूस एका थडग्याच्या छोट्या, सुमार दगडासमोर मान खाली घालून बसला होता.

तेत्सुयो आकिनिचो जवळजवळ १०,००० मैलांचा विमानप्रवास करून न्यूयॉर्कवरून आईजवळ एकटेपणी विचारविनिमय करण्यासाठी ह्या क्षणी आला होता. इथं इतकी शांतता होती की तो ह्या जागेचा संबंध छळ झालेल्या त्या हजारो आत्म्यांशी जोडू शकत नव्हता. ते आत्मे आता अविरत छळ सोसत, त्या व्यवस्थित ठेवलेल्या गवताळ मैदानाखाली होते आणि तरीही प्रत्येक गोष्ट त्याच्या आईसारखी खरी होती, ती जपानी ऑर्किड ही रक्तमासांची स्त्री होती आणि त्याची तिच्याशी कधी ओळखच झाली नव्हती.

जणू काही ती आता त्याच्यासमोर होती अशा तऱ्हेने तो त्या जपानी ऑर्किडशी

बोलत होता. कारण तिच्याशी बोलण्याचा हा एकच मार्ग होता. तो तिला स्वत:बद्दल सर्व सांगत होता. तो जो काही होता आणि त्याने जे काही मिळवलं होतं, ज्याबद्दल तिला अभिमान वाटावा असाच तो होता. तिला गर्व वाटावा असा एक वेश्येचा मुलगा!

आपल्या भावभावनांमुळे थरथरणाऱ्या आवाजात तेत्सुयोने आपल्या आईला तिच्या दुसऱ्या मुलाचं, त्याच्या सावत्र भावाचं काय झालं ते सांगितलं.

''जवळच्या माणसाने केलेला खून,'' तो आपल्या आईच्या त्या नि:स्तब्ध थडग्याला उद्देशून हळू आवाजात म्हणाला. उष्ण प्रदेशातील त्या पहिल्या वादळामुळे झाडं वाऱ्यावर वेड्यासारखी थरथरत होती.

जेव्हा तो दफनभूमीतून बाहेर पडला तेव्हा पावसाची एक हलकी सर पडू लागली. तेत्सुयोचं हृदय जड झालं होतं. जणू काही त्याच्या आईने त्याचं बोलणं ऐकलं होतं आणि ती आपल्या दुर्दैवी आयुष्यावर रडत होती. अभिमान वाटावा असं काही तिच्या मुलानं केलं होतं; त्याचे आनंदाश्रूही त्यात होते.

''सायोनारा,'' तेत्सुयो कुजबुजला. कारण आता तो कधीही परत येणार नाही हे तिला माहीत होतं. तो आपल्या भूतकाळाला सामोरा गेला होता आणि आता ते सर्व सोडायची वेळ आली होती.

न्यूयॉर्कला परत आल्यावर तेत्सुयोने आपल्या आईच्या थडग्याच्या फोटोकडे पाहिलं. तो फोटो एका बिलोरी काचेच्या चौकटीत त्याच्या ऑफिसमध्ये बाजूच्या टेबलावर होता. त्याने एक नि:श्वास सोडला. फोटो नाही किंवा ती कशी दिसत होती त्याचा प्रतिमाही नाही. तिच्या शेवटच्या विश्रांतिस्थानाचा फोटो ही त्या जॅपनीज ऑर्किडची एकच गोष्ट त्याच्याकडे सदैव राहणार होती.